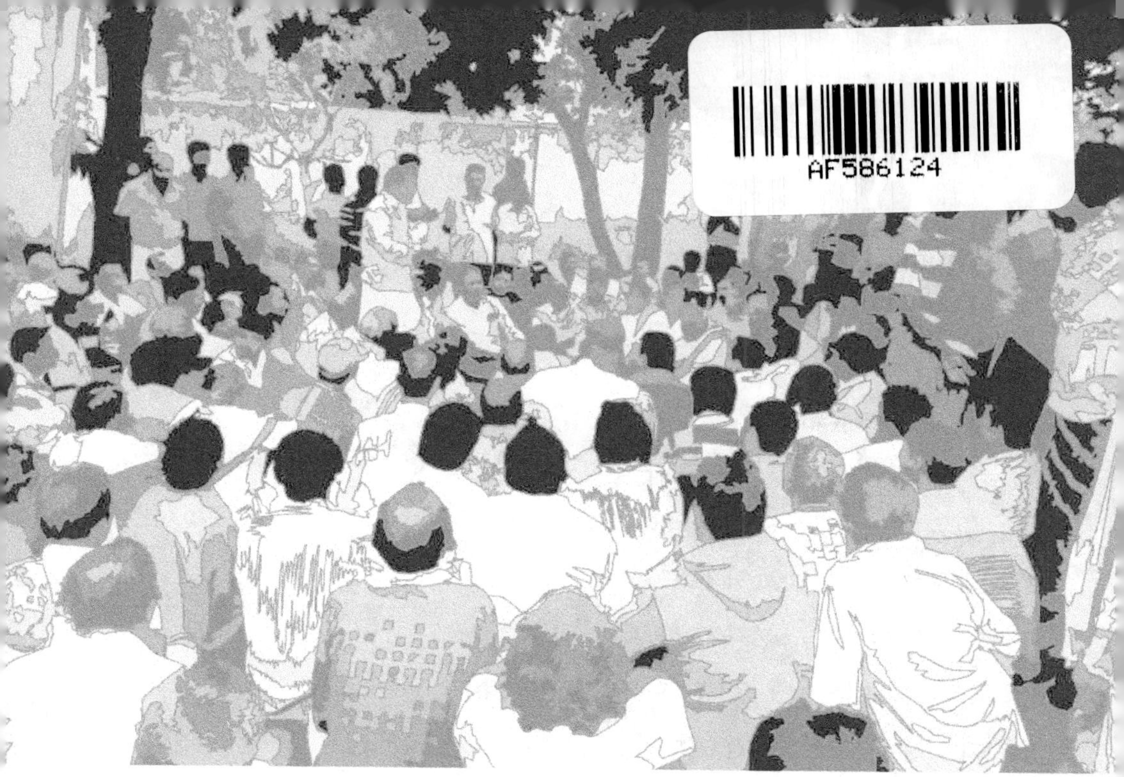

ग्रामपंचायत कारभार आणि कारभारी

'पेसा १९९६' संदर्भासह

ग. शां. पंडित

सकाळ प्रकाशन

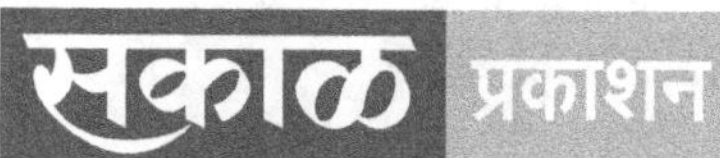

Grampanchayat Karbhar Ani Karbhari

ग्रामपंचायत
कारभार आणि कारभारी

लेखक : ग. शां. पंडित

प्रथम आवृत्ती : फेब्रुवारी २०१८
तिसरी आवृत्ती : जानेवारी २०२१

मुखपृष्ठ : संदीप देशपांडे

मांडणी : सकाळ पुस्तक प्रकाशन विभाग

प्रकाशक : सकाळ मीडिया प्रा. लि.
५९५, बुधवार पेठ,
पुणे - ४११ ००२

ISBN : 978-93-86204-87-5

संपर्क : ०२०-२४४० ५६७८/८८८८८ ४९०५०
sakalprakashan@esakal.com

ज्येष्ठ शिक्षणतज्ज्ञ व पंचायत राजचे अभ्यासक-मार्गदर्शक

आदरणीय कै. श्री. मा. तु. खुटवड

यांच्या मार्गदर्शनामुळेच मला पंचायत राज अभ्यासाची प्रेरणा मिळाली,

या विषयाची आवड निर्माण झाली.

त्यांना हे पुस्तक सादर समर्पित

प्रस्तावना

श्री. ग. शां. पंडित यांनी लिहिलेल्या *ग्रामपंचायत : कारभार आणि कारभारी* या पुस्तकाला मी प्रस्तावना लिहावी असा आग्रह त्यांनी मला केला. पंडित यांना स्वत:ला ग्रामपंचायत व पंचायत समिती सभापती म्हणून अनुभव आहे. ते पंचायतीसंबंधीच्या विषयाचे प्रशिक्षणाचे कामदेखील करत आहेत. या विषयावर त्यांनी लेख व पुस्तके लिहिली आहेत. या सर्वांतून या विषयाची त्यांना असणारी आस्था लक्षात येते. त्यामुळेच त्यांचे हे लेखनही अधिक कसदार व माहितीपूर्ण असेलच याची खात्री वाटते. या पुस्तकाचा संपूर्ण भर हा ग्रामपंचायती आणि लोकांचे हक्क व जबाबदाऱ्या यांवर आहे. त्यामुळे या निमित्ताने एकूण ग्रामस्वराज्याचा थोडासा धांडोळा घेतला पाहिजे असे वाटते.

सगळ्याच मानवी समाजापुढे प्रगतीच्या एका टप्प्यानंतर विकास म्हणजे काय? तो कसा व कशाच्या आधारे साधायचा? त्याचे लाभधारक कसे व कोणी ठरवायचे? हे व असे अनेक प्रश्न केव्हा ना केव्हा उभे ठाकतातच. विशेषत: लोकशाही मार्गाने कारभार करत असताना विषमतेवर आधारित समाजव्यवस्थेत हे प्रश्न उपस्थित करणाऱ्यांचा आवाज कधीच कायमचा दडपून टाकता येत नाही. अशा प्रकारच्या प्रश्नांचे अंतिम उत्तर काय, हे ठामपणे कुणाला सांगता आले नाही, तरी माणूस म्हणून जगण्याचा नैसर्गिक हक्क, सन्मानाने जगण्याचा मानवी हक्क आणि देशाने मान्य केलेले नागरी हक्क उपभोगण्याच्या व्यक्ती व समाजाच्या अधिकाराबद्दल एक सार्वत्रिक सहमती आहे. त्याचा पाया आहे लोकशाही मूल्ये व त्यासाठीची सहभागी कार्यपद्धती.

भारतीय प्रदेशात पंचायतींना मोठा इतिहास आहे. गावाचा कारभार चालवण्यासाठी स्थानिक संस्था

वेगवेगळ्या रूपात येथे अस्तित्वात होत्या. त्याकाळातील गरजा गावकऱ्यांच्या मदतीने गावातच भागवणे, नैसर्गिक साधन स्रोतांचे व्यवस्थापन करणे, गावात तंटे-बखेडे होऊ न देणे अशी कामे या संस्था करत. गावाचा कारभार लोकच चालवत असत याचा अर्थ असा नव्हे, की गावातील सगळे लोक त्याकाळी सुखाने जगत होते. या गावकेंद्री समाजव्यवस्थेत मुख्यत: दोन दोष होते. एक म्हणजे जाती विषमतेवर आधारित व्यवस्था आणि दुसरे म्हणजे सामाजिक जीवनात स्त्रियांना स्थान नसणे.

हे दोष असूनही अनेक परकीय आक्रमणांना तोंड देत ही व्यवस्था टिकून राहिली, कारण परस्परावलंबी ग्रामीण अर्थव्यवस्था. गांधीजींना वाटत होते, भारताची मूळ संस्कृती खेड्यांची आहे. जरी त्यात दोष असले तरी ते दुरुस्त करण्याजोगे नाहीत असे नाहीत. म्हणूनच ते राजकीय स्वातंत्र्याबरोबरच ग्रामस्वराज्याची कल्पना मांडत होते. त्यांचा प्रभाव तत्कालीन नेतृत्वावर असला तरी जातीच्या विषमतेवर आधारित भारतीय समाजमानस लक्षात घेता गाव पातळीवरील सत्ता फक्त उच्च जातींच्या हाती एकवटेल, ही डॉ. बाबासाहेब आंबेडकर यांना वाटणारी भीती देखील निराधार नव्हती. म्हणूनच ग्रामपंचायती हा विषय राज्यांच्या इच्छेवर सोपवला गेला. भारतीय राज्यघटनेतील मार्गदर्शक तत्त्वातील कलम ४० म्हणते 'राज्यसरकारने ग्रामपंचायतीची प्रस्थापना करून त्यांचे हाती स्थानिक स्वराज्याचे घटक म्हणून काम करण्यास आवश्यक ते अधिकार व सूत्रे द्यावीत.' सन १९९२ मध्ये राज्यघटनेतील ७३ व्या दुरुस्तीने पंचायत राज व्यवस्था सर्व देशात समान पातळीवरील आणून ठेवली. प्रथमच ग्रामसभांना घटनादत्त अधिकार मान्य करत स्त्रियांसह वंचित वर्गाचा सहभाग आरक्षणाच्या तरतुदीने अधोरेखित केला गेला. या घटनादुरुस्ती कायद्यानुसार आता पंचायत व्यवस्थेला घटनात्मक स्थान प्राप्त झाले आहे. तेव्हा पंचायतींना कारभार करण्यासाठी आवश्यक ती शक्ती, साधने उपलब्ध करून देणे सरकारची जबाबदारी बनली आहे.

वर्तमान स्थितीत खेड्यातील लोकसंख्या कमी होते आहे व शहरातील बेसुमार वाढत जाते आहे. शहरीकरणाचा परिणाम आजूबाजूच्या खेड्यांवर होतो, अर्थव्यवस्था बदलते, शेतीऐवजी जमिनीचा वापर बिगरशेतीसाठी, आणि ग्रामीण संसाधनांचा वापर शहरे उभारणी व त्याच्या गरजांच्या पूर्तीसाठी केला जातो. अशा परिस्थितीत ग्रामपंचायतींनी गावाचा विकास करण्याचे आव्हान असे पेलायचे? स्वातंत्र्यपूर्व काळात कंपनीच्या हिताच्या कारभारासाठी व्यवस्था निर्माण केली गेली.

व्यापारासाठी आपल्या देशात आलेल्या ईस्ट इंडिया कंपनीने इथे एक केंद्रित व व्यापक अशी प्रशासकीय व्यवस्था रुजवली. त्यापूर्वी असणारी लहान लहान राज्यांची, गाव गणराज्याची व्यवस्था मोडीत काढत नंतर ब्रिटीश राजवटीत लॉर्ड रिपनच्या सुधारणेच्या रूपाने प्रथम सरकारी स्थानिक स्वराज्य संस्था अस्तित्वात आल्या. त्यानंतरच्या काळात स्थानिक स्वराज्याचे अनेक प्रयोग झालेले दिसतात.

स्वातंत्र्यपूर्व काळात १९२० ते १९४० च्या दरम्यान रवींद्रनाथ टागोर यांचा श्रीनिकेतन, महात्मा गांधींचा सेवाग्राम प्रकल्प, तसेच गुरगाव, मद्रास, बडोदा योजना हे असेच लोकसहभागाचे काही प्रयोग होते. त्यानंतर स्वातंत्र्योत्तर काळातही सर्वोदयाच्या कल्पनेतून काही प्रयोग सुरू झाले. 'पंचायत राज' ची कल्पना अनेक राज्यांनी राबवण्यास सुरुवात केली असली तरी आजही हे लोकसहभागाचे प्रयोग सुरूच आहेत. सरकारी पातळीवर ग्रामीण भागात नेतृत्व विकासातून गावाचा सर्वांगीण विकास घडवून आणणे हे उद्दिष्ट ठेवून सन १९५२ मध्ये समुदाय विकास कार्यक्रम सुरू झाला.

पंचायत राज कार्यक्रम राबवण्यात महाराष्ट्र अग्रेसर राज्य मानले जाते. राज्याच्या स्थापनेपासून पंचायत राज संकल्पना मान्य करून राज्यात ग्रामपंचायत आणि जिल्हा परिषद व पंचायत समिती यासाठी दोन वेगवेगळे कायदे केले गेले आहेत. या कायद्यानेदेखील प्रातिनिधिक लोकशाहीची कल्पना मान्य करून प्रौढ मतदारांनी निवडून दिलेल्या मर्यादित अधिकार दिले.

पन्नास - साठच्या दशकात विनोबा भावेंच्या भूदान-ग्रामदान आंदोलनातून १९६५ मध्ये ग्रामदान कायदा अस्तित्वात आला. या कायद्याने प्रतिनिधीपेक्षा गावकऱ्यांना केंद्रस्थानी ठेवून त्यांच्या सल्ल्याने व सहभागाने गावकारभाराची कल्पना मांडली. राज्यात केवळ १९ गावांत ग्रामदान मंडळाचा कारभार सुरू आहे. आता नव्याने त्यात मेंढालेखा या गावाची भर पडली आहे. ग्रामदानाचा गावाचा निर्णय झाला आहे. पण सरकारी अधिसूचना घोषित होण्याची प्रतीक्षा गावकरी करत आहेत. मात्र सरकारी निर्णयाची वाट न पाहता वन हक्क कायदा, जैवविविधता कायदा आणि आदिवासी स्वशासन कायदा यांचा आधार घेत गावाने 'आपल्या गावात आपणच सरकार' ही संकल्पना प्रत्यक्षात आणली आहे. त्यांचे अभिनंदन करावे तेवढे थोडे.

पुढे सत्तरच्या दशकात जयप्रकाश नारायण यांनी देशभरातील तरुणांना 'संपूर्ण क्रांती'चा कार्यक्रम दिला, त्यात गाव सरकारची कल्पना मांडली. राजकीय सत्तापालट झाले आणि गाव सरकार कल्पना मागे पडली. त्यांना अभिप्रेत असणारे सत्तेचे विकेंद्रीकरण झालेच नाही.

पुढे राजीव गांधीच्या काळात सत्तेच्या विकेंद्रीकरणाची चर्चा पुन्हा जोरात सुरू झाली आणि पंचायती राज्यांना महत्त्व आल्यासारखे दिसले. कारण 'गावाची सत्ता गावाच्या हातात' म्हणत मोठा गाजावाजा करत केंद्र सरकारने जवाहर रोजगार योजनाचा निधी थेट पंचायतींना दिला जो पूर्वी राज्यामार्फत दिला जात होता.

स्वातंत्र्यानंतर लोकशाही राज्यव्यवस्था आपण स्वीकारली. लोकांनी लोकांसाठी लोकांकरवी चालवलेले राज्य अशी सरधोपट व्याख्या सांगण्यात आली. पण लोकांचे नवे लोकप्रतिनिधी करत असलेल्या कारभारात मतदानापलीकडे लोक कुठेच नाहीत अशी अवस्था व त्यातही सरंजामी वर्ण व्यवस्थेची पकड कायम राहिलेली आढळते.

निवडून दिलेले प्रतिनिधी आणि पगारी नोकरशाही या दोघांपेक्षा देशातील जनता सर्वोच्च आहे. सर्वसमावेशक शाश्वत अशा समताधिष्ठीत अधिकारपूर्तीसाठी, राज्यकारभार चालवण्यासाठी ठराविक काळासाठी निवडून दिलेले प्रतिनिधी हे जनतेचे लोकसेवक, विश्वस्त असतात. तेव्हा त्यांनी स्वत:चे, स्वत:च्या पक्षाचे हितसंबंध पाहून नव्हे, तर सर्व जनतेच्या हिताचा कारभार करणे अपेक्षित असते. मात्र, प्रत्यक्षात तसे घडत नाही.

म्हणूनच लोकांनी आपली संपूर्ण सत्ता प्रतिनिधींकडे सोपवून आणि पूर्णपणे नोकरशाहीवर अवलंबून स्वत: दुबळे कमकुवत बनवू नये. लोकशाहीतील मतदानाचा अधिकार बजावणे जेवढे महत्त्वाचे आहे, तेवढाच नागरिकांचा कृतिशील विवेकी सहभागदेखील महत्त्वाचा आहे.

आज अस्तित्वात असणाऱ्या पंचायत राज व्यवस्थेत आपल्याला काम करायचे आहे, तेव्हा आजचे त्याचे स्वरूप, त्याचे मूळ स्वरूप, त्यात होत गेलेले बदल, त्यामागची कारणे व सरकारी धोरणे, ही वाटचाल समजून घेणेदेखील आपल्या दैनंदिन कामाबरोबरच भविष्याच्या आखणीसाठी

आवश्यक आहे. त्यासाठी व्यवस्थेची कार्यपद्धती व सरकारची आजची धोरणे समजून घ्यायला हे पुस्तक काही अंशी मदत करू शकेल.

पुस्तकाच्या मनोगतात म्हटल्याप्रमाणे पंचायतीतील लोकप्रतिनिधी, प्रशासनातील अधिकारी, कर्मचारी तसेच गावपातळीवरील स्वयंसेवक, युवक कार्यकर्ते यांना विकासप्रक्रियेत सहभागी होण्यासाठी काय करता येईल याची माहिती करून देण्याचा उद्देश समोर ठेवून हे पुस्तक लिहिले आहे.

पंचायत राज इतिहास, आदिवासी स्वशासन कायदा व त्याची उपयुक्तता, पंचायतीच्या निवडणुका, महिला सदस्यांची भूमिका, लोकसहभाग, माहिती अधिकार अशा प्रकरणांतून त्यांनी सुव्यवस्थित व अद्ययावत संकलित माहिती वाचकांना देण्याच्या प्रयत्न केला आहे.

नव्याने ग्रामपंचायत सदस्य बनलेल्या तसेच या विषयाची माहिती करून घेण्याची इच्छा असणाऱ्यांसाठी या लिखाणाचा उपयोग होऊ शकेल. विकेंद्रित लोकशाहीच्या दृष्टीने महत्त्वाच्या असणाऱ्या विषयाबाबतच्या लिखाणाबद्दल श्री. पंडित यांचे अभिनंदन व त्यांना शुभेच्छा.

– ॲड. सुरेखा दळवी
'कृष्णकुंज', डॉ. राऊत मार्ग,
शिवाजी पार्क, दादर, मुंबई ४०००२८.
संपर्क : ९८२११४०१०४

मनोगत

देशाचा विकास घडवायचा असेल तर त्याची सुरुवात खेड्यांपासून करायला हवी, हे महात्मा गांधीजींचे एक स्वप्न होते. त्यासाठी सर्व मूलभूत सोयीसुविधांनी परिपूर्ण अशी खेडी विकास प्रक्रियेच्या वेगात मुख्य प्रवाहाशी जोडली जाणे आवश्यक होते. आणि म्हणूनच केंद्र शासनाने गाव-खेड्यांच्या विकासासाठी 'पंचायत राज' धोरण अवलंबिले. 'आपल्या गावात आपणच सरकार' या तत्त्वाने ग्रामपंचायतींना ग्रामविकासाच्या दृष्टिकोणातून अनेक अधिकार बहाल केले. ७३व्या घटनादुरुस्तीने या 'पंचायत राज' धोरणाला अधिक बळकटी मिळाली. त्यामुळे ग्रामसभांना घटनात्मक अधिकार प्राप्त झाले. त्याचा फायदा घेऊन आज काही ग्रामीण व आदिवासी गावे स्वयंशासनाच्या दिशेने वाटचाल करू लागली आहेत.

'दिल्ली, मुंबईत आमचे सरकार आणि आमच्या गावात आम्हीच सरकार' ही घोषणा आहे, गडचिरोली जिल्ह्यातील 'मेंढालेखा' या लहानशा आदिवासी गावाची. गावाच्या वनक्षेत्रावर ग्रामसभेचा कायदेशीर हक्क प्राप्त करण्यासाठी या गावाने एकजुटीने व वनहक्क कायदा २००६च्या आधारे दिलेला लढा आणि त्याला मिळालेले यश म्हणजे ग्रामस्वराज्याच्या किंवा स्वयंशासनाच्या दिशेने टाकलेले महत्त्वाचे पाऊल म्हणावे लागेल. हे प्रभावी घोषवाक्य 'मेंढालेखा'च्या दृष्टीने क्रांतिकारी ठरले आहेच; पण महाराष्ट्रातील इतर गावांनाही ते प्रेरणादायी ठरणारे आहे. दिल्ली, मुंबईत आमचे सरकार असले तरी आमच्या गावात आम्हीच सरकार बनतो, तेव्हाच खऱ्या अर्थाने गावावर नियंत्रण ठेवू शकेल, असे सरकार अस्तित्वात येते. आणि हे लक्षात आले की मग तिथूनच खऱ्या स्वयंशासनाच्या दिशेने पुढे जाण्याची प्रक्रिया सुरू होते.

'गाव सुधारले तर देश सुधारेल' या संत महंतांच्या विचारांचा गर्भितार्थ लक्षात घेऊन सध्याच्या शासनाने 'स्मार्ट सिटी' प्रमाणेच 'स्मार्ट व्हिलेज'ची संकल्पना पुढे आणली आहे. 'आमचं गाव आमचा विकास' या योजनेच्या माध्यमातून निधीचा सुयोग्य वापर व्हावा व गावातील सर्वच घटकांना या विकासप्रक्रियेत सहभागी होता यावे यासाठी 'ग्रामपंचायत विकास आराखडा' तयार करण्याचे धोरण शासनाने अवलंबले आहे, ही निश्चितच स्वागतार्ह बाब आहे. त्यामुळे ग्रामीण, आदिवासी भागाच्या विकासाला पूरक वातावरण तयार होईल, यात शंका नाही, परंतु त्यासाठी स्थानिक जनता, शासन व प्रशासन यांच्यात समन्वयाची आणि राजकीय इच्छाशक्तीची आवश्यकता आहे.

पंचायतीमधले लोकप्रतिनिधी, प्रशासनातले अधिकारी, कर्मचारी तसेच गावपातळीवरील स्वयंसेवक, युवक कार्यकर्ते इत्यादींना आपल्या गावच्या विकासप्रक्रियेत सहभागी होण्यासाठी नेमके काय करावे लागेल, कोणत्या गोष्टींची माहिती असणे आवश्यक आहे; आदी बाबींचे मार्गदर्शन व्हावे व स्वयंशासनाची ही प्रक्रिया समजून घेता यावी यासाठीच या पुस्तकाचे प्रयोजन आहे. त्याचबरोबर शासनाच्या धोरणांत व पंचायतीच्या कायद्यामध्ये असलेल्या काही त्रुटींमुळे आज कोणती आव्हाने समोर आहेत व त्यातून कोणत्या संधी उपलब्ध होऊ शकतात यांचाही विचार या पुस्तकात केला आहे. याशिवाय महाराष्ट्र ग्रामपंचायत कायद्यातील नियम, अधिकारी-पदाधिकारी, महिला प्रतिनिधी आदींची कर्तव्ये-जबाबदाऱ्या, विविध सभांची माहिती, ग्रामपंचायतीच्या उत्पन्न व खर्चाची माहिती, गाव विकास आराखडा, वित्त आयोग आदी आवश्यक माहितीदेखील सोप्या भाषेत या पुस्तकातून आपल्याला मिळते.

सदरचे पुस्तक तयार करण्यासाठी महाराष्ट्र मानव विज्ञान परिषदेच्या *'हाकारा'* नियतकालिकातील साहित्याचा व संदर्भांचा बराच उपयोग झाला आहे. शिवाय संस्थेचे सर्व विश्वस्त व माझे सहकारी यांचे बहुमोल सहकार्य लाभले, तसेच सौ. स्वाती दंडारे यांनी सदर पुस्तकाचे टायपिंग करून दिले, त्याबद्दल मी या सर्वांचा अत्यंत आभारी आहे. या पुस्तकाची पहिली आवृत्ती हातोहात संपली. त्याबद्दल सकाळ प्रकाशन व वाचकांचा या पुस्तकाला मिळालेला भरघोस प्रतिसाद कारणीभूत आहे. काही अभ्यासकांनी व वाचकांनी केलेल्या काही सूचनांची दखल या सुधारीत तिसऱ्या आवृत्तीमध्ये घेतलेली आहे. त्यासाठी पंचायत क्षेत्रातील तज्ज्ञ मान्यवर श्री. आर. टी. दिघडे यांचे फार मोलाचे सहकार्य झाले आहे. त्याबद्दल त्यांचा मी आभारी आहे. वाचक या आवृत्तीला पहिल्यासारखाच प्रतिसाद देतील अशी आशा आहे.

आदिवासींमधील ज्येष्ठ सामाजिक कार्यकर्त्या ॲड. सुरेखाताई दळवी यांनी या पुस्तकाला प्रस्तावना लिहून देण्याचे मान्य केले त्याबद्दल त्यांचा आभारी आहे. 'सकाळ प्रकाशना'ने या पुस्तकाच्या प्रकाशनाची तयारी दाखवली, त्याबद्दल 'मास' संस्था व मी त्यांचा अत्यंत आभारी आहे.

- ग. शां. पंडित

सचिव, महाराष्ट्र मानव विज्ञान परिषद

दूरध्वनी : ०२०-२५८८४१५० भ्रमणध्वनी : ९४२३५८३६३७

ईमेल : gspandit@maas.org.in/ganpatpandit@gmail.com

अनुक्रम

महाराष्ट्रातील पंचायतराज आव्हानांचा विचार

गाव-समूह शासनव्यवस्था

भारत हे जगातील सर्वात मोठे लोकशाही राष्ट्र मानले जात असले तरी संसदीय किंवा प्रातिनिधिक लोकशाहीची ही कल्पना अगदी अलीकडची पाश्चिमात्य विचारांपासून घेतलेली आहे. भारतात समूह शासनाची किंवा स्वशासनाची कल्पना फार पूर्वीपासून अस्तित्वात होती, याचे पुरावे उपलब्ध आहेत. भारतात 'गाव गणराज्ये' होती व ते ते समूह आपल्या कारभाराचे नियंत्रण पंचांमार्फत करत, याचे उल्लेख काही प्राचीन ग्रंथांमध्ये सापडतात. भारतीय खेड्यांची शेतीआधारित समाजव्यवस्था ही आजच्या काळातही टिकून आहे, हे समूह शासनाच्या परंपरेचे एक उदाहरण आहे. त्यावेळच्या ग्रामसंस्था आदर्श नसल्या तरी स्वायत्त व स्वतंत्र होत्या, असे म्हणतात. अनेक राजे आले, साम्राज्ये निर्माण झाली व ती लयास गेली, आक्रमणे झाली, स्थलांतरे झाली; पण या गावपंचायती समूहशासनाच्या भक्कम परंपरेमुळे टिकून राहिल्या.

ब्रिटिशांचे वासाहतिक धोरण

जगावर राज्य करण्याच्या महत्त्वाकांक्षेने पछाडलेल्या व व्यापाराच्या निमित्ताने भारतात पाय रोवलेल्या ब्रिटिशांनी सुमारे १५० वर्षांच्या कालखंडात स्वायत्त गाव-समूहाची व्यवस्था उद्ध्वस्त करून टाकली. सत्तेचे केंद्रीकरण, एकछत्री अंमल व वसाहतवादी धोरण यामुळे गाव-समाजव्यवस्थेची पायाभूत रचना खिळखिळी झाली. सुरुवातीला ब्रिटिशांचा स्वार्थी हेतू लोकांच्या लक्षात आला नाही; मात्र, १८५७ च्या उठावानंतर हळूहळू जनतेच्या ब्रिटिशांचे साम्राज्यवादी धोरण लक्षात येऊ लागले. १८८५मध्ये 'कॉंग्रेस' पार्टीच्या छत्राखाली एकत्र येऊन काही समाजधुरीणांनी ब्रिटिश-विरोधी आंदोलने चालू ठेवली; परंतु त्याला खरे बळ

मिळाले १९२० मध्ये, महात्मा गांधींच्या नेतृत्त्वाने. १९४७ मध्ये भारत देश स्वतंत्र झाला.

स्वातंत्र्यानंतरची परिस्थिती

महात्मा गांधींना भारत देश हा लहान-लहान खेड्यांचा (गाव-गणराज्यांचा) बनलेला आहे, याचे अचूक भान होते. खेडी सुधारली तर देश संपन्न होईल, यावर त्यांचा विश्वास होता. म्हणूनच त्यांनी भारतीय राज्यघटनेत 'ग्रामस्वराज्य' संकल्पनेला स्थान मिळावे, असा आग्रह धरला. मात्र स्वातंत्र्य, समता, बंधुभाव व न्याय या चार सूत्रांचा आणि लोकशाही प्रजासत्ताकाचा पुरस्कार करणाऱ्या राज्यघटनेत 'ग्रामस्वराज्याला (पंचायतराजला)' केवळ एक मार्गदर्शक तत्त्व यापलीकडे स्थान मिळाले नाही. थोडक्यात, 'स्वशासनाची व्यवस्था' कधीकाळी भारतात होती, हेही त्यातून प्रतिबिंबित होत नव्हते. म्हणूनच पुढे घटनादुरुस्ती करणे भाग पडले.

'पंचायतराज' पद्धती

आपल्या देशाची राज्यघटना म्हणजे आपल्या देशाचा सर्वात मोठा कायदा आहे. या कायद्यामध्ये जे जे नमूद केले आहे, त्यानुसार आपल्या देशातील सर्व नागरिकांना वागावेच लागते. अधिकारी, आमदार, खासदार आणि मंत्री हे आपल्या देशातील नागरिकांमधूनच निवडले जातात म्हणून त्यांनाही ते नियम लागू आहेत.

१९५०पासून आजपर्यंत असे आढळून आले आहे, की घटनेतील एखादा नियम अपूर्ण असतो म्हणून त्यात बदल करावा लागतो, एखादा नियम कालबाह्य असल्याने तो गाळला लागतो; तर एखादा नियम नव्याने तयार करून घटनेत समाविष्ट करावा लागतो. घटनेत असा बदल करण्याला 'घटनादुरुस्ती' असे म्हणतात. असे अधिकार देशाच्या लोकसभेच्या व राज्यसभेच्या खासदारांना आहे. १९५०पासून १९९२पर्यंत अशा ७२ घटनादुरुस्त्या झाल्या होत्या, आणि २२ डिसेंबर १९९२ रोजी ७३वी घटनादुरुस्ती केली गेली.

घटनेने देशाचा कारभार करण्याचा अधिकार देशाच्या सरकारला दिला आहे. आपला देश फार मोठा असल्याने त्याची छोटी-मोठी राज्ये केली आहेत. या राज्यांचा कारभार करण्याचा अधिकार राज्यांच्या सरकारांना दिला आहे. परंतु राज्ये मोठी असून त्यांत अनेक जिल्हे, अनेक तालुके आणि अनेक खेडी आहेत. तसेच प्रत्येक जिल्ह्यात, तालुक्यात आणि खेड्यात वेगवेगळी परिस्थिती आहे. प्रत्येक जिल्ह्याचा कारभार त्या जिल्ह्यातील लोकांकडे, तालुक्याचा कारभार तालुक्यातील लोकांकडे आणि खेड्याचा कारभार खेड्यातील लोकांकडे दिला आहे, कारभाराच्या या नव्या पद्धतीला 'पंचायतराज' असे म्हणतात.

७३ वी घटनादुरुस्ती

इंदिरा गांधींच्या आकस्मिक निधनानंतर अनपेक्षितपणे राजीव गांधी भारताचे पंतप्रधान झाले. ते विज्ञान-तंत्रज्ञानाचे पुरस्कर्ते होते. त्यांनी पदाची धुरा सांभाळल्यानंतर देशाचा सर्वांगीण अभ्यास केला. त्यातून त्यांना जाणवले, की आपला देश लाखो खेड्यांचा असून त्यांचा कारभार पंचायतींमार्फतच चालतो; परंतु या पंचायतींवर काही ठराविक समाजांचेच प्राबल्य असून महिला व इतर मागास जाती-जमातींना त्यात काहीच स्थान नाही. याची कारणे शोधली असता राज्यघटनेच्या ४०व्या मार्गदर्शक तत्त्वात त्याची मेख असल्याचे राजकीय विश्लेषकांनी त्यांच्या लक्षात आणून दिले.

भारतीय परंपरेतल्या खेड्यांप्रमाणे 'स्व-शासनाची' व्यवस्था पुन्हा आणावयाची असेल व समाजातील सर्व घटकांना समान न्याय द्यायचा असेल, तर घटनादुरुस्तीशिवाय पर्याय नाही हे त्यांच्या लक्षात आले. परंतु त्यांच्या दुर्दैवी हत्येमुळे ती घटनादुरुस्ती पी. व्ही. नरसिंहराव यांचे सरकार बहुमतात आल्यानंतर २२ डिसेंबर १९९२ रोजी करण्यात आली. २४ एप्रिल १९९३ रोजी राष्ट्रपतींच्या मान्यतेनंतर ती लागू करण्यात आली. तिलाच ७३वी घटनादुरुस्ती असे म्हटले जाते. पाठोपाठच नागरी स्वराज्य संस्थांसाठी ७४वी घटनादुरुस्ती करण्यात आली. घटनेतील या दुरुस्त्या म्हणजेच मधल्या प्रदीर्घ कालखंडानंतरची भारतीय संघराज्यातील स्वशासनाची सुरुवात म्हणावी लागेल.

पंचायतराजचे नवे पर्व

७३व्या व ७४व्या घटनादुरुस्त्यांनी अनुक्रमे एक तृतीयांश ग्रामीण व शहरी महिलांना आणि त्याचबरोबर अनुसूचित जाती-जमातींच्या व इतर मागास प्रवर्गातील घटकांनादेखील त्यांच्या लोकसंख्येच्या प्रमाणात सत्तेत व निर्णयप्रक्रियेत सहभागी होण्याची संधी प्राप्त झाली. ग्रामसभांना अधिक अधिकार देऊन त्या घेणे पंचायतींना बंधनकारक करण्यात आले. पंचायती आर्थिकदृष्ट्या सक्षम होण्याकरिता वित्त आयोगाची स्थापना झाली. निवडणुकांचा कार्यकाल निश्चित करण्यात येऊन त्या वेळेवर घेण्यासाठी निवडणूक आयोग नेमण्यात आला.

लोकसंख्येच्या प्रमाणात पंचायतींची सदस्यसंख्या ठरवण्यात आली. करांपासून मिळणारे उत्पन्न ग्रामपंचायतींकडेच राहील, अशी तरतूद करण्यात आली. पंचायतीच्या कामांची स्वतंत्र अनुसूची करण्यात आली.

७३वी घटनादुरुस्ती पाचव्या अनुसूचीतील आदिवासी क्षेत्रांना लागू करण्यात आली नव्हती; पण पंचायतराजला मिळालेल्या घटनात्मक दर्जापासून अनुसूचित क्षेत्रे वंचित ठेवणे न्यायाला धरून झाले नसते. त्यामुळे १९९६मध्ये 'पंचायत (अनुसूचित क्षेत्रांकरता विस्तार) कायदा' (इंग्रजीत 'पेसा') भारतीय संसदेने संमत केला. अशा रीतीने सत्तेच्या विकेंद्रीकरणाच्या धोरणामुळे ग्रामस्वराज्याच्या/ स्वशासनाच्या नव्या पर्वाची सुरुवात झाली, असे म्हणता येईल.

महाराष्ट्रातील पंचायतराज

७३व्या घटनादुरुस्तीनंतर 'मुंबई (आता 'महाराष्ट्र') ग्रामपंचायत अधिनियम १९५८' आणि 'महाराष्ट्र जिल्हा परिषदा व पंचायत समित्या अधिनियम १९६१' या दोन कायद्यांच्या आधारे महाराष्ट्राने एप्रिल १९९५पासून 'पंचायतराज व्यवस्था' अंमलात आणली. तशी राज्याच्या स्थापनेपासूनच त्रिस्तरीय पंचायतराज व्यवस्था लागू झाल्याने ती लोकजीवनात चांगली रुजली होती.

घटनादुरुस्तीने तिला आणखी बळ मिळाले. त्यातही महिला सबलीकरणाच्या बाबतीत महाराष्ट्राने बराच पुढाकार घेतला. राज्याच्या वेगवेगळ्या भागात अनेक गावांमध्ये केवळ महिलांच्या ग्रामपंचायती अस्तित्वात आल्या व त्यांनी गावविकासाच्या दृष्टीने त्यांचा कार्यकालही यशस्वीरित्या पूर्ण केला. बचत गटांच्या चळवळीमुळे त्या आणखी संघटित झाल्या व गावाचे नि महिलांचे प्रश्न सोडवण्यासाठी अधिक सक्षम बनल्या. महिलांना घर व जमिनीमध्ये समान हिस्सा, शिक्षण व नोकरीमध्ये राखीव जागा, प्रवासामध्ये स्वतंत्र आसनव्यवस्था, मंत्रालयात महिला व बालकल्याण हे स्वतंत्र खाते, महिलाविषयक तीन धोरणे, गर्भलिंग तपासणीस

कायद्याने बंदी, स्त्री-भ्रूणहत्येस तुरुंगवास आदी गोष्टी कायद्याने दिल्या आहेत. एवढेच नव्हे तर महिलांसाठी स्थानिक स्वराज्य संस्थांध्ये ५०% आरक्षणही लागू केले. त्यामुळे महाराष्ट्राने पंचायती राज्याच्या कार्यक्षमतेचा पुरस्कारही पटकावला आहे.

आज सर्व ग्रामपंचायती संगणकीकृत करून शासकीय अनुदान ग्रामपंचायतींच्या खात्यात प्रत्यक्ष जमा केले जात आहे. याशिवाय सदस्यांना ग्रामपंचायतीच्या कारभाराची माहिती व्हावी, ते अधिक सक्षम व्हावेत, यासाठी स्वयंसेवी संस्थांच्या माध्यमातून त्यांना प्रशिक्षित करण्याचे कामदेखील सुरू आहे. पंचायत तज्ज्ञांच्या समित्या व संस्था संघटनांनी केलेल्या शिफारशी लक्षात घेऊन महाराष्ट्र शासनाने ग्रामपंचायत कायद्यात वेळोवेळी ज्या दुरुस्त्या केल्या, त्यांच्याच आधारे सध्याचे पंचायतराजचे धोरण चालू आहे. परंतु खऱ्या स्वशासनाच्या अनुषंगाने ज्या दुरुस्त्या व्हायला पाहिजे होत्या, जे बदल करायला पाहिजे होते, त्याकडे मात्र दुर्लक्ष केल्यामुळे काही आव्हाने आज समोर उभी आहेत, ती कोणती ते पुढे पाहू.

आव्हाने आणि संधी

महाराष्ट्र राज्याच्या स्थापनेपासून 'पंचायत' व्यवस्थेचा चांगलाच परिचय असल्याने व याबाबतीत आपले राज्य देशात अग्रेसर आहे, अशी आपल्या राज्यकर्त्यांची समजूत झाल्याने पंचायतराजच्या अनुषंगाने आणखी काही करण्याची आवश्यकता त्यांना वाटली नाही. त्यामुळेच पंचायतराजच्या मूळ उद्दिष्टांकडे डोळेझाक झाली. वेळोवेळी कायद्यात दुरुस्त्या करूनही काही त्रुटी राहून गेल्या. या त्रुटीच आज पंचायतराजपुढील आव्हाने बनली आहेत.

ती आव्हाने कोणती आणि त्यासाठी कोणत्या संधी उपलब्ध आहेत, याची माहिती आपण करून घेऊ या.

सत्तेच्या विकेंद्रीकरणाची संकल्पना

७३व्या घटनादुरुस्तीत कलम २४३ (जी) अंतर्गत स्थानिक विकास आणि सामाजिक न्यायाच्या विषयांबाबत राज्य विधान मंडळाला वाटल्यास स्थानिक स्वराज्य संस्थांना अधिकार सुपूर्द करण्याची तरतूद आहे. कलम २४३ (जी) मध्ये Devolution आणि endowment of power असे शब्द वापरण्यात आले असून त्यातून विकेंद्रीकरणाची संकल्पना स्पष्ट होते. म्हणजे कायद्याची भाषा राज्य सरकारच्या मर्जीवर अधिकार सुपूर्द करण्याची असली तरी घटनादुरुस्तीचा एकूण आशय लक्षात घेता राज्यसरकारांवर तसे करणे बंधनकारक आहे; परंतु घटनेतील आशयाचा सोयीस्कर अर्थ लावून राज्यसरकारने काही ठराविकच अधिकार स्थानिक स्वराज्य संस्थांना दिले आहेत.

खरेतर राज्यसरकारने जास्तीचे अधिकार स्थानिक स्वराज्य संस्थांना दिले तरच सत्तेचे विकेंद्रीकरण प्रभावीपणे होऊ शकते. परंतु याबाबतीत राज्यकर्त्यांमध्ये इच्छाशक्तीची आवश्यकता आहे.

ग्रामसभेची व्याख्या

महाराष्ट्र ग्रामपंचायत अधिनियमात कलम ३(९) मध्ये "ग्रामसभा म्हणजे पंचायतीच्या क्षेत्रामध्ये अंतर्भूत असलेल्या गावाशी संबंधित मतदारयाद्यांमध्ये नोंदवलेल्या व्यक्तींचा समावेश असलेली संस्था" असे म्हटले आहे. याचा अर्थ, त्या ग्रामपंचायत क्षेत्रामध्ये जेवढी गावे किंवा वाड्या, वस्त्या, पाडे यांचा समावेश आहे, त्यांच्याशी संबंधित मतदार याद्यांमध्ये ज्या व्यक्ती नोंदलेल्या आहेत अशा मतदारांची सभा. जर पंचायत क्षेत्रामध्ये एकच गाव किंवा

एकाच गावाची ग्रामपंचायत असेल तर ही व्याख्या योग्य राहील. परंतु एकापेक्षा अनेक गावे, वाड्या वस्त्या असतील तर ही व्याख्या संदिग्ध होते. महाराष्ट्रात ग्रामपंचायतींची रचना ही महसुली गाव किंवा प्राथमिक वसतीस्थान हा निकष न मानता लोकसंख्येच्या आधारावर केलेली असल्यामुळे एका ग्रामपंचायतीमध्ये अनेक गावे, वाड्या, पाडे, वस्त्या समाविष्ट असलेल्या ग्रुप ग्रामपंचायतीची संख्या अधिक दिसते.

राज्यघटनेत कुठेही 'पंचायतीची ग्राम सभा' असा शब्दप्रयोग नाही किंवा त्यातील व्याख्येवरून तसा अर्थही निघत नाही. त्यात 'गावाची ती ग्रामसभा' असाच अर्थ अभिप्रेत आहे आणि तसाच तो घ्यायला पाहिजे. त्यासाठी 'ग्रामसभेची व्याख्या' सुधारून ती "लोकांच्या राहण्याचे जे गाव अथवा प्राथमिक वसतीस्थान आहे, त्यातील 'मतदारांची संस्था' अशी सुटसुटीत करायला पाहिजे."

अनुसूचित क्षेत्राकरिता 'पाड्याची ग्रामसभा' या संकल्पनेला मान्यता देण्यात आली आहे.

'गाव' शब्दाची व्याख्या

ग्रामसभेच्या व्याख्येमध्ये सुस्पष्टता येण्यासाठी प्रथम 'गाव' या व्याख्येत सुसूत्रता आणण्याची गरज आहे. ग्रामपंचायत कायद्याच्या कलम ४ मध्ये 'गाव' याची व्याख्या अतिशय संदिग्ध आहे. याच संदिग्धतेचा फायदा घेऊन शासनाने अनेक गावे, वाड्या, पाडे, वस्त्या मिळून मोठ्या गावांची व पर्यायाने मोठ्या ग्राम पंचायतींची निर्मिती केली. मुळात महसुली गाव जाहीर करताना गावांचा गट करण्याची आवश्यकता नव्हती; पण प्रशासकीय जबाबदारी कमी करण्याच्या हेतूने शासनाने असे केले असावे. कारण शासनाने ५ फेब्रुवारी १९९० रोजी (शासन निर्णय : व्हीपीएम/११८९/प्र.क्र. ३०१०/२२) एक परिपत्रक काढून गाव, वाड्या, पाडे यांना स्वतंत्र दर्जा देण्यासाठी आदेश काढलेले आहेत व त्यानुसार ३०० ते ५०० लोकसंख्या असणाऱ्या वसतिस्थानांना गावाचा दर्जा देता येतो, असे नमूद केले आहे. मात्र या आदेशांची अंमलबजावणी झालेली नाही.

याबाबतीत राज्यपालांनी जर अधिसूचना काढून प्रत्येक वसतीस्थानाला 'गाव' म्हणून जाहीर केले तर हा प्रश्न सुटू शकतो. (दिनांक ४ मार्च २०१४च्या आदेशानुसार अनुसूचित (आदिवासी) क्षेत्राकरिता मात्र ही सुधारणा करण्यात आली आहे.)

ग्रामपंचायतीची स्थापना

ग्रामपंचायत अधिनियमाच्या कलम ५ मध्ये "प्रत्येक गावात एक ग्रामपंचायत असेल" असे अगदी स्पष्टपणे म्हटले आहे. याचा अर्थ, काही गावे/वाड्या एकत्र करून त्यांना 'गाव' किंवा 'महसुली गाव' समजले गेले आणि अशा महसुली गावात नवीन ग्रामपंचायत स्थापन करायची असेल तर त्यासाठी दोन निकष लावण्यात आले. (१) लोकसंख्या कमीत कमी दोन हजार असायला हवी (आदिवासी/तांडा भाग/पुनर्वसित कॉलनीकरिता एक हजार) आणि (२) ग्रामपंचायत आर्थिकदृष्ट्या सक्षम असावी.

'प्रत्येक गावात एक पंचायत असेल' असे ग्रामपंचायत कायद्याच्या कलम ५ मध्ये स्पष्टपणे सांगितले असताना लोकसंख्येची अट घालण्याचे कारण काय? शहरे वाढत असताना त्यांची लोकसंख्या किती असावी हे बंधन नाही, मग खेड्यांना कमीत कमी लोकसंख्येचे बंधन का? राज्यातल्या अनेक ग्रामपंचायती केवळ शासकीय अनुदानावर चालत असताना नवीन ग्रामपंचायतींना सक्षमतेची अट का? याचा बोध होत नाही.

लोकसंख्येच्या अवास्तव निकषांमुळे आदिवासी आणि विशेषत: ग्रामीण दुर्गम, डोंगराळ भागात ग्रुप-ग्रामपंचायतीची संख्या अधिक आहे. दळणवळणाच्या गैरसोयींमुळे सहजपणे संपर्क होऊ शकणार नाही अशा ठिकाणी या ग्रामपंचायतींमधील गावे व त्यांच्या वाड्या-वस्त्या वसलेल्या असतात. त्यामुळे तेथील लोकांना ग्रामसभेच्या व अन्य काही बैठकांना उपस्थित राहता येत नाही. परिणामी अशी गावे, वाड्या, वस्त्या एकमेकांपासून व विकासापासून देखील वंचित राहतात.

खरेतर, शासनाने 'गाव तिथे पंचायत' हे तत्त्व राबवले पाहिजे व दुर्गम भागांसाठीचा लोकसंख्येचा निकष शिथिल करून साधारणपणे ५०० लोकसंख्येला एक ग्रामपंचायत व प्रत्येक ग्रामपंचायतीला एक ग्रामसेवक ठेवण्याला मान्यता द्यायला हवी. त्यामुळे खऱ्या अर्थाने त्या त्या स्वतंत्र गावाची 'ग्रामपंचायत' व 'ग्रामसभा' अस्तित्त्वात येईल आणि स्वशासनाची ही संकल्पना प्रत्यक्षात उतरू शकेल.

ग्रामसभेचे अधिकार

ग्रामसभा ही लोकशाही व्यवस्थेतील सर्वोच्च, स्वायत्त व पायाभूत यंत्रणा आहे. गावातील सर्व प्रौढ मतदारांनी मिळून बनलेली स्वयंभू संस्था आहे. तीच गावपातळीपासून ते देशपातळीपर्यंतचे लोकप्रतिनिधी निवडून देते. अनेक संस्था, समित्या स्थापन करते व त्यांचे नियमन करते. परंतु शासनाने प्रत्यक्ष व्यवहारात ग्रामसभेला ग्रामपंचायतीपेक्षा दुय्यम ठरवले आहे. शासनाची नोकर असलेल्या यंत्रणेप्रमाणे ग्रामसभेला वागवले जाते.

प्रत्यक्षात ग्रामसभा फर्मावेल त्याप्रमाणे शासनाने/प्रशासनाने कामे पार पाडली पाहिजेत, तरच ग्रामसभेला खऱ्या अर्थाने अधिकार प्राप्त होतील. ग्रामसभेच्या बैठकी बोलवण्याची जबाबदारी सरपंच/सचिव यांच्यावर सोपवलेली आहे व त्यात त्यांनी कसूर केल्यास कारवाईचा बडगादेखील दाखवला आहे.

हे स्वागतार्ह असले तरी यात सरपंच/सचिवाचे महत्त्व वाढवले आहे. कारण यात ग्रामसभेची बैठक महत्त्वाची ठरते, ग्रामसभा नाही. त्यासाठी 'ग्रामसभेची बैठक बोलवावी' ही परिभाषा बदलून 'महिन्यातून एकदा ग्राम सभा भरवावी' अशी परिभाषा वापरावी आणि त्या ग्रामसभेचे कार्यवृत्त लिहिण्यासाठी ग्राम पंचायतीचा नाही तर ग्रामसभेचा 'स्वतंत्र सचिव' नेमण्याची मुभा देण्यात यावी. त्याचे मानधन शासनाने अनुदान स्वरूपात द्यावे.

अतिशय महत्त्वाचा व कळीचा मुद्दा हा आहे की, सरकार जी गोष्ट आदिवासी भागासाठी मान्य करते, ती सर्वसाधारण ग्रामीण भागासाठी का करत नाही? आदिवासी भागांतील ग्रामसभांना जे अधिकार दिलेले आहेत, तसेच अधिकार सर्वसाधारण गावांना देखील दिले पाहिजेत. ७३व्या घटनादुरुस्तीचा तोच मूळ गाभा आहे. तसे झाले तर या ग्रामसभा स्वत:चा कारभार स्वत: चालवतीलच, शिवाय आपल्या क्षेत्रातील जंगले, तळी, ओढे, गायराने, खाणी, गौण खनिज यांचे व्यवस्थापन करून गावातल्या गावात भांडवलनिर्मिती प्रक्रिया सुरू करतील.

स्वतंत्र अधिकारी व कर्मचारी यंत्रणा

स्थानिक स्वराज्य संस्थांची अधिकारी व कर्मचारी यंत्रणा स्वतंत्र असणे आवश्यक आहे. सध्या ही यंत्रणा वृत्तीने व कृतीनेही 'उसनवार' आहे. राज्याच्या मुख्य सचिवांपासून ते तलाठी, ग्रामसेवकांपर्यंत या यंत्रणेचे जाळेच

अस्तित्वात आहे. त्यात नोकर शाहीचे सर्वच दोष आढळतात. ग्रामसेवक हा गटविकास अधिकारी व मुख्य कार्यकारी अधिकारी यांच्या नियंत्रणात व शिस्तीत असतो. गटविकास अधिकारी ग्रामसेवकाला जी कामे नेमून देतात, त्याची माहिती सरपंचांना नसते. त्यामुळे सरपंच अनुभवी व कार्यक्षम नसल्यास ग्रामसेवकच अधिकार वापरतात. असेच अनुभव गावातील इतर शासकीय-निमशासकीय अधिकारी व कर्मचाऱ्यांच्या बाबतीत येतात. त्यामुळे लोकप्रतिनिधींच्या अधिकारांना काही अर्थच राहत नाही.

त्यासाठी सामाजिक व विधायक दृष्टी असलेली प्रशिक्षित आणि स्वतंत्र कर्मचारी यंत्रणा स्थानिक स्वराज्य संस्थांमध्ये असणे गरजेचे आहे. त्याचबरोबर त्यांचे वेतन पंचायत व ग्रामसभांच्या शिफारशीने काढण्यात आले तर निश्चित यात काही फरक पडू शकेल, असे वाटते.

पुरेशी व स्वतंत्र वित्तीय साधने

पंचायतींना आपली कर्तव्ये परिणामकारक पार पाडता यावीत यासाठी पुरेशी स्वतंत्र वित्तीय साधने उपलब्ध असली पाहिजेत. यादृष्टीने घटनेत वित्त आयोगाची तरतूद आहे; परंतु केवळ केंद्रीय वित्त आयोगाचे कार्य सुरू असल्याचे दिसते. महाराष्ट्र सरकारने मात्र गेल्या काही वर्षांत त्याकडे डोळेझाक केलेली दिसते.

खरेतर वित्त आयोगाच्या कार्याविषयी सर्व स्थानिक स्वराज्य संस्थांना पुरेशी माहिती दिली गेली पाहिजे. त्यांना आपली बाजू मांडण्याची संधी असली पाहिजे. पंचायतींना राज्यसरकारवर अवलंबून न राहता काही निकषांवर वित्तीय साधने उपलब्ध होतील, अशी व्यवस्था निर्माण केली पाहिजे. यासंदर्भात जमीन महसूल, व्यवसाय कर यांची पूर्ण रक्कम किंवा खासदार-आमदार निधीची रक्कम पंचायतींना देता येईल. त्याचबरोबर गावांना भोवतालच्या (उदाहरणार्थ, गायराने, वने, जलाशय, तळी, ओढे, लघु खनिजे इत्यादी) नैसर्गिक साधनसंपत्तीवरचा व्यवस्थापकीय अधिकार देऊन त्या साधनसंपत्तीतून निर्माण होणाऱ्या विविध उत्पन्नावरचा मालकी हक्क देण्यात यावा.

सरपंचाची निवड ग्रामपंचायत सदस्यांमधून महाराष्ट्र ग्रामपंचायत सुधारणा विधेयक २०२०

दिनांक २९ जानेवारी २०२० च्या मंत्री मंडळ बैठकीत थेट सरपंचाची निवड करण्याची पद्धत महाविकास आघाडी सरकारने रद्द केली आहे. आता पूर्वीसारखीच ग्रामपंचायत सदस्यांमधून सरपंचाची निवड करण्यात येणार आहे. याकरिता महाराष्ट्र ग्रामपंचायत अधिनियमामधील कलम ७, कलम १३, कलम ३५, कलम ३८, कलम ४३, कलम ६२ व कलम ६२ अ मध्ये सुधारणा तसेच कलम ३०अ- १ ब, व कलम १४५-१ अ चा समावेश करण्यास २९ जानेवारी २०२० च्या मंत्री मंडळ बैठकीत मान्यता देण्यात आली. मार्च २०२० च्या अर्थसंकल्पीय अधिवेशनात विधीमंडळाच्या दोन्ही सभागृहात (विधान परिषद व विधान सभा) महाराष्ट्र ग्रामपंचायत सुधारणा विधेयक २०२० मंजूर करण्यात आले. ४ मार्च २०२०रोजी माननीय राज्यपाल भगत सिंग कोश्यारी यांच्या मान्यतेने या विधेयकाचे कायद्यात रूपांतर झाले आहे. या कायद्याच्या अंमलबजावणीस १५ जानेवारी २०२० रोजी घेण्यात आलेल्या राज्यातील १४ हजार २३४ ग्रामपंचायतीच्या निवडणुकीने सुरवात झाली आहे.

यापूर्वी सदस्यांमधून निवड केल्या जाणा-या

सरपंचास जे अधिकार, कर्तव्ये, अविश्वासाचा ठराव याबाबत जे नियम लागू होते तेच नियम सदस्यांमधून निवड झालेल्या सरपंचास यापुढे असणार आहेत.

सरपंच पदाची निवडणूक लढणाऱ्या उमेदवारास शिक्षणाची अट लागू करताना शासनाने १ जानेवारी १९९५ नंतर जन्म झालेल्या उमेदवारास ही अट लागू राहील असे म्हटले आहे. या अटीमुळे तरुण व शिकलेला वर्ग यात मोठ्या प्रमाणात सहभागी होईल ही बाब स्वागतार्ह आहे; परंतु जिथे सातवीपर्यंत शिकलेली महिला अथवा पुरुष मिळत नसेल तिथे अधिक वयाची अशिक्षित महिला किंवा पुरुष निवडणुकीसाठी उभे केले जाऊ शकतात. कदाचित त्यामुळेच शासनाने वयाची अशी अट घातलेली असावी. परंतु याबाबतीत सरपंच महिलेला विशेषत: आपल्या घरातील पुरुषाच्या हाती सर्व सूत्रे जाणार नाहीत, याची काळजी घ्यावीच लागणार आहे.

■ ■ ■

'पेसा १९९६'
आदिवासींचा स्व-शासन कायदा

भारतामध्ये इंग्रजी सत्तेचा अंमल सुरू झाल्यानंतर आदिवासींच्या जीवनातील जंगल व जमिनीवरील त्यांचा हक्क हिरावून घेण्यात आला. इंग्रजी राजवटीमध्येच जंगलतोड मोठ्या प्रमाणावर झाली आणि शेती व जंगलावर अवलंबून असलेले त्यांचे जीवन धोक्यात आले. त्यामुळे आदिवासींमध्ये असंतोषाची भावना वाढीस लागली. आदिवासींमध्ये जमिनीची व्यक्तिगत मालकीची कल्पना अस्तित्त्वातच नव्हती. त्याचा फायदा इंग्रजांनी घेतला. त्यांनी आदिवासी भागातील जमिनी, धरणे, खाणी, वीज प्रकल्प अशा अनेक कारणांसाठी संपादित केल्या व आदिवासींना तेथून हुसकावून लावले. परिणामी आदिवासींपुढे उदरनिर्वाह, रोजगार यांसारखे प्रश्न उभे राहिले.

भारताला स्वातंत्र्य मिळाल्यानंतर शासनाने आदिवासींच्या विकासासाठी थोडेफार प्रयत्न केले; पण ते निरुपयोगी ठरले. त्यांच्या सर्वांगीण विकासाकडे अक्षम्य असे दुर्लक्ष झाल्यामुळेच आजही आदिवासींमध्ये कुपोषण, उपासमार, निरक्षरता, बेरोजगारी, अनारोग्य आदी समस्या तशाच आहेत.

स्वतंत्र भारताचे पहिले पंतप्रधान पंडित जवाहरलाल नेहरू यांनी १९५२मध्ये आदिवासी विकासाची पंचसूत्री जाहीर केली होती. तीच 'नेहरूंची पंचशील तत्त्वे' या नावाने प्रसिद्ध झाली. ती अशी होती -

- आदिवासींचा विकास त्यांच्या प्रतिभा व क्षमतेप्रमाणे व्हावा.
- आदिवासींचा जंगल व जमिनीवरील हक्क मान्य करण्यात यावा.
- आदिवासींना प्रशिक्षित करून त्यांच्यामार्फतच विकासाला गती द्यावी व बाहेरील लोकांचा हस्तक्षेप कमी करावा.

- आदिवासी विकास त्यांच्या सांस्कृतिक व सामाजिक परंपरांना बाधा न आणता करण्यात यावा.
- आदिवासींच्या विकासाचा निकष हा त्यांच्यावर झालेला खर्च न मानता त्यांचे जीवनमान किती उंचावले आहे, यावर ठरवण्यात यावा.

या पंचसूत्रीच्या आधारे आदिवासी विकासाची धोरणे आखण्यात यावी, यासाठी १९६०मध्ये यू. एन. ढेबर यांच्या अध्यक्षतेखाली एक समिती नेमली गेली. आदिवासींच्या विकासासाठी राज्यघटनेतील 'अनुसूची सहा' मधील आदिवासींच्या क्षेत्रातील तरतुदींचा वापर करता येईल का, याचा अभ्यास समितीने केला व 'अनुसूची सहा' लागू करण्याची गरज नसून अनुसूचित क्षेत्राचे अधिकार राज्य शासनाला असावेत, अशी शिफारस केली.

अशा तऱ्हेने भारत सरकारने लोकांच्या हातात सत्ता देण्याकरता पंचायती राज्यपद्धती बळकट करणारी ७३वी घटनादुरुस्ती केली आणि राज्य सरकारांना त्यांच्या राज्यात पंचायतराज पद्धती सुरू करण्याकरता कायदे करण्यास सांगितले.

पंचायतराज'चा समावेश घटनेच्या नवव्या प्रकरणात आणि २४३व्या कलमात केला आहे. 'पंचायतराज' फक्त खेडेगावांसाठी आहे.

आदिवासींसाठी विशेष कायदा कशासाठी?

- घटनेच्या कलम २४४खाली अनुसूची पाच आणि अनुसूची सहामध्ये असलेल्या अनुसूचित क्षेत्राला ७३वी घटनादुरुस्ती लागू करण्यात आली नव्हती.
- नागालॅण्ड, मिझोराम, मेघालय, मणिपूर राज्यांतील डोंगराळ प्रदेश (जिथे प्रचलित कायद्याप्रमाणे डिस्ट्रिक्ट काउन्सिल आधीच आहेत) तसेच पश्चिम बंगालमधील दार्जिलिंग येथील गुरखा हिल काऊन्सिल असलेला प्रदेश हे भाग सहाव्या अनुसूचीत मोडतात.
- या प्रदेशांतून न्यायदान, कायदा व सुव्यवस्था, दैनंदिन कामकाज/प्रशासन यांसाठी स्वशासनाची परंपरागत सामाजिक व्यवस्था आहे.
- त्यामुळे या राज्यांना व प्रदेशांना पंचायती राज्यासंबंधीच्या ७३ व्या घटना दुरुस्तीतून वगळण्यात आले.
- ७३वी घटनादुरुस्ती पाचव्या अनुसूचीतील आदिवासी भागाला लागू करावयाची होती. असे करताना तिच्यात अपवाद किंवा सुधारणा करण्याचे अधिकार लोकसभेला होते. त्यासाठी विशेष कायदा करणे गरजेचे ठरले.

कायदा कसा झाला ?

नागालॅण्ड, मिझोराम, मेघालय इत्यादी सहाव्या अनुसूचित क्षेत्रात स्वशासनाची जशी पारंपरिक व्यवस्था आहे; तशीच व्यवस्था पाचव्या अनुसूचीतील आदिवासी भागांना लागू करावी अशी मागणी होत होती. कलम २४३ (न) नुसार ७३ व्या घटनादुरुस्तीतून अनुसूचित क्षेत्रे वगळण्यात आली होती. मात्र पंचायत निवडणुका घेताना केंद्र व राज्य सरकारच्या ध्यानात ही बाब आली नाही. आंध्र प्रदेश हायकोर्टात निवडणुकांना आव्हान दिल्यामुळे ही बाब सरकारच्या नजरेस आली. यावर विचार करून दुरुस्त्या सुचवण्यासाठी श्री. दिलीपसिंग भुरिया यांच्या अध्यक्षतेखाली खासदारांची समिती नेमण्यात आली. या समितीने १) ग्रामसभेला आदिवासी विकासाचे निर्णय घेण्याचे कायदेशीर अधिकार २) आदिवासींचा जंगल-जमिनीवरील हक्क मान्य करणे व ३)

आदिवासींच्या अंतर्गत व्यवहारातला हस्तक्षेप कमी करणे या शिफारशी मांडल्या. त्यांनी सहाव्या अनुसूचीतील पारंपरिक स्वयंशासन व्यवस्थेवर आधारित पंचायतराजाची शिफारस केली.

भारताच्या अनुसूचित जातीजमातीचे माजी आयुक्त, आदिवासी जीवनाचे गाढे अभ्यासक, अनुभवी आणि लोकाभिमुख अधिकारी डॉ. बी. डी. शर्मा आणि आदिवासी भागात काम करणाऱ्या संघटना, कार्यकर्ते व आदिवासी लोकप्रतिनिधी यांनी मिळून 'आदिवासी स्वराज्य मोर्चा' स्थापन करून आदिवासी स्वयंशासन कायद्यासाठी जन आंदोलन केले. आघाडीने सर्व संबंधितांशी चर्चा करून नमुना (model) कायदा तयार केला व एक प्रत्यक्ष पर्याय सादर केला.

महाराष्ट्र राज्यातही कायदा करताना स्वयंसेवी संघटनांनी जनआंदोलनाच्या माध्यमातून लोकमत तयार केले, विधायक सूचना केल्या व कायदा तयार होण्याच्या प्रक्रियेत प्रत्यक्ष भाग घेतला. या संघटनांनी सुचवलेल्या ५५ सुधारणांपैकी ४९ सुधारणांचा समावेश कायद्यात झाला. अशा प्रकारे जनआंदोलन आणि शासनव्यवस्था यांच्यात विचारांची देवाणघेवाण होऊन सामाजिक परिवर्तनाचा क्रांतिकारक कायदा झाला.

केंद्रीय व महाराष्ट्र शासन कायदा

भारतीय प्रजासत्ताकाच्या ४० व्या वर्षात २४ डिसेंबर १९९६ रोजी लोकसभा व राज्यसभा यांनी आदिवासी स्वशासनाचा कायदा मंजूर केला. 'पंचायत (अनुसूचित क्षेत्रांना लागू करणे) अधिनियम १९९६' असे या कायद्याचे नाव आहे. या कायद्याची मुख्य वैशिष्ट्ये पुढीलप्रमाणे आहेत.

- आदिवासी भागाच्या (अनुसूचित क्षेत्राच्या) वैशिष्ट्यांशी विसंगत ठरेल असा कोणताही कायदा राज्यांच्या विधानसभांना करता येणार नाही.
- पंचायतीसंबंधी कायदा करताना आदिवासी समाजाचा रूढी-परंपरांनी चालत आलेला जो कायदा असेल त्याच्याशी सुसंगत असा कायदा राज्य सरकारने केला पाहिजे. तसेच त्यांचे सामाजिक व धार्मिक रीतीरिवाज यांच्याशीही असा कायदा सुसंगत असला पाहिजे. सामुदायिक साधनसंपत्तीच्या व्यवस्थापनाची रूढ व्यवस्थाही या कायद्यातून राखली गेली पाहिजे.
- 'गाव' या शब्दाची स्पष्ट व्याख्या केंद्रीय कायद्यात केली आहे. आपापल्या रीतीरिवाजानुसार कारभार चालवणारे समूह/लोक जिथे राहतात, अशी एक वस्ती किंवा अनेक वस्त्या, असा एक पाडा किंवा अनेक पाडे यांनी बनलेले ते गाव.
- प्रत्येक गावाला ग्रामसभा असेल आणि तिला त्या लोकांच्या रुढी व परंपरा जपण्याचा, त्यांचे रक्षण करण्याचा अधिकार असेल.

अनुसूचित क्षेत्रात जिल्हा पातळीवरील पंचायतराज व्यवस्थेचा आराखडा तयार करताना सहाव्या अनुसूचीतील भागांमधील व्यवस्था कायम राखण्याचा राज्याने प्रयत्न करावा, असा हेतुही केंद्रीय कायद्यातून व्यक्त झाला आहे. हा कायदा देशातील पाचव्या अनुसूचीतील आदिवासी क्षेत्राला लागू करावा, अशी तरतूद त्यात करण्यात आली. केंद्राने कायदा केल्यावर एका वर्षाच्या आत राज्यसरकारांनी आपापल्या राज्यात याला अनुसरून कायदा करावा, असा कालावधी या कायद्याने निश्चित करण्यात आला.

महाराष्ट्र राज्यात अनुसूचित क्षेत्रातील

पंचायतींना स्वयंशासन करण्यासंबंधीचे अधिकार प्रदान करणे (राज्याच्या विविध कायद्यात सुधारणा अधिनियम १९९७) या नावाने विधानसभेत २३ डिसेंबर १९९७ रोजी कायदा मंजूर झाला. महाराष्ट्र राज्यातील ग्रामपंचायत अधिनियम १९५८ आणि जिल्हा परिषद व पंचायत समिती कायदा १९६१ या पंचायती संबंधीच्या दोन प्रमुख कायद्यांध्ये तसेच इतर आनुषंगिक कायद्यांध्ये दुरुस्ती करणारा हा कायदा आहे.

स्वयंशासनाचा गाभा 'ग्रामसभा'

ज्या राज्यांत पारंपरिक स्वशासन व्यवस्था आहे, तेथे ग्रामसभा हीच निर्णय घेणारी आणि कारभार करणारी संस्था आहे. आदिवासी स्वशासन कायद्यांचे वैशिष्ट्य म्हणजे या दृष्टीने ग्रामसभेला पाया मानून दिलेले अधिकार.

ग्रामसभेला कायदेशीर स्वरूप

- ग्रामसभा एका गावाची असते.
- गाव म्हणजे एका वस्तीचे किंवा वस्ती-समूहांचे अथवा पाडा किंवा पाड्यांच्या समूहांचे असेल अशी व्याख्या आणि संकल्पना केंद्राच्या कायद्यात करण्यात आली आहे.
- गावाच्या मतदारयादीत समावेश असलेल्या प्रत्येक व्यक्तीची मिळून ग्रामसभा असेल.
- महाराष्ट्राच्या स्वयंशासनाच्या कायद्यात मात्र 'ग्रामपंचायत' क्षेत्राची म्हणजे गाव ग्रामपंचायतीतील महसुली गावांच्या गटांची ग्रामसभा असेल अशी तरतूद आहे.
- या तरतुदीत प्रशासकीय सोयींचा विचार अधिक झालेला आहे.
- आपल्या गटातील गावांच्या हिताची जपणूक ही ग्रामसभा करेल अशी अपेक्षा आहे.
  गाव आपल्यापुरता विचार करून निर्णय घेऊ शकेल; परंतु ग्रामपंचायतीपेक्षा लहान क्षेत्रांतही आदिवासी समाजाची गावे आहेत. त्याचप्रमाणे एखाद्या तालुक्यात, जिल्ह्यात किंवा अन्य विभागांच्या समूहात आदिवासी वस्तीची गावे आहेत. ग्रामसभेला व्यापक, समान, सामाजिक आणि आर्थिक हितांच्या दृष्टीने निर्णय घ्यावे लागतात.

स्वयंशासनामध्ये समाजसमूहाला अधिक महत्त्व असते. केंद्राच्या कायद्यात 'पंचायत'च्या व्याख्येत मधल्या स्तरावरील (पंचायत समिती) आणि जिल्हा स्तरावरील (जिल्हा परिषद) प्रातिनिधिक स्थानिक स्वराज्य संस्थांचा समावेश होतो. ग्रामसभेतून स्थानिक नेतृत्व तयार होण्यासाठी मधल्या फळीतील नेतृत्वाची गरज असते. केंद्राच्या स्वशासनाच्या कायद्यात या दृष्टीने अनुसूचित क्षेत्रामध्ये जिल्हा पातळीवरील पंचायतराज व्यवस्थेचा आराखडा आखताना राज्यघटनेच्या सहाव्या सूचीत नमूद केलेली व्यवस्था कायम राखण्याचा राज्य विधानसभा प्रयत्न करेल, अशी तरतूद आहे. अशाप्रकारे वेगळा विचार महाराष्ट्राच्या कायद्यात झालेला नाही.

सध्याच्या जिल्हा परिषद आणि पंचायत समितीवर अनुसूचित क्षेत्रांतील बहुतांश ग्रामसभेने घेतलेले निर्णय बंधनकारक राहतील, अशी तरतूद करण्यात आली आहे. सहाव्या अनुसूचीतील व्यवस्थेचा विचार इतर अनुसूचित क्षेत्रासाठीही व्हायला हवा. ग्रामसभेच्या पायावर उभारलेली एकात्मिक स्वशासन व्यवस्था आवश्यक आहे.

ग्रामसभेचे नवे स्वरूप

७३व्या घटनादुरुस्तीमुळे ग्रामसभेला घटनात्मक दर्जा मिळाला. यापूर्वीही महाराष्ट्र राज्यात ग्राम पंचायत अधिनियम १९५८मध्ये ग्रामसभेची तरतूद करण्यात आली होती. परंतु ही तरतूद

कागदोपत्रीच होती. तिची प्रत्यक्ष कार्यवाही होत नसे. घटनादुरुस्तीनंतर मात्र देशातील सर्व राज्यांच्या कायद्यात ग्रामसभेची तरतूद झाल्याने ग्रामसभेचे कार्य आणि महत्त्व यावर विचार सुरू झाला. ग्रामसभा हा आदिवासी स्वशासनाचा पाया असल्यामुळे कायद्यानेच त्यांना प्रभावी व अर्थपूर्ण करण्यात आले आहे. आदिवासी भागातील ग्रामसभेचे हे अधिकार बघून इतर क्षेत्रातील ग्रामसभांनाही असेच अधिकार मिळाले पाहिजेत, अशी मागणी सुरू झाली. त्याचा परिणाम म्हणून महाराष्ट्र सरकारने आदेश काढला व ग्रामसभेला पंचायतीच्या कामात सहभाग मिळावा असा प्रयत्न केला.

अनुसूचित क्षेत्रातील ग्रामसभेचे अधिकार

- स्थानिक साधन संपत्तीच्या व्यवस्थेबाबत निर्णय घेण्याचा अधिकार आहे.
- जमिनीचे हस्तांतरण किंवा बेकायदेशीर संक्रमण थांबवण्यासाठी पंचायतीमार्फत योग्य ती कारवाई करण्याचा अधिकार आहे.
- विकास प्रकल्पामुळे बाधित झालेल्या व्यक्तींचे पुनर्वसन करताना पंचायतीला सल्ला देण्याचा अधिकार आहे.
- मादक पदार्थांच्या सेवनावर बंदी आणि नियंत्रण करण्याचा अधिकार आहे; तसेच अनुसूचित जमातींना कर्ज देण्याच्या व्यवहारावर नियंत्रण ठेवण्याचा अधिकारही आहे.

हे मूलभूत स्वरूपाचे अधिकार इतर भागातील पंचायतींना नाहीत. अनुसूचित क्षेत्रातील ग्रामसभेला निव्वळ सल्ला देण्याचा किंवा देखरेखीचा अधिकार नाही, तर प्रत्यक्ष कृती करण्याचा/कारवाई करण्याचा अधिकार आहे. इतर भागांतील अधिकार हे सरकारी आदेश काढून दिलेले अधिकार आहेत. सरकारने दिलेले अधिकार सरकार केव्हाही काढून घेऊ शकते म्हणून ते कायम स्वरूपाचे नाहीत. असे आदेश काढून अधिकार देण्यात काही अर्थ नाही. त्यापेक्षा कायदा करून अधिकार मिळाला तर त्याला निश्चित अर्थ राहील आणि लोकांच्या मनातही विश्वास निर्माण होईल व ग्रामसभाही सक्षम होतील.

स्वशासन व्यवस्थेची वैशिष्ट्ये

- आदिवासी स्वशासन असलेल्या भागात ग्रामसभेच्या निर्णयाची अंमलबजावणी परंपरागत गावपंचांद्वारे होते.
- या पंचांविषयी गावातील लोकांच्या मनात आस्था आणि विश्वास असतो.
- आदिवासी स्वशासन असलेल्या भागात अशा पंचव्यवस्थेने ग्रामसभेला अधिक मोठेपणा मिळतो.
- पंचांच्या निर्णयाचे पालन करण्याची ग्रामसभा आपली नैतिक जबाबदारी मानते. त्यामुळे ज्या गावात निवडणुकीने ग्रामपंचायत निवडून येते आणि ज्या गावात परंपरागत पंच व्यवस्था आहे, त्यात हा मूलभूत फरक आहे.

आदिवासी स्वशासनाचा कायदा लागू करताना ग्रामपंचायती औपचारिक निवडणूक पद्धतीने निवडल्या जातील. हा फरक लक्षात घेऊन, स्वशासनाची व्यवस्था इतर अनुसूचित क्षेत्रांत राबवताना यामागील भावनेचा आणि तथ्याचा योग्य विचार झाला पाहिजे. परंपरागत व्यवस्थेत काही शक्तिस्थाने असून काही दोषही आहेत. सध्याच्या नव्या उदारमतवादी लोकशाही व्यवस्थेत त्याची योग्य जाणीव ठेवून काय करता येईल, याची व्यवस्था प्रभावी स्वशासन व्यवस्थेसाठी आवश्यक आहे. लोकशाहीमध्ये व्यक्तिस्वातंत्र्य आणि मतांचे मोल असून

त्यापासून कोणाला वंचित करण्याचा विचारही करता येणार नाही. परंतु उद्दिष्टे स्पष्ट करून, चांगल्या परंपरा निर्माण करणाऱ्या आचारसंहितेने सामाजिक वातावरण आणि परिस्थिती तयार करता येते.

स्वशासन कायद्यात जरी औपचारिक निवडणूक व्यवस्थेची तरतूद करणे भाग असले तरी लोकांच्या स्तरांवर योग्य जाणीव निर्माण करून हे करता येते. त्यासाठी कायद्यात अशी लवचिकताही निर्माण करता येते. स्वशासन हे शेवटी लोकआंदोलनच आहे.

निवडणुका कशा व्हाव्यात ?

- स्थानिक स्वराज्य संस्थेच्या निवडणुका विशेषत: गावपातळीवरील ग्रामपंचायतींच्या निवडणुका, पक्षीय पातळीने लढविल्या जाऊ नयेत म्हणून सर्व राजकीय पक्षांनी आचारसंहिता निर्माण करावी.
- ग्रामपंचायतीची निवडणूक सर्वसंमतीने व्हावी,यासाठी सामाजिक आग्रह असावा.
- ग्रामसभेने आपल्या सभेत सर्वानुमते ग्राम पंचायत निवडावी, यासाठी काही प्रोत्साहनही असावे.
- योग्य संधी देऊनही सहमती न झाल्यासच निवडणूक प्रक्रिया सुरू करावी.

ग्रामीण भागातील आर्थिक आणि सामाजिक क्षेत्रात प्रस्थापित वर्गांचा प्रभाव वाढू नये म्हणून इतर मार्ग आहेतच. स्वातंत्र्याच्या ७० वर्षांत लोकांमध्ये आपल्या मूलभूत अधिकारांबद्दल अधिक जाणीव झाली असून लोकशाही व्यवस्था प्रगल्भ झालेली आहे. मतभेद वा विरोध व्यक्त करण्याचा नागरिकाला घटनात्मक अधिकार असण्यात काही वावगे नाही; परंतु सामाजिकदृष्ट्या सामूहिक विचार आणि निर्णय हा पाया असावा.

ग्रामसभा आणि ग्रामपंचायत या भिन्न आहेत हा विचारही त्याचबरोबर रुजला पाहिजे. कायद्यात, नियमांत आणि प्रत्यक्ष कृतीत त्याची जाणीव ठेवून योग्य त्या तरतुदी व्हायला हव्यात.

आदिवासी स्वशासनात 'ग्रामपंचायत' ही पायाभूत संस्था नसून ती ग्रामसभेची कार्यकारी समिती आहे, हे लक्षात घेतले पाहिजे. ग्रामसभा सार्वभौम आहे.

ग्रामसभा आणि ग्रामपंचायत

- गावातील सर्वच मतदार ग्रामसभेचे सदस्य असतात आणि तेच ग्रामपंचायतीचे सदस्य निवडतात.
- सरपंच हा ग्रामपंचायतीचा आणि ग्रामसभेचा अध्यक्ष असतो.

गावाच्या व्यवस्थेत ग्रामसभा आणि ग्रामपंचायत यांचा वेगवेगळा विचार करणे परिस्थितीला धरून होणार नाही. वास्तविक ग्रामसभा आणि ग्रामपंचायत या अभिन्न आहेत. ग्रामसभेच्या निर्णयाविरुद्ध ग्रामपंचायत गेल्यास ते विपरित ठरेल. घटना-दुरुस्ती होण्याआधीच्या ग्रामपंचायत कायद्यात ग्रामसभेला मर्यादित अधिकार होते. त्यामुळे या दोन संस्थांचा काही वेळा वेगळा विचार केला गेला. आदिवासी क्षेत्रांत तर ग्रामसभा ही कायद्याने अंतिम अधिकार असलेली संस्था आहे. ग्रामपंचायतीला तिचा आदेश मानावा लागेल.

महाराष्ट्रातील कायदा

महाराष्ट्रात आदिवासी स्वयंशासन कायदा करताना ग्रामपंचायत कायद्यातील कलम ८ (अ) मध्ये दुरुस्ती करून ग्रामसभेला अधिकार देण्यात आले आहेत. मात्र ग्रामपंचायत प्रशासनाची इतर व्यवस्था करण्यासाठी कायद्यात दुरुस्त्या केलेल्या नाहीत.

आदिवासी भागातील पंचायतींचे प्रशासकीय अधिकार, कर्तव्ये, निधी, निवडणुका, सरपंच-उपसरपंच निवडणूक, राखीव जागा याविषयींच्या तरतुदी आणि इतर भागातील पंचायतींसाठी असलेल्या तरतुदी सारख्याच आहेत. ग्रामपंचायत अधिनियम १९५८नुसार गावाच्या नावाने निगम निकाय संस्था ग्रामपंचायत आहे. तिला अखंड परंपरा असेल, तिची एक सामान्य मुद्रा असेल, तिला स्थावर-जंगम अशा दोन्ही प्रकारच्या मालमत्ता संपादन व धारण करण्याचा अधिकार असेल, तिला दावा लावता येईल तसेच तिच्यावर दावा लावता येईल.

थोडक्यात ग्रामपंचायत ही कायद्याने स्थापन केलेली स्वायत्त संस्था आहे. त्यामुळे आदिवासी भागातही गावाच्या ग्राम सभेच्या नावे कारभार करणे शक्य होणार नाही. ग्रामसभेला आपली प्रातिनिधिक संस्था म्हणून दैनंदिन कारभार ग्रामपंचायतीच्या नावे करावा लागेल.

आदिवासी क्षेत्रात केंद्राच्या कायद्यानुसार अधिकार देताना महाराष्ट्राच्या कायद्यात काही अधिकार कलम ८ (अ) प्रमाणे ग्रामसभेला दिले आहेत, तर काही अधिकार कलम ४५ (अ)नुसार ग्रामपंचायतीला देण्यात आले आहेत. मात्र त्यासाठी ग्रामसभेची मंजुरी घ्यावी लागेल. ग्रामसभेला कारवाईचे अधिकार असून ग्रामपंचायतीवर ग्रामसभेचा सल्ला घेण्याचे बंधन आहे. हे विशिष्ट अधिकार लक्षात घेता संबंधित पंचायतीचा सचिव, ग्रामसभेचा सचिव म्हणून काम पाहील अशी तरतूद दुरुस्तीच्या कायद्यात करण्यात आली आहे.

ग्रामपंचायत आणि सरपंचाची स्वतंत्र नि:पक्ष निवडणूक व्हावी म्हणून महाराष्ट्र ग्रामपंचायत कायद्यात तरतूद आहे.

अनुसूचित क्षेत्रांतील पंचायतींना विशेष संरक्षण

अनुसूचित क्षेत्रातील स्वशासन व्यवस्थेच्या अधिकारांचे रक्षण व्हावे म्हणून केंद्रीय कायद्यात विशेष तरतुदी आहेत. राज्यांच्या विधानसभांना या कायद्याच्या वैशिष्ट्यांशी विसंगत असा कोणताही कायदा करता येणार नाही.

राज्य विधानसभांवरील जबाबदारी

- अनुसूचित क्षेत्रातील स्वयंशासित संस्था म्हणून कार्य करण्याचे अधिकार पंचायती आणि ग्रामसभेला दिले जातील, हे पाहणे.
- असे अधिकार व सत्ता बहाल करताना वरिष्ठ स्तरावरील जिल्हा परिषद, खालील स्तरावरील पंचायती व ग्रामसभा यांचे अधिकार व सत्ता बळकावणार नाहीत, अशी दक्षता घेणे.

राज्यघटनेच्या भाग ९ प्रमाणे

- प्रत्येक अनुसूचित क्षेत्रात, त्या पंचायत क्षेत्रातील जागा लोकसंख्येच्या प्रमाणात राखीव असतील.
- अनुसूचित जमातीच्या राखीव जागांचे प्रमाण एकूण जागांच्या निम्म्यापेक्षा कमी असता कामा नये.
- पंचायतीच्या सर्व स्तरांवरील अध्यक्षांच्या जागा अनुसूचित जमातींसाठीच राखीव असतील.
- जिल्हा परिषद व पंचायत समिती पातळीवर ज्या अनुसूचित जमातींना प्रतिनिधित्व मिळाले नसेल तेथे राज्य सरकार अशा व्यक्तींची नेमणूक करू शकेल. मात्र ती संख्या निवडून द्यावयाच्या सदस्य संख्येच्या एक दशांशापेक्षा जास्त नसेल.

ग्रामसभेचे अधिकार व कर्तव्ये

आदिवासी स्वशासन कायद्याचा हेतू हा जनजातीच्या परंपरा आणि रुढी, त्यांची सांस्कृतिक वैशिष्ट्ये, सामूहिक साधनसामुग्री आणि विवादाचा निर्णय करण्याची रुढ पध्दती यांचे संरक्षण व जतन करण्याचा आहे. यासाठी ग्रामसभेचे अधिकार व कर्तव्ये कायद्यात दिली आहेत.

आदिवासी समाजाची स्वत:ची अशी काही सांस्कृतिक वैशिष्ट्ये आहेत. सामूहिक विचार आणि कृती यांचे त्यांच्या समाजजीवनात महत्त्व आहे. व्यक्तीचे स्वास्थ्य आणि संरक्षण करण्याचे कार्य त्यांच्या या पारंपरिक पद्धतींनी केले आहे. जंगल हा आदिवासींच्या जीवनाचा अविभाज्य भाग आहे. जंगल, जमीन, जल यांचा वापर आणि रक्षण ते समाजाच्या हितासाठी सामूहिक प्रयत्नाने करतात. आपापसातील वाद, तंटे-बखेडे यांसाठी ते कोर्ट कचेऱ्यांवर अवलंबून राहत नाहीत. आपले न्यायनिवाडे ते स्वत:च करतात. आदिवासी जीवन व्यवस्थेचे रक्षण करणे म्हणजे त्यांच्या समाजातील ह्या चांगल्या मूल्यांचे व प्रवृत्तींचे रक्षण. त्यातील अनिष्ट चालीरीतींचे संरक्षण असा याचा अर्थ नाही. घटनेतील उदात्त सामाजिक हेतूंशी सुसंगत बाबींचे रक्षण यात अभिप्रेत आहे.

महाराष्ट्राच्या कायद्यात न्यायपंचायतींची तरतूद नाही. इतर राज्यांत मर्यादित प्रमाणात आहे. आदिवासी भागात तंटे मिटवण्याची परंपरागत व्यवस्था आहे. ती योग्य रीतीने वापरण्याचा ग्रामसभेला अधिकार आहे.

ग्रामसभेला आपल्या अधिकारांचे पालन व अंमलबजावणी करता यावी यासाठी केल्या गेलेल्या तरतुदी :

- पंचायतीमार्फत घेतल्या जाणाऱ्या सामाजिक आणि आर्थिक विकासाच्या योजना, कार्यक्रम आणि प्रकल्प यांना मान्यता देणे.
- अशा योजना, कार्यक्रम व प्रकल्प यांच्यासाठी पंचायतीने करावयाच्या निर्दिष्ट निधीचा त्याच कामासाठी खर्च झाल्याचे प्रमाणपत्र पंचायतीला देणे. ग्रामपंचायतींनी ग्रामसभेचे असे प्रमाणपत्र घेणे बंधनकारक आहे.
- दारिद्र्य निर्मूलन आणि त्यासारखे इतर कार्यक्रम किंवा योजनांखालील लाभार्थी ठरवणे व त्यांची निवड करणे.

स्थानिक लोकांना आपल्या प्रतिनिधींद्वारे सामाजिक न्याय आणि आर्थिक विकासाचे विषय हाताळता आले पाहिजेत, हा पंचायती राज्याचा हेतू आहे. ७३व्या घटनादुरुस्तीतील कलम २४३-जी प्रमाणे परिशिष्ट अकरा मधील विषय, तसेच राज्य सरकार किंवा इतर कोणत्याही यंत्रणेने ग्रामपंचायत अधिनियम १९५८नुसार सोपवलेली कामे पंचायतीच्या अधिकारात येतील, असे म्हटले आहे. अशा कामांवर देखरेख करणे आणि त्यांच्या प्रगतीचे संनियंत्रण करणे यांचे अधिकार पंचायतींकडे आहेत. हे अधिकार पंचायतीला देण्यात आले असले तरी ते ग्रामसभेच्या सल्ल्याने वापरणे गृहीत धरले पाहिजे.

जिथे ग्रामपंचायत आपले स्वत:चे मनुष्यबळ आणि इतर साधनांचा विचार करून निर्णय घेऊ शकते अशा योजना, कार्यक्रम आणि प्रकल्पांच्या बाबतीत निर्णय घेण्यापूर्वी आणि त्यांची अंमलबजावणी करताना ग्रामपंचायतीला ग्रामसभेची मंजुरी घ्यावी लागेल.

- ग्रामपंचायत, याव्यतिरिक्त दारिद्र्य निर्मूलन आणि तत्सम कार्य पार पाडते.
- तसेच जिल्हा परिषदेचे कलम १००, १०२,

१ ० ३ किंवा कलम १ २ ३ नुसार आणि पंचायत समितीचे कलम १०१नुसार सोपवण्यात आलेली कोणतीही योजना, कार्यक्रम, काम किंवा प्रकल्प ज्यांना 'सामाजिक क्षेत्र' असे कायद्यात म्हटले आहे, ही कामे करण्यास ग्रामपंचायतींना अधिकार आहेत. मात्र त्यांचा प्रत्यक्ष वापर करण्यास प्रभावी तरतुदी नाहीत.

- माहितीचा अधिकारही यात अंतर्भूत आहे.

माहितीच्या अधिकारातूनच प्रशासन पारदर्शक होते. तसेच ग्रामसभेमुळे प्रत्येकाचा सहभाग मिळू शकतो.

स्थानिक योजना आणि साधनसामग्री

'पंचायतराज'मध्ये आणि परंपरागत आदिवासी स्वयंशासिक व्यवस्थेत स्थानिक साधनसामग्रीचा योग्य वापर आणि त्यावर आधारित योजनेला महत्त्व आहे. आदिवासी भागाच्या सर्वांगीण विकासासाठी आदिवासी उपयोजना ही प्रशासकीय व्यवस्था आहे. यातही ग्रामसभेची भूमिका महत्त्वपूर्ण आहे. ग्रामसभेला यांच्यावर नियंत्रण ठेवता यावे, यादृष्टीने पंचायतीमार्फत शिफारस करण्याचा अधिकार देण्यात आला आहे.

केंद्राच्या कायद्यात पाणी व्यवस्थापनाच्या छोट्या संस्थांचे नियोजन आणि व्यवस्थापन योग्य पातळीवरील पंचायतींवर (जसे जिल्हा परिषद, पंचायत समिती वा ग्रामपंचायत) सोपवले जाईल असे म्हटले आहे. महाराष्ट्रात जिल्हा परिषद व पंचायत समिती कायदा १९६१ व ग्रामपंचायत अधिनियम १९५८मध्ये हे अधिकार ग्रामपंचायतीला दिलेले असल्यामुळे महाराष्ट्राच्या स्वयंशासन कायद्यात त्यासाठी वेगळी तरतूद केलेली नाही.

भूमिसंपादन आणि पुनर्वसन किंवा पुनर्वसाहत

- अनुसूचित क्षेत्रातील प्रत्येक ग्रामपंचायतीच्या अधिकारक्षेत्रातील कोणतीही जमीन, विकास प्रकल्पाकरिता घेण्यासाठी आणि अशा प्रकल्पामुळे बाधित झालेल्या व्यक्तींचे पुनर्वसन किंवा पुनर्वसाहत करण्यासाठी भूमी संपादन प्राधिकरण पंचायतीचा सल्ला घेईल.
- ग्रामपंचायत आपला दृष्टिकोण संबंधित भूमी संपादन प्राधिकरणाला कळवण्यासाठी ग्राम सभेचा सल्ला घेईल.

आदिवासी समाजाला स्वशासनाचा अधिकार देताना हा एक अतिशय महत्त्वाचा अधिकार ग्रामसभेला मिळाला आहे. इतर अधिकारांच्या बाबतीत ग्रामसभेने निर्णय घेऊन अंमलबजावणी पंचायतीमार्फत करण्याची कायद्याने व्यवस्था केली आहे. याबाबतीत मात्र पंचायत ग्रामसभेचा सल्ला घेईल अशी वेगळी व्यवस्था आहे. ग्राम पंचायतीचे प्रशासकीय अधिकार व कर्तव्ये यांची तरतूद कलम ४५ मध्ये आहे.

ग्रामसभेला शेवटचा निर्णय घेण्याचा अधिकार नसला तरी कायद्याने सल्ला घेणे बंधनकारक करणे हा मौलिक आणि महत्त्वाचा अधिकार आहे. या अधिकारांचा परिणामकारक वापर होऊ शकतो.

जमिनीचा वापर – अधिकार गावाचा

गावातील प्रत्येक प्रकल्पाच्या माहितीचा अधिकारसुद्धा यात अभिप्रेत असून महत्त्वाचा आहे. गावाच्या जमिनीवर गावाची मालकी मान्य केल्यावर त्या जमिनीचा वापर कसा करावा हे ठरवण्याचा अधिकार गावकऱ्यांचा असला पाहिजे. आपल्या गावातील जमिनीच्या वापराचा जनजीवनावर

कोणता परिणाम होणार आहे, हे गावाला कळले पाहिजे. गावात रासायनिक कारखाना उभारला जातो, धरणामुळे जमीन बुडिताखाली जाते. द्रुतगती मार्ग (हायवे) होतो, अशा वेळी गावाची वर्षानुवर्षांची घडी पूर्ण विस्कटून जाते, गावे उठवावी लागतात.

अशा प्रकल्पग्रस्त लोकांचे पुनर्वसन, पुनर्वसाहत कोठे व कशी होणार आहे, हे जाणून घेण्याचा गावकऱ्यांचा हक्क आहे. ज्यांना प्रकल्पासाठी घरादाराचा त्याग करावा लागतो, त्यांचा संबंधित प्रकल्पांच्या निर्णयप्रक्रियेत सहभाग असला पाहिजे, अशी मागणी होत आहे. पर्यावरण रक्षण आणि संतुलन हा सध्याच्या काळातील महत्त्वाचा प्रश्न असून दिवसेंदिवस त्याचे स्वरूप आणि व्याप्ती वाढत आहे.

वरील तरतुदींच्या दृष्टीने संबंधित प्राधिकरणांनी ग्रामसभेशी कशा तऱ्हेने विचारविनिमय करावा, त्याचे नियम महाराष्ट्र शासनाने केलेले नाहीत. सरकारने आदेशाद्वारे प्राधिकरणाला काही सूचना दिल्यास त्या लोकांनाही समजल्या पाहिजेत. त्यामुळे प्रकल्पाच्या अंमलबजावणीत पारदर्शकता तर येईलच शिवाय लोकांना आपल्या अधिकारांचा अर्थपूर्ण व प्रभावी वापर करता येईल.

अधिकाराच्या परिणामकारक वापरासाठी

प्रकल्पाचा हेतू, प्रकल्पातील उत्पादन प्रक्रिया, एकूण लागणारे क्षेत्र, पाणी इत्यादी नैसर्गिक संपत्ती, प्रकल्पग्रस्त लोकांची संख्या आणि त्यांचे पुनर्वसन आदी माहिती उचित निर्णय घेण्यासाठी आवश्यक आहे. आदिवासी स्वशासन कायद्यातील या तरतुदींमुळे गावात येणाऱ्या प्रत्येक प्रकल्पाची माहिती गावकऱ्यांना मिळू शकेल. आजवर माहितीच उपलब्ध नसल्यामुळे, संबंधित व्यक्ती किंवा सरकारी अधिकारी, लोकांना नगण्य मानून आदेश काढून जमीन संपादन करत असत.

एखादी धरण योजना, एखाद्या नदीतील रेती काढणे, एखाद्या द्रुतगती मार्गासाठी जमीन संपादन करणे, हे एका गावापुरते सीमित नसून व्यापक भागासाठी असते. अशा वेळी बाधित गावांतील ग्रामसभा एकत्र आल्या तर या मौलिक अधिकाराचा परिणामकारक वापर करून घेता येईल. आदिवासी स्वशासन कायद्यात समान हितासाठी सामूहिक कृतीच्या दृष्टीने मूलभूत अधिकार आहेत. परंतु पंचायत समिती किंवा जिल्हा परिषदेच्या स्तरावर स्वशासन व्यवस्थेच्या प्रत्यक्ष प्रशासनाच्या दृष्टीने अधिक स्पष्टता नाही. सहाव्या परिशिष्टातील स्वयंशासन व्यवस्था असलेल्या भागात सामूहिक कृतीलाही महत्त्व आहे.

महाराष्ट्र औद्योगिक विकास अधिनियम १९६१च्या ३२व्या कलमात जादा कलम जोडून राज्य शासनाने ग्रामसभा, पंचायत, पंचायत समिती किंवा जिल्हा परिषद यांच्याशी जमीन संपादनापूर्वी विचारविनिमय करावा, अशी तरतूद करण्यात आली आहे. महाराष्ट्र गृहनिर्माण व क्षेत्रविकास अधिनियम १९७६ व महाराष्ट्र पाटबंधारे अधिनियम १९७६ यांमध्येही अशीच सुधारणा करण्यात आली आहे.

गौण खनिजांचे उत्खनन, संशोधन आणि भाडेपट्टा

गावाच्या स्थानिक संपत्तीत खनिजांचे उत्पन्न व नियंत्रण महत्त्वपूर्ण असते. सर्व खनिजांवर असा अधिकार स्थानिक स्वराज्य संस्थेला देणे शक्य नसले तरी गौण खनिजांवर तसे अधिकार देता येऊ शकतात.

- महाराष्ट्राच्या कायद्यात गौण खनिजांसाठी सर्वेक्षण करण्यास/संशोधन करण्यास

परवानगी देणे, खाण भाडेपट्टीने देणे, गौण खनिजांचा वापर, लिलावांद्वारे सवलत देणे, यासाठी प्राधिकरणाला शिफारस करण्याचा ग्रामपंचायतीला अधिकार असेल.

- केंद्रीय कायद्यातील कलम ४ (२-थ आणि द) नुसार ग्रामसभेला हे अधिकार देणे अपेक्षित असून महाराष्ट्राच्या कायद्यात हे अधिकार ग्रामपंचायतीला देण्यात आले आहेत.
- याबाबतीत ग्रामपंचायत ग्रामसभेचा सल्ला घेईल, अशी इतरत्र असलेली तरतूद महाराष्ट्रात नाही.
- असे असले तरी कायद्याचे एकूण उद्दिष्ट लक्षात घेऊन केंद्रीय कायद्यानुसार ग्राम पंचायतीने ग्रामसभेचा सल्ला घ्यावा, असे अभिप्रेत आहे.

गौण वनोत्पादनाच्या मालकीचे हस्तांतरण आणि व्यापाराचे नियम

स्थानिक नैसर्गिक साधनांवर तेथील लोकांची मालकी असली पाहिजे, हे सामाजिकदृष्ट्या न्याय्य तत्त्व आहे. वास्तवात मात्र तत्त्वाची पूर्ण अंमलबजावणी होत नाही. आता केंद्राच्या कायद्याने लघु वनउपजांच्या मालकीचे अधिकार ग्रामसभेला असावेत, अशी तरतूद केली आहे.

- महाराष्ट्राच्या कायद्यात काही नियमांच्या अधीन राहून हे अधिकार देण्यात आले आहेत.
- त्यांची अंमलबजावणी करण्यासाठी ग्रामसभा पंचायतीला आदेश देईल, अशी तरतूद आहे.
- वनउत्पादनांच्या मालकीचे हस्तांतरण,त्यांचा वापर, व्यवस्थापन व व्यापार याविषयी ग्रामपंचायत नियम करण्यास सक्षम असेल.
- महाराष्ट्र ग्रामपंचायत अधिनियम १९५८ कलम ५७मधील दुरुस्तीनुसार ग्रामनिधीत गौण वनोत्पादनाच्या विक्रीपासून मिळालेले उत्पन्न किंवा स्वामित्व धनाचा समावेश आहे.
- कलम ५८प्रमाणे हा मिळालेला निधी उक्त क्षेत्रासाठीच वापरता येईल, अशी तरतूद आहे.

यासाठी महाराष्ट्र अनुसूचित क्षेत्रांतील गौण वनोत्पादनाच्या मालकीचे प्रारंभ हस्तांतरण व महाराष्ट्र गौण वनोत्पादन (व्यापाराचे विनियमन) (सुधारणा) अधिनियम १९९७ करण्यात आले. त्यातील अनुसूची ३३मध्ये गौण वनोत्पादनांची नावे दिली आहेत.

- भारतीय वन अधिनियम १९२७ आणि वन्यजीवन संरक्षण अधिनियम १९७२ या दोन कायद्यांच्या अधीन राहून हे हस्तांतरण झालेले आहे.
- वनांची व वनांतील विविध जीवसृष्टीचे रक्षण करण्याची जबाबदारी राज्य सरकारवर राहणार आहे.
- तेंदू, आपटा, बांबू या सरकारला महसूल मिळवून देणाऱ्या वन उत्पादनांची मालकी स्थानिक स्वराज्य संस्थेकडे देण्यात आलेली नाही. मात्र बांबू या वनोत्पादनाबाबत २००६ च्या वनाधिकार कायद्यामुळे सामूहिक हक्कांमध्ये 'बांबू' या उत्पादनाची मालकी 'ग्रामसभेला' मिळू शकते.
- वरील कायद्याचे उल्लंघन करण्याबद्दल पंचायतीला दंड आणि तुरुंगवासाची शिक्षा करण्याचा अधिकार शासनाकडे आहे.

जमिनीचे हस्तांतरण किंवा बेकायदेशीर संक्रमण – योग्य कारवाईचा अधिकार

आदिवासींच्या मालकीच्या जमिनींचे बिगर आदिवासींना कायदेशीर किंवा बेकायदेशीर हस्तांतरण होणे ही एक गंभीर समस्या आहे.

जमीन ही आदिवासीच्या जगण्याचे साधन आहे. एकदा हातातून गेलेली जमीन परत मिळवणे एखाद्या व्यक्तीच्या दृष्टीने अशक्यप्राय गोष्ट आहे. मात्र ग्रामसभेच्या माध्यमातून ही बाब सामूहिक कृतीद्वारे शक्य करता येईल.

जमिनीचे हस्तांतरण किंवा बेकायदेशीर संक्रमण थांबवण्यासाठी ग्रामसभेला आपल्या पंचायतीद्वारे समुचित कृती करता येईल. तसेच कोणत्याही आदिवासीची जमीन बेकायदेशीरपणे हस्तांतरित झाली असल्यास परत मिळवण्यासाठी योग्य ती कार्यवाही करता येईल. याबाबतीत अंलात असलेल्या कोणत्याही कायद्याच्या तरतुदी विचारात घेता, आदिवासी व्यक्तीच्या जमिनीचे बेकायदेशीर हस्तांतरण किंवा त्यावरील संक्रमण यांना अटकाव करण्यास जिल्हाधिकाऱ्याकडे पंचायतीमार्फत शिफारस करता येईल. जमीन आधीच हस्तांतरित झाली असेल किवा तिच्यावर आधीच संक्रमण असेल तर अशी जमीन परत मिळवण्यासाठी योग्य ती शिफारस करता येईल.

आदिवासी व्यक्तीच्या जमिनीच्या संक्रमण संबंधात त्या वेळेपुरत्या अंमलात असलेल्या कोणत्याही कायद्याच्या तरतुदी विचारात घेता, जमिनीचे बेकायदेशीररीत्या अन्य संक्रमण करण्यास प्रतिबंध करणे आणि कोणतीही बेकायदेशीररीत्या संक्रमित केलेली जमीन त्यांना परत करणे याकरिता जिल्हाधिकाऱ्यांकडे योग्य त्या शिफारसी करण्यास ग्रामपंचायत सक्षम असेल.

मादक पदार्थांच्या विक्री वापरावर बंदी किंवा नियंत्रण

मादक पदार्थांची विक्री व वापर यावर फक्त नियंत्रणच नव्हे तर प्रत्यक्ष बंदी घालण्याचा अधिकार ग्रामसभेला देण्यात आला आहे. दारू, तंबाखू, गुटखा इत्यादींसारख्या शरीराला घातक आणि सामाजिक स्वास्थ्याला हानिकारक अशा व्यसनांपासून समाजाला दूर राखण्याचे काम या अधिकारामुळे ग्रामसभा बजावू शकते. महाराष्ट्राच्या कायद्यानुसार ग्रामपंचायतीमार्फत ही कृती करावयाची आहे.

या संदर्भात मुंबई दारुबंदी अधिनियम १९४९ या कायद्यातील कलम ११ मध्ये सुधारणा करण्यात आली.

- ग्रामसभा आणि ग्रामपंचायत किंवा पंचायत समिती वा जिल्हा परिषदेला आपल्या अधिकारक्षेत्रातील अनुसूचित भागात दारुबंदी अंमलात आणता येईल.
- मादक पदार्थांच्या विक्रीवर, वापरावर बंदी घालण्यास व त्यावर नियंत्रण ठेवण्यास वरील संस्था आता सक्षम आहेत.
- जिल्हा परिषद आणि पंचायत समितीच्या अनुसूचित क्षेत्रातील बहुसंख्य ग्रामसभांचे ठराव पंचायत समिती व जिल्हा परिषदांवर बंधनकारक राहील.

असे निर्णय सामूहिकरीत्या घ्यावेत, अशा अपेक्षेने कायद्यात तरतूद करण्यात आली आहे. यापूर्वी ग्रामसभेला दारूबंदी-नशाबंदी संदर्भात केवळ शिफारसीचे अधिकार होते, आता प्रत्यक्ष बंदी घालण्याचे अधिकार आहेत. या अधिकारांचा वापर प्रभावीपणे होण्यासाठी नियम करून संबंधित विभागाला शासनाने आदेश द्यायला हवेत. हा कायदेशीर अधिकार असल्यामुळे तो कोणी न जुमानल्यास न्यायालयात जाता येईल. लोकसहभागातून ग्रामसभा निर्णय घेते. त्यामुळे लोकमत तयार होऊन त्यांच्या सहभागातून दारूबंदीसारखा निर्णय झाल्यास कोणाला विरोध करता येणार नाही.

कर्जावर नियंत्रण

आदिवासी भागात आर्थिक दुर्बलतेचा फायदा

घेऊन लोकांचे शोषण होते. उत्पन्नाची तुटपुंजी साधने, प्रस्थापित वर्गाचे वर्चस्व यातून आदिवासी कर्जात अडकत जातो. वास्तविक त्यांची पतपुरवठ्याची गरज बचत गट किंवा सहकारी संस्थांद्वारे भागवणे योग्य ठरेल. मात्र आजही सावकारच त्यांना कर्जपुरवठा करतात. आर्थिक शोषणापासून आदिवासींना संरक्षण देणे सामाजिकदृष्ट्या अत्यंत आवश्यक आहे. ही तरतूद स्वशासन कायद्याने पुढीलप्रमाणे केली आहे.

- कर्जाऊ रक्कम देण्यावर नियंत्रण ठेवण्याच्या दृष्टीने ग्रामसभेला आपल्या ग्रामपंचायतीद्वारे शिफारस करण्याचा अधिकार आहे.
- एखादी व्यक्ती ग्रामपंचायतीच्या क्षेत्रात सावकारीसाठी परवानगी मिळवण्याकरिता अर्ज करेल, त्यावेळी मुंबई सावकार अधिनियम १९४६च्या कलम ३ अन्वये नियुक्त केलेल्या निबंधकाकडे योग्य त्या शिफारसी करण्यास ग्रामपंचायत सक्षम असेल.

ग्रामसभेच्या सल्ल्याने आदिवासी क्षेत्रातील ग्रामपंचायत पुढील अधिकारांचा वापर करेल :

- एखाद्या व्यक्तीने अनुसूचित क्षेत्रात सावकारीसाठी परवाना मिळवण्याकरिता अर्ज केल्यास किंवा एखादी व्यक्ती अनुसूचित क्षेत्रात सावकारीचा धंदा करत असेल तर निबंधक, संबंधित ग्रामसभा व पंचायत समितीशी विचारविनियम करूनच परवाना देईल.
- अनुसूचित क्षेत्रातील बहुतांश ग्रामसभांनी याबाबतीत ठराव संमत करून घेतलेला निर्णय, संबंधित पंचायत समिती व जिल्हा परिषदेवर बंधनकारक राहील.

बाजारहाटांचे व्यवस्थापन करण्याचा अधिकार

केंद्रीय कायद्यात कोणत्याही नावाखाली चालू असलेल्या गावांतील बाजारहाटाचे व्यवस्थापन करण्याचा अधिकार ग्रामसभेला देण्याची तरतूद आहे. महाराष्ट्रात हे अधिकार पूर्वीच ग्रामपंचायत कायद्याने ग्रामपंचायतीला दिले असून त्याची स्वयंशासनाच्या कायद्यात वेगळी तरतूद नाही. (महाराष्ट्र ग्रामपंचायत अधिनियम, १९५८ मधील कलम ४५ अनुसूची १, विषय क्रमांक ७० प्रमाणे)

- बाजार स्थापन करणे व ते सुस्थितीत राखणे हा ग्रामपंचायतीला अधिकार आहे; परंतु जिल्हा परिषदेची पूर्वपरवानगी घेतल्याशिवाय बाजार स्थापन करता येणार नाही. तसेच,
- विषय क्र. ७१ नुसार जत्रा, बाजार व आठवड्याचे बाजार यांवर बसवलेली कोणतीही फी वसूल करण्यासाठी जाहीर लिलावाने किंवा खाजगी कराराने मक्ता देणे कायदेशीर असेल; परंतु मक्त्याच्या शर्तींच्या योग्य पूर्ततेसाठी मक्तेदाराने तारण दिले पाहिजे.

स्वशासनाचा क्रांतिकारक कायदा प्रत्यक्षात आणण्यासाठी

भारतीय राज्यघटनेच्या इतिहासात ७३वी व ७४वी घटनादुरुस्ती हे क्रांतिकारक पाऊल आहे. त्यानंतर झालेल्या आदिवासी स्वयंशासन कायद्याने पुढची मजल मारली आहे. स्वयंसेवी संघटना, कार्यकर्ते यांच्या अथक प्रयत्नातूनच हा क्रांतिकारक कायदा शक्य झाला. परंतु केवळ कायदा करून समाजपरिवर्तन होत नाही. कायदा कागदावरच राहिला तर त्यातून क्रांती घडून येणार नाही. कायद्याच्या अंगी क्रांतिकारक शक्ती आहे, असे जेव्हा आपण म्हणतो. त्याचा अर्थ असतो, कायद्याचा योग्य वापर समाजाने केल्यास समाज क्रांती घडवून आणेल.

हा कायदा प्रत्यक्षात आणण्याची प्राथमिक जबाबदारी महाराष्ट्र शासनाची आहे. हा कायदा १९९७ मध्ये पारित झाला. त्यानंतर तो प्रभावीपणे लागू करण्यासाठी नियम, प्रशासकीय व्यवस्था करण्याचे काम राज्य शासनाचे होते, परंतु त्याचा पुरेसा विचार झालेला दिसत नाही.

गावांची पायाभूत व्यवस्था परिणामकारक होऊन संपूर्ण भागात सामुदायिक कृती करण्यास लोकांना प्रवृत्त केले पाहिजे. पंचायतराज व्यवस्थेतील अधिकाऱ्यांचे यादृष्टीने कोणतेच प्रशिक्षण झालेले नाही; किंबहुना कायद्यातील तरतुदींची त्यांना जाणीवही नाही. अनुसूचित क्षेत्रांत ग्रामसभेच्या पायावर आधारलेली समान हित - समान कृती असणारी व्यवस्था निर्माण करणे गरजेचे आहे. या हेतूने प्रशासकीय घटकांची पुनर्रचना करणारी सुधारणा करावी लागेल.

स्वशासन कायद्याने ग्रामसभेला महत्त्वपूर्ण अधिकार दिलेले आहेत. या अधिकारांचा प्रभावी वापर ग्रामसभेला करता येण्यासाठी त्या त्या अधिकारक्षेत्रातील माहिती ग्रामसभेला असणे आवश्यक आहे. भूमीसंपादन आणि पुनर्वसन किंवा पुनर्वसाहत करण्याचा अधिकार ग्रामसभेला देण्यात आला आहे. या अधिकाराचा अर्थपूर्ण वापर होण्यासाठी जमीन संपादन करण्याचा हेतू, योजना आणि आर्थिक तरतूद यामुळे होणारे परिणाम, जमिनीचे लागणारे प्रत्यक्ष क्षेत्र, पुनर्वसनाची योजना इत्यादी माहिती मिळाल्याशिवाय ग्रामसभेला योग्य निर्णय घेता येणार नाही. यासाठी राज्य शासनाला नियम करावे लागतील. ग्रामसभेने व्यक्त केलेल्या मतांची योग्य दखल घेतली जावी याकरिताही नियम करावे लागतील. महाराष्ट्राच्या कायद्यात ग्रामपंचायतींच्या अधिकारांच्या दृष्टीने नियम झाले आहेत.

अनुसूचित क्षेत्रात आता ग्रामसभेला प्रत्यक्ष अधिकार मिळणार असल्याने ग्रामसभेच्या बैठकीचे नियम केल्यास त्यांचा योग्य रीतीने वापर करणे शक्य होईल. उदाहरणार्थ, अनुसूचित क्षेत्रात ग्रामसभेची बैठक आता प्रत्येक महिन्याला घ्यावी लागेल. सध्याचे ग्रामपंचायतीचे नियम अनुसूचित क्षेत्रातही इतर बाबतीत लागू असल्याने त्यात योग्य बदल करावे लागतील. सामाजिक ऑडिट म्हणून दक्षता समितीलाही महत्त्व असल्याने नियमाने त्यासाठी निश्चित स्वरूपाची व्यवस्था करावी लागेल. त्याचप्रमाणे मादक पदार्थांवर बंदी, वनोपज इत्यादीसंबंधीही नियम करावे लागतील.

स्वयंशासन कायदा हा केवळ ग्रामसभा आणि पंचायतीपुरताच मर्यादित नसून तो सर्व समाजाच्या सर्वांगीण परिवर्तनाचा आहे. घटनेने दिलेला हा मोलाचा अधिकार प्राप्त करून घेण्यासाठी प्रभावी आंदोलन झाले पाहिजे. त्यासाठी कायद्याची उद्दिष्टे आणि अधिकारांची जाणीव झाली पाहिजे.

■ ■ ■

'पेसा' कायद्याची उपयुक्तता

पंचायत क्षेत्र विस्तार कायदा १९९६, वन हक्क कायदा २००६ व महाराष्ट्र ग्रामपंचायत अधिनियम १९५८ या कायद्यांनी ग्रामसभेला फारच मोठे अधिकार दिलेले आहेत. स्वातंत्र्यप्राप्तीनंतर अनुसूचित क्षेत्रातील खालच्या स्तरावरील संस्थेला असे अधिकार प्रथमच मिळाले आहेत. त्यामुळे पंचायत क्षेत्र विस्तार कायदा १९९६ या कायद्याला 'स्वशासन कायदा' अशाही नावाने संबोधले जाते. अनुसूचित क्षेत्रातील आदिवासी ग्रामसभेच्या माध्यमातून आपला विकास कसा करून घेतात, तसेच ग्रामसभेच्या ठरावाची अंमलबजावणी करणारी प्रशासकीय यंत्रणा त्यांना कशी साहाय्य करणार आहे यावर आदिवासींचे भवितव्य अवलंबून राहणार आहे.

महाराष्ट्र शासनाने 'पेसा'चे नियम तयार केलेले नव्हते. त्यासंदर्भात काही जागरूक कार्यकर्ते, अभ्यासक व संस्था-संघटनांची सतत मागणी होत होती. हे लक्षात घेऊन अखेरीस दिनांक ४ मार्च २०१४ रोजी राज्यशासनाने अनूसूचित क्षेत्रातील 'ग्रामसभेच्या अधिकारांच्या संदर्भात' सुधारित अधिसूचना जारी केली व 'पेसा' कायद्याच्या नियमांधील सुधारणा मंजूर केल्या. हे महत्त्वाचे पाऊल समजावे लागेल. त्या सुधारणा खालीलप्रमाणे :

- या अधिसूचनेतील सर्वात स्वागतार्ह गोष्ट म्हणजे त्यात 'गावाची ग्रामसभा' किंवा 'वस्तीची ग्रामसभा' ही संकल्पना मान्य करण्यात आली आहे. ७३व्या घटनादुरुस्तीप्रमाणे 'ग्रामसभा' या संस्थेला महत्त्व देण्यात आले असले तरी, महाराष्ट्रामध्ये एका ग्रामपंचायतीमध्ये एकापेक्षा जास्त गावे व अनेक वाड्या, पाडे, असतात. त्यामुळे पंचायतीची ग्रामसभा ही खऱ्या अर्थाने कारभाराचे केंद्र होऊ शकत नाही.

लोकांचे जे प्राथमिक वसतिस्थान असते (गाव, वाडी, पाडा किंवा मोठ्या गावामध्ये वॉर्ड, गल्ली किंवा मोहल्ला - जिथे एक हाक दिली की ते गोळा होऊ शकतात) तिथेच खऱ्या अर्थाने ग्रामसभा होऊ शकते. नवीन अधिसूचनेमध्ये पंचायतीतील मतदार यादीत असलेल्या सर्व व्यक्ती या 'त्या गावाच्या' ग्रामसभेचे सदस्य असतील, असे म्हटले आहे.

- दुसरी महत्त्वाची तरतूद म्हणजे, आपल्या वस्तीची 'गाव' म्हणून नोंद केली जावी, असे त्या ठिकाणच्या व्यक्तींना वाटत असेल, तर किमान ५० टक्के मतदारांच्या मागणीने तसा अर्ज करता येईल.
- तिसरी तरतूद म्हणजे पंचायत ही ग्रामसभेची कार्यकारी समिती असल्याचे मानण्यात येऊन ती ग्रामसभेच्या सर्वसाधारण नियंत्रणाखाली कार्य करेल हे मान्य केलेले आहे (कलम ५) तसेच पंचायतीने गावासाठीच्या योजना व प्रकल्पांकरिता सर्व ग्रामसभांची मान्यता मिळवणे बंधनकारक असेल (कलम ४६).

या तरतुदी फार महत्त्वाच्या आहेत. कारण, त्यांद्वारे प्रतिनिधींनी बनलेल्या पंचायतीपेक्षा सगळ्या मतदारांनी बनलेली ग्रामसभा ही अधिकाराने मोठी हे तत्त्व मान्य करण्यात आले आहे. त्याचप्रमाणे ग्रामसभा आपला कारभार चालवण्यासाठी विविध स्थायी समित्या स्थापन करू शकेल आणि त्या प्रत्येक समितीवर किमान ५० टक्के स्त्रिया असतील, असाही नियम करण्यात आला आहे.

पुढची महत्त्वाची तरतूद म्हणजे आपल्या क्षेत्रामध्ये पाणी, वने, जमीन व खनिज अशा ज्या नैसर्गिक साधनसंपत्तीवर ग्रामसभेचा परंपरागत अधिकार आहे. त्यांचे संरक्षण आणि जतन करण्याबाबत ग्रामसभा सक्षम असेल आणि त्यांचे व्यवस्थापन हे सामुदायिक वारसा म्हणून करेल (कलम २०). अनुसूचित जमातीतील व्यक्तींची कोणतीही जमीन बिगर आदिवासींकडे बेकायदेशीरपणे हस्तांतर होणार नाही, याची ग्रामसभा सुनिश्चिती करेल आणि गावाच्या भू-अभिलेखाचाही आढावा घेईल. त्याचप्रमाणे जलस्त्रोत, सिंचन, खाण-खनिजे आणि गौण वनोत्पादन यांचे व्यवस्थापन हेही ग्रामसभेकडे विहित करण्यात आले आहे.

अंमली पदार्थांशी संबंधित सर्व घटकांवर पूर्ण नियंत्रण करण्यास सक्षम असेल आणि सावकारी व्यवहारांवरही नियंत्रण ठेवेल, अशी तरतूद करण्यात आली आहे.

ग्रामसभेच्या संदर्भात सुधारित 'पेसा' अधिनियम हे आदिवासी स्वशासनाच्या दिशेने टाकलेले पुरोगामी पाऊल असले तरी, काही बाबतीत हे अधिनियम सुस्पष्ट नाहीत. उदाहरणार्थ -

अ) अनुसूचित क्षेत्रामध्ये सरकार भू-संपादन करणार असेल तर ग्रामसभेशी फक्त विचारविनिमय करण्याची तरतूद आहे. मात्र ग्रामसभेचा भूसंपादनास विरोध असेल, तर सरकार ते मानणार काय, हे स्पष्ट केलेले नाही. तसेच मोठ्या प्रकल्पाच्या बाबतीत देखील अशा प्रकल्पांमुळे बाधित झालेल्या सर्व ग्राम-सभांशी फक्त विचारविनिमय करण्याचीच तरतूद आहे.

ब) गौण खनिजांचा लिलाव केल्यास ग्रामसभेला रॉयल्टी मिळणार काय, हे देखील सुस्पष्ट नाही. अशीच संदिग्धता गौण वनोपजांच्या बाबतीतही आहे. ग्राम-सभेच्या नियंत्रणाखाली असणाऱ्या

जंगलातील बांबू विकायची परवानगी ग्रामसभेला मिळणार काय, हा प्रश्न देखील अनुत्तरीत राहतो.

सद्यःस्थितीचा विचार करून पेसा १९९६ची अंमलबजावणी कशी करता येईल याचा आपण विचार करू या. कायद्याची अंमलबजावणी करताना प्रथम आपण महाराष्ट्र ग्रामपंचायत अधिनियम १९५८मधील तरतुदींचा अंमल अधिक चांगल्या व परिणामकारकरित्या कसा करता येईल ते पाहू. पंचायत क्षेत्र विस्तार कायदा १९९६मध्ये ग्रामसभेला व ग्रामपंचायतीला काही विशिष्ट अधिकार दिले आहेत. ग्रामसभेचे अधिकार अत्यंत महत्त्वाचे व आदिवासींच्या जीवनावर मोठा प्रभाव टाकणारे असल्याने यासंबंधाने सरपंच, सदस्य, ग्रामसेवक व गावातील प्रमुखांकडून ग्रामसभेमध्ये योग्य प्रकारे निर्णय होतील व पुढे अंमलबजावणी करतेवेळी अडचण येणार नाही याची दक्षता घेणे आवश्यक आहे. त्यामध्ये ग्रामसभेची कामकाजाची पद्धत, जो निर्णय घ्यावयाचा आहे, त्याची पार्श्वभूमी, ठरावाचे होणारे संभाव्य फायदे, योजनेबाबत ठराव असेल तर कामाचे ठिकाण, योजनेचे संभाव्य लाभार्थी, अंमलबजावणी करणारी यंत्रणा, योजनेसाठी लागणारा निधी, त्यांचे स्रोत अशी अनेक प्रकारची माहिती गावातील पंचायतीचे सदस्य, सरपंच व जागरूक नागरिक यांना असणे गरजेचे आहे. तसेच ग्रामसभेचे कामकाज यशस्वीपणे कसे पार पाडता येईल, याची पूर्वतयारी करणे गरजेचे आहे. यासाठी त्यांना ग्रामसभेच्या कामकाजाची माहिती असणे अत्यंत आवश्यक आहे.

अनुसूचित क्षेत्रातील ग्रामसभेला सरपंच व उपसरपंचावर अविश्वासाचा ठराव पारित करण्याचा अधिकार देण्यात आला आहे. हा अधिकार अनुसूचित क्षेत्राबाहेरील पंचायतीला देण्यात आलेला नाही. तसेच पंचायतीच्या कर्मचाऱ्याला विभागीय शिक्षेस पात्र ठरवण्याचा अधिकार देण्यात आला आहे. त्याबाबतची तरतूद खालीलप्रमाणे आहे.

महाराष्ट्र ग्रामपंचायत अधिनियम १९५८ मधील ५४ ड नुसार

१. ग्रामपंचायतीच्या कार्यक्षेत्रातील एकूण मतदारांच्या **एक तृतीयांश** सदस्यांनी सरपंच किंवा उपसरपंचावर अविश्वासाचा ठराव पारित करण्याची नोटीस ग्रामसभेच्या सचिवास दिल्यास तो सदरची नोटीस तात्काळ तहसीलदाराला देईल. तहसीलदार अशी नोटीस मिळाल्याच्या तारखेपासून १५ दिवसांच्या आत अविश्वासाच्या ठरावावर विचार करण्यासाठी ग्रामसभेची बैठक बोलावतील. सदर ग्रामसभेच्या बैठकीत **तीन चतुर्थांश पेक्षा कमी नसेल** इतक्या बहुमताने अविश्वासाचा ठराव मंजूर केल्यास सरपंच किंवा उपसरपंच पदावरून दूर होतील. परंतु असा ठराव शासनाच्या मान्यतेशिवाय अंमलात आणता येणार नाही. जर हा **अविश्वास ठराव बारगळला (नामंजूर झाला) तर, पुन्हा अडीच वर्षे हा ठराव आणता येत नाही.**

२. पंचायतीच्या कर्मचाऱ्यावर ग्रामसभेच्या ठरावाची अंलबजावणी करण्याची व त्याचे अहवाल ग्रामसभेपुढे सादर करण्याची जबाबदारी आहे. त्यामध्ये त्यांनी कसूर केल्यास व ग्रामसभेमध्ये तीन चतुर्थांशपेक्षा कमी नसतील इतक्या बहुताने ठराव पारित केल्यास ते विभागीय चौकशीस पात्र

ठरतील; परंतु शासनाच्या मान्यतेशिवाय त्यांच्याविरुद्ध विभागीय चौकशी सुरू करता येणार नाही.

वर नमूद केलेल्या ग्रामसभेच्या अधिकाराच्या तरतुदी पाहिल्या असता ग्रामसभेला फारच मोठे अधिकार देण्यात आले आहेत असे दिसेल. अनुसूचित क्षेत्रातील पंचायत, वर नमूद केलेल्या ग्रामसभेच्या अधिकाराचा वापर करून आपल्या गावाचा विकास साधू शकतात. ग्रामसभेच्या निर्णयाचा आढावा पंचायत समितीच्या बैठकीमध्ये घेऊन ठरावांची अंलबजावणी झाली किंवा नाही, नसेल तर त्याची कारणे शोधून त्यांवर उपाययोजना करणे ही पंचायत समितीची जबाबदारी आहे. परंतु ग्रामसभेच्या ठरावासंबंधी पंचायत समितीमध्ये कामकाज चालवले जात नाही. राज्य शासनाने व आदिवासी समाजाने ग्रामसभेच्या अधिकारांची अंमलबजावणी होण्यासाठी विशेष प्रयत्न करणे गरजेचे आहे. पंचायत क्षेत्र विस्तार कायदा १९९६नुसार जसे आदिवासींना विशेष अधिकार देण्यात आले आहेत. तसेच काही अधिकार वन हक्क कायदा २००६नुसार आदिवासींना देण्यात आले आहेत. या दोन्ही अधिकारांची अंमलबजावणी ग्रामसभेच्या माध्यमातून करावी लागणार आहे. म्हणून आदिवासी समाजाने वन अधिकार कायदा २००६ व पंचायत क्षेत्र विस्तार कायदा १९९६ यांच्यामधील तरतुदींची माहिती घ्यावी व ती अधिकाधिक लोकांपर्यंत कशी पोहोचवता येईल याची व्यवस्था करणे गरजेचे आहे. तसेच ग्रामसभेला जे अधिकार प्रदान केले आहेत, त्यांची अंमलबजावणी अधिकाधिक न्याय्य पद्धतीने व जलद गतीने कशी करता येईल, हे पाहणे ही काळाची गरज आहे.

■ ■ ■

'पेसा' ग्रामपंचायतींना ५% थेट निधी योजना

राज्यात १३ जिल्ह्यांतील ५९ तालुक्यांतील २८३५ ग्रामपंचायती व ५९०५ गावे पेसा क्षेत्रामध्ये येतात. अनुसूचित क्षेत्रातील ग्रामपंचायतींना सक्षम व आर्थिकदृष्ट्या सबळ करण्याकरिता राज्यपालांनी भारतीय राज्यघटनेच्या अनुसूची ५ मधील परिच्छेद ५, उपपरिच्छेद (१) नुसार प्राप्त अधिकाराचा वापर करून दि. ३० ऑक्टोबर, २०१४ अन्वये विविध कायद्यांच्या अनुषंगाने अधिसूचना जारी केली आहे, त्यानुसार महाराष्ट्र ग्रामपंचायत अधिनियम १९५८ (III) मध्ये सुधारणा करण्यात आली आहे. त्यामधील कलम ५४ ब नंतर एक नवीन कलम अंतर्भूत करण्यात आलेले आहे.

२०१४च्या अधिसूचनेनुसार कार्यवाही करण्यासाठी मंत्रिमंडळाच्या दिनांक ९ एप्रिल, २०१५ रोजी झालेल्या बैठकीमध्ये निर्णय घेण्यात आला आहे. त्यानुसार राज्यातील अनुसूचित क्षेत्रातील ग्रामपंचायतींना दरवर्षी आदिवासी उपाययोजनेच्या अंतर्गत ५% निधी थेट ग्रामपंचायतीच्या खात्यात उपलब्ध करून देण्याच्या योजनेस मान्यता देण्यात आली आहे.

निधी खर्च करण्याच्या बाबी :

अ) पायाभूत सुविधा

संबंधित पेसा गावातील ग्रामपंचायत कार्यालये, आरोग्य केंद्रे, अंगणवाड्या, शाळा, दफनभूमी, गोडाऊन, गावांचे अंतर्गत रस्ते व तत्सम पायाभूत सुविधा.

ब) वनहक्क अधिनियम (FRA) व पेसा (PESA) कायद्याची अंमलबजावणी

- आदिवासींनी त्यांच्या उदरनिर्वाहाच्या व्यवसायाच्य संदर्भात केंद्रामार्फत प्रशिक्षण/ मार्गदर्शन करणे.
- गावतळी विकास किंवा मत्स्यपालन व्यवसाय/मत्स्यबीज खरेदी.

- सामाईक जमिनी विकसित करून देणे.
- गौण पाणी साठ्याचे व्यवस्थापन.
- सामाईक नैसर्गिक साधनसंपदा व सामाईक मालमत्ता विकसित करणे.

क) आरोग्य, स्वच्छता, शिक्षण

- सार्वजनिक स्वच्छतागृहे बांधणे.
- गावामध्ये स्वच्छता राखणे.
- सांडपाणी व्यवस्थेकरिता गटारे बांधणे व त्यांची देखभाल करणे.
- शुद्ध पिण्याचे पाणी पुरवणे.

ड) वनीकरण, वन्यजीव संवर्धन, जलसंधारण, वनतळी, वन्यजीव पर्यटन उपजिवीका

संबंधित ग्रामपंचायतीमधील गावांच्या ग्रामसभांनी वरील (अ) व (क) क्षेत्रांधून त्या-त्या वर्षाकरिता कामांची निवड करावी. ग्रामसभांनी कामाची निवड करणे म्हणजेच त्या कामास ग्रामसभेची प्रशासकीय मान्यता समजावी. ग्रामसभेने निवड केलेल्या रु. ३ लाखांपेक्षा कमी मूल्याच्या कामास स्वतंत्र तांत्रिक मान्यता आवश्यक असणार नाही. रु. ३ लाखांपेक्षा अधिक मूल्य असलेल्या कामांसाठी तांत्रिक मान्यता घेण्याची पद्धती राहील.

मात्र उपरोक्त (ब) व (ड) क्षेत्रातील त्या-त्या वर्षाकरिता कामाची निवड ग्रामसभेने केल्यानंतर त्याकरिता लागणारा निधी ग्रामसभेची अनुमती घेऊन संबंधित गावांच्या संयुक्त वन हक्कांसाठी स्थापन केलेल्या समितीस देण्यात यावा.

सन २०१५-१६ या आर्थिक वर्षानंतर येणाऱ्या प्रत्येक आर्थिक वर्षामध्ये आदिवासी उपयोजनेच्या एकूण मंजूर नियतव्ययाच्या ५% निधीपैकी ५०% इतका निधी ग्रामपंचायतींना लोकसंख्येच्या प्रमाणात वितरित करण्यात येईल. उर्वरित ५०% निधी ग्रामपंचायतींना त्यांच्या खालील क्षेत्रात केलेल्या कामगिरीच्या आधारे देय राहील. ही कामगिरी निश्चित करण्याकरिता संबंधित सक्षम अधिकाऱ्याचे प्रमाणपत्र आवश्यक राहील.

अतिकुपोषित बालकांचे प्रमाण कमी करणे

मध्यम व अतितीव्र कुपोषित बालकांची मागील वर्षातील सुरुवातीला असलेली संख्या व त्यावर्षाच्या ३१ मार्च अखेर असलेली संख्या याबाबतच्या तपशिलासह कुपोषित बालकांचे प्रमाण कमी झाले असल्याचे संबंधित बाल विकास प्रकल्प अधिकारी, यांचे प्रमाणपत्र.

बालविवाहावर बंदी आणणे

गेल्या वर्षामध्ये गावात झालेल्या विवाहामध्ये एकही बालविवाह झाला नाही याबाबत संबंधित ग्राम सचिवाचे प्रमाणपत्र.

मुलींची शिक्षणातील गळती कमी करणे

गावातील ५ ते १५ वयोगटातील मुलींची संख्या, त्यातील शाळेत जाणाऱ्या मुलींची इयत्तानिहाय संख्या. याबाबतच्या तपशिलासह मुलींचे शिक्षणातील गळतीचे प्रमाण कमी झाले असल्याबाबतचे संबंधित गट शिक्षण अधिकाऱ्याचे प्रमाणपत्र.

वनजमिनीवरील नव्ययाने होणारे अतिक्रमण थांबवणे

वनजमिनीवरील नव्याने अतिक्रमण न झाल्याबाबत संबंधित वन विभागाच्या वन परिक्षेत्र अधिकाऱ्याचे प्रमाणपत्र.

वरील अधिकाऱ्यांना संबंधित ग्रामपंचायतीने मागणी केल्यानंतर १५ दिवसांत तपासणी करून वस्तुस्थितीवर आधारित प्रमाणपत्र देणे बंधनकारक राहील.

निधीच्या विनियोगासाठी वार्षिक आराखडा तसेच प्रशासकीय तांत्रिक मान्यतेची पद्धती

- दर वर्षी दिनांक १ मे रोजीच्या ग्रामसभेमध्ये निधीच्या विनियोगाचा वार्षिक नियोजनाचा आराखडा निश्चित करण्यात येईल.
- आराखडा तयार करताना मागील दोन वर्षांतील कामांची स्थिती व पुढील वर्षातील गरजा विचारात घेण्यात येतील.
- ग्रामपंचायतीच्या क्षेत्रातील प्रत्येक गाव, वाडी व पाडानिहाय आराखडा तयार करून त्यानंतर त्यांचे संकलन ग्रामपंचायत स्तरावर करण्यात येईल.
- ग्रामसभेच्या ठरावानुसार निवड झालेल्या कामास स्वतंत्र प्रशासकीय मान्यता आवश्यक असणार नाही.
- ग्रामसभेने मान्यता दिलेल्या रु. ३ लाख पेक्षा कमी मूल्याच्या कामास स्वतंत्र तांत्रिक मान्यता आवश्यक असणार नाही.
- रु. ३ लाखापेक्षा अधिक मूल्याच्या कामांसाठी तांत्रिक मान्यता गटविकास अधिकारी यांनी ठरवून दिलेल्या तांत्रिक अधिकाऱ्यांमार्फत देण्यात यावी. तसेच वन विभागाशी निगडित काम असल्यास उप वनसंरक्षक किंवा त्यांनी प्राधिकृत केलेल्या अधिकाऱ्यामार्फत देण्यात यावी.
- ग्रामस्तरावर घ्यावयाच्या सर्वसाधारण कामांची यादी करून तांत्रिक मान्यता आवश्यक असलेल्या कामांची यादी व तांत्रिक मान्यता आवश्यक नसलेल्या कामांची यादी पुढीलप्रमाणे आहे.

तांत्रिक मान्यता आवश्यक असलेल्या १० कामांची यादी

१. सिमेंट नाला बंडींग
२. इमारतीचे बांधकाम, साठवणुकीकरिता खोली बांधणे, अंगणवाडी, समाजमंदिर इत्यादी बांधकामे
३. मोठ्या गावांकरिता मलनिस्सारण, सांडपाणी प्रक्रिया केंद्र उभारणे.
४. शेतीकरिता जलसिंचन प्रकल्प
५. सिमेंट कॉंक्रिटचे अंतर्गत रस्ते, नावीन्यपूर्ण तंत्रज्ञानाचा वापर करून रस्ते बांधणे
६. सौरऊर्जा निर्मिती संयंत्र
७. शेतीयोग्य जमीन तयार करणे
८. पूरनियंत्रण भिंती बांधणे
९. हिंस्र श्वापदांपासून सरंक्षणासाठी भिंत बांधणे
१०.भूमिगत गटारे

तांत्रिक मान्यता आवश्यक नसलेल्या ३२ कामांची यादी

१. चारा निर्मिती
२. सामाजिक वनीकरण
३. मत्स्यव्यवसाय
४. जल मिटर बसवणे
५. भूमिहीन कुटुंबांना शेळीपालन
६. सामुदायिक विवाह सोहळा
७. क्षमता बांधणी आणि स्थळ पाहणी
८. वनराई बंधारा, शेततळे
९. अंगणवाडी व शाळेमध्ये प्रसाधनगृहे
१०. अंगणवाडीमध्ये शालेय पूर्व साहित्य
११. प्रौढ साक्षरता, निरंतर शिक्षण
१२. सौर ऊर्जेवर आधारित संयंत्रे उभारणे
१३. ई-शिक्षण/डिजिटल शिक्षण प्रणाली
१४. अंगणवाडीमध्ये किचन शेड उभारणे
१५. अपंगांकरिता वैयक्तिक लाभाच्या योजना
१६. ग्रामसभांचे बळकटीकरण, अभिलेख जतन
१७. पिण्याच्या पाण्याकरिता कूपनलिका बांधणे
१८. ग्रामपंचायत व शाळेमध्ये संगणक बसवणे
१९. जलशुद्धीकरण, जलप्रक्रिया प्रकल्प राबवणे
२०. स्पर्धा परीक्षांबाबत पुस्तके असलेले सुसज्ज ग्रंथालय

२१. सुधारितबी-बियाणेप्रक्रिया,सेंद्रियखताचे उत्पादन
२२. दुधाळ जनावरांपासून दुध व दुग्धजन्य पदार्थांचे उत्पादन
२३. आठवडीबाजारामध्येपुरवण्यातयेणाऱ्या सोयी-सुविधा
२४. आदिवासी समाजाच्या रुढी, परंपरा व संस्कृतीचे जतन
२५. जलतलाव,तळीयांचीदुरुस्तीवपाण्याचा अनुकूल वापर
२६. गरजू शेतकऱ्यांकरिता शेतीविषयक औजारांचा सामूहिक वापर
२७. आरोग्य तपासणी शिबीर, पशुसंवर्धन तपासणी शिबीर आयोजित करणे
२८. बचतगट,युवकवकुमारवयीनमुलीयांना कौशल्य विकास प्रशिक्षण
२९. प्राथमिकशाळेतविद्यार्थ्यांनाबसण्यासाठी बेंच, शैक्षणिक साहित्य व इतर
३०. अंगणवाडी, शाळा व ग्रामपंचायत कार्यालय आवारात भिंत बांधणे
३१. जनजागृती, दवंडी व इतर ग्रामस्थांपर्यंत पोहचविण्याकरिता ध्वनी प्रक्षेपक बसविणे.
३२. कंपोस्ट खताचे खड्डे, घनकचरा व्यवस्थापन, कचरा गोळा करणे, त्यांची विभागणी करून खत निर्मिती करणे.

■ ■ ■

ग्रामपंचायतीची निवडणूक

७३व्या घटना दुरुस्तीप्रमाणे आता देशात त्रिस्तरीय म्हणजे तीन पातळ्यांवरुन कारभार चालतो. त्यात संपूर्ण देशाचा कारभार केंद्र सरकार चालवते, राज्याचा कारभार राज्य सरकार चालवते आणि जिल्हा परिषदा, पंचायत समिती आणि ग्रामपंचायती मिळून स्थानिक पातळीवरचा कारभार सांभाळतात. गावपातळीवरची व्यवस्था सांभाळणाऱ्या ग्रामपंचायतींची वर्गवारी करण्यात आली आहे. काही ठिकाणी प्रत्येक महसुली गावांच्या मोठ्या वाड्यांना किंवा त्याच गावाच्या अनेक वाड्यांना मिळून एक, अशा स्वतंत्र ग्रामपंचायती आहेत. या सर्व ग्रामपंचायतींची दर पाच वर्षांनी निवडणूक होणे आता कायद्यानुसार आवश्यक ठरलं आहे. ग्रामपंचायत ही यंत्रणा स्थानिक स्वराज्य संस्थांच्या पातळीवरची सर्वात शेवटच्या स्तरावरची यंत्रणा आहे. स्थानिक स्वराज्य संस्थांमध्ये ग्रामंचायतीबरोबरच जिल्हा परिषद आणि पंचायत समितीचाही समावेश होतो. या तिन्ही संस्थांच्या निवडणुकांसाठी राज्यसरकारने निवडणूक आयोग स्थापन केला आहे. या निवडणूक आयोगाने प्रत्येक जिल्ह्यासाठी निवडणूक यंत्रणा निर्माण केली आहे. या यंत्रणेच्या प्रत्येक तालुक्यांध्ये शाखा आहेत. जिल्हा यंत्रणा ग्रामपंचायतीच्या निवडणुका घेताना तालुका यंत्रणेची मदत घेत असते.

ग्रामपंचायतीची सदस्य संख्या कशी ठरवतात?
ग्रामपंचायतीत किती सदस्य असावेत हे त्या गावच्या लोकसंख्येच्या प्रमाणात ठरवले जाते.

एकूण लोकसंख्या	सदस्य संख्या
१५०० किंवा कमी	७
१५०१ ते ३०००	९
३००१ ते ४५००	११
४५०१ ते ६०००	१३
६००१ ते ७५००	१५
७५०१ किंवा अधिक	१७

प्रभाग किंवा वॉर्ड म्हणजे काय? आणि ते कसे पाडले जातात ?

निवडणुकीसाठी मतदारांचे गट पाडले जातात. या गटाला प्रभाग म्हणतात. इंग्रजीत अशा गटाला 'वॉर्ड' म्हणतात. निवडणुकीच्या वेळी या प्रभागाला 'मतदार संघ' असेही म्हणतात.

प्रभाग पाडण्याकरिता ग्रामपंचायत क्षेत्राचा नकाशा काढतात. नकाशात मुलकी गावांची गावठाणे तसेच वाड्यावस्त्यांची गावठाणे दाखवतात. जी कुटुंबे एकेकटी अगर गटागटाने दूर दूर राहत असतील तर त्यांचीही घरे दाखवतात. तसेच डोंगर, नद्या, ओढे अशी भौगोलिक वैशिष्ट्ये व रस्ते, रेल्वे असे दळणवळणाचे मार्ग दाखवतात.

या नकाशावरून भौगोलिकदृष्ट्या सलग लोकवस्तीचे प्रभाग तयार करतात. कोणत्या प्रभागातून किती सदस्य निवडून द्यावयाचे हे ठरवले जाते. प्रभाग व प्रभागातून निवडून द्यावयाची सदस्य संख्या वेळोवेळी शासन बदलू शकते.

१. अनुसूचित जाती (एस.सी.) करिता राखीव जागा

अनुसूचित जातीमध्ये ज्यांचा समावेश केला आहे, अशा लोकांपैकी जे लोक ग्रामपंचायत क्षेत्रात राहत असतील, त्यांच्या संख्येच्या प्रमाणात बसतील तेवढ्या जागा त्यांच्याकरिता राखून ठेवल्या जातात.

२. अनुसूचित जमाती (एस.टी)करिता राखीव जागा

अनुसूचित जमातींमध्ये ज्यांचा समावेश केला आहे, अशा जमातीपैंकी जे लोक ग्रामपंचायत क्षेत्रात राहत असतील, त्यांच्या संख्येच्या प्रमाणात बसतील तेवढ्या जागा त्यांच्यासाठी राखून ठेवतात. आदिवासी क्षेत्रात मात्र सर्वच जागा त्यांच्यासाठी असतात. त्यात केवळ महिला व पुरुष एवढीच संख्या ठरते.

३. नागरिकांच्या मागास वर्गाच्या प्रवर्गा (ओ.बी.सी.)करिता राखीव जागा

नागरिकांच्या मागास वर्गाच्या (ओ.बी.सी) प्रवर्गात ज्यांचा समावेश केला आहे अशा प्रवर्गापैकी जे लोक ग्रामपंचायत क्षेत्रात राहात असतील त्यांच्यासाठी ग्रामपंचायतीच्या एकूण सदस्य संख्येच्या २७% जागा राखून ठेवतात. उरलेल्या सर्व जागा खुल्या असतात.

४. स्त्रियांकरिता राखीव जागा

ग्रामपंचायत क्षेत्रात राहणाऱ्या सर्व स्त्रियांकरिता ग्रामपंचायतीच्या सदस्यांच्या एकूण सदस्य संख्येच्या अर्धा हिस्सा म्हणजे ५०% जागा राखून ठेवतात. यामध्ये अनुसूचित जातीतील स्त्रियांसाठी, अनुसूचित जमातीतील स्त्रियांसाठी व नागरिकांच्या मागासवर्गाच्या प्रवर्गातील स्त्रियांसाठी राखून ठेवलेल्या जागा धरल्या जातात. या सर्व जागा निरनिराळ्या प्रभागात अदलाबदलीने राखीव ठेवल्या जातात.

कुठले वॉर्ड राखीव ठेवायचे हे कोण आणि कसे ठरवते ?

राखीव जागांची संख्या निश्चित करताना अर्धा किंवा अधिक अपूर्णांक एक पूर्णांक धरण्यात येतो. अनुसूचित जाती, अनुसूचित जमाती व इतर मागासवर्गीय नागरिक यांधील महिलांसाठी राखीव असलेल्या जागा राज्य निवडणूक आयुक्तांनी वेळोवेळी दिलेल्या सूचनांनुसार चिठ्ठ्या काढून निश्चित केल्या जातील. हे आरक्षण अदलाबदलीने दिले जाते. अनुसूचित जाती, अनुसूचित जमाती व इतर मागासवर्गीय नागरिक यांचेसाठी

असलेल्या राखीव जागा निश्चित झाल्यावर महिलांसाठी राखीव असलेल्या जागा या चिठ्ठ्या काढून कोणत्या वार्डात ते ठरवले जाते.

ग्रामपंचायतीची मुदत किती असते? ती वाढवता येते का?

आता ग्रामपंचायतीची मुदत ५ वर्षे असते. ग्रामपंचायतीची निवडणूक घेण्यासाठी निवडणूक यंत्रणा निवडणूक अधिकाऱ्याची नेणूक ग्राम पंचायतीची मुदत पूर्ण होण्यापूर्वी ६ महिने अगोदर करते. दर पाच वर्षांनी निवडणूक घेणे कायद्याने सक्तीचे करण्यात आले आहे.

कुठल्याही कारणाने ही मुदत वाढवता येत नाही. जर काही कारणाने निवडून आल्यानंतर ५ वर्षांच्या आत ग्रामपंचायत बरखास्त झाली तर सहा महिन्यांच्या आत परत निवडणुका घेतल्या जातात. या निवडणुकांमध्ये निवडून आलेले सदस्य हे फक्त ५ वर्षांतील उरलेल्या काळातच काम करू शकतात.

निवडणुकीला कोणाला उभे राहता येईल?

१. उमेदवार हा/ही त्या ग्रामपंचायतीच्या मतदार यादीत नाव असलेला/असलेली पाहिजे.
२. तो/ती किमान २१ वर्षे पूर्ण झालेला/झालेली असला/असली पाहिजे.
३. तो/ती निवडणूक लढवण्यासाठी अपात्र असता कामा नये.
४. ज्याचे/जिचे नाव मतदार यादीत आहे त्याला ग्रामपंचायतीतील कोणत्याही वॉर्डात (प्रभागात) उमेदवार म्हणून उभे राहता येते.

निवडणुकीला कोण उभे राहू शकत नाही?

१. महाराष्ट्र राज्य विधानसभेच्या निवडणुकीसाठी अपात्र ठरवली गेली असेल अशी व्यक्ती.
२. मनोरुग्ण ठरवली गेली असेल अशी व्यक्ती.
३. नादार ठरवली गेली असेल आणि अशा नादारीतून त्याने मुक्तता करून घेतली नसेल, अशी व्यक्ती.
४. परदेशी नागरिकत्व स्वीकारले असेल अशी व्यक्ती.
५. अस्पृश्यता (अपराध) अधिनियम १९५६ किंवा मुंबई दारूबंदी अधिनियम १९४९ नुसार दोषी ठरवली गेली असेल व दोषी झाल्यापासून ५ वर्षांचा काळ होऊन गेला नसेल, अशी व्यक्ती.
६. इतर कोणत्याही गुन्ह्याबद्दल ६ महिन्यांपेक्षा अधिक शिक्षा झाली असेल व शिक्षा भोगून सुटका झाल्यावर ५ वर्षांपेक्षा अधिक काळ होऊन गेला नसेल तर.
७. सरकारी किंवा स्थानिक स्वराज्य संस्थांमध्ये नोकरीस असलेल्या एखाद्या व्यक्तीस जर गैरवर्तणुकीबद्दल बडतर्फ करण्यात आलेले असेल तर बडतर्फ केलेल्या तारखेपासून ५ वर्षांपर्यंत ती व्यक्ती निवडणूक लढवण्यास अपात्र असते.
८. जिल्हा परिषदेच्या स्थायी समितीने ग्रामपंचायतीचा एखादा सरपंच, उपसरपंच वा सदस्यास गैरवर्तन, जबाबदारी पार पाडण्यात कसूर करणे, कर्तव्य पार पाडण्यास असमर्थता दाखवणे इत्यादी कारणास्तव जर पदावरून काढले असेल तर तसे केल्यापासून ५ वर्षांपर्यंत ती व्यक्ती अपात्र असते.
९. ग्रामपंचायत कायदा कलम ४१ अन्वये पंचायतीचे ऑडिट झाले असल्यास व त्याच कायद्याचे कलम १७८अन्वये एखाद्या पंचायत सदस्यास अधिकाराचा दुरुपयोग किंवा पैशाचा अपव्यय केल्याबद्दल जबाबदार धरले असल्यास त्याच्याकडून वसूल करावयाची रक्कम, जमीन महसूल थकबाकी म्हणून वसूल केली जाते. अशी रक्कम व्याजासह भरलेली नसल्यास ती व्यक्ती निवडणूक लढवण्यास अपात्र ठरते.

१०. ज्या व्यक्ती पंचायतीच्या किंवा तिच्याशी संबंधित असलेल्या (अधिकाराखालील) संस्थेत पगारी नोकर किंवा एखादे आर्थिक लाभाचे पद धारण करत असेल तर ती व्यक्ती अपात्र ठरते.

११. पंचायतीच्या कोणत्याही कामात किंवा सेवेत स्वत:च्या किंवा आपल्या भागीदारामार्फत प्रत्यक्ष किंवा अप्रत्यक्ष हितसंबंध असेल तर ती व्यक्ती अपात्र ठरेल. (यामध्ये कामाचा मक्ता घेणे, लिलावात माल विकत घेणे, पंचायतीची मिळकत भाड्याने घेणे, पंचायतीला माल पुरवणे यासारखी कामे अपात्रतेच्या कक्षेत येतात.)

कर किंवा फी भरण्यास कसूर केलेली व्यक्ती पात्र ठरू शकते का ?

१२. ज्या व्यक्तीने पंचायतीला किंवा जिल्हा परिषदेला द्यावयाचा कर किंवा फी त्याची मागणी केल्यापासून तीन महिन्यांच्या आत भरली नसेल तर ती अपात्र ठरते. एकत्रित हिंदू कुटुंबाचे सदस्य किंवा संयुक्त मालकीची मिळकत व इमारत असणाऱ्या सर्व व्यक्तींनी पंचायतीला कर भरण्यास काही कसूर केली असल्यास ते सर्व अपात्र ठरतात. मात्र ही तरतूद जिल्हा परिषदेच्या करांबाबत/फी बाबत लागू नाही.

सरकारी व स्थानिक प्राधिकरणाचे नोकरदार यांना निवडणूक लढवायला बंदी असते का?

१३. जी व्यक्ती सरकारच्या किंवा स्थानिक प्राधिकरणाच्या नोकरीत असेल ती व्यक्ती अपात्र ठरेल. पोलीस-पाटील हा सरकारी नोकर समजला जातो, त्यामुळे तोही निवडणूक लढवू शकत नाही.

१४. निवडून आलेला एखादा सभासद परवानगीशिवाय लागोपाठ सहा महिन्यांपेक्षा जास्त गैरहजर राहिला तर त्याचे सदस्यत्व रद्द होऊन ते पद रिकामे होते. परंतु जर एखादा सभासद सहा महिन्यांपेक्षा अधिक काळ गावात अनुपस्थित असेल व त्याने पंचायतीची परवानगी घेतली असेल तर त्याच्या गैरहजेरीमुळे तो अपात्र ठरणार नाही.

अपात्र ठरवण्याचा अधिकार कोणाला असतो? त्याविरुद्ध अपील करता येते का?

एखादा सभासद त्याच्या कालावधीत अपात्र झाला आहे किंवा नाही, त्याचे पद रिकामे झाले किंवा नाही याचा निर्णय जिल्हाधिकारी यांनी त्यांच्या अधिकारात किंवा एखाद्या व्यक्तीने त्याबाबतीत प्रश्न उपस्थित केल्यास त्या काळापासून ६०दिवसांच्या आत ठरवले पाहिजे. जिल्हाधिकाऱ्यांच्या निर्णयाविरुद्ध विभागीय आयुक्तांकडे जिल्हाधिकाऱ्याने निर्णय दिल्यापासून १५ दिवसांच्या आत अपील करता येते. अपील करणाऱ्या सदस्याला आपली बाजू मांडण्याची योग्य ती संधी दिली जाते.

निवडणूक प्रक्रिया

निवडणूक यंत्रणेने नेमलेले निवडणूक अधिकारी निवडणूक घेतात. निवडणुकीपूर्वी मतदारांच्या सुधारित याद्या तयार करतात. मतदार यादीत नाव आहे की नाही ते पाहण्यासाठी निवडणुकीपूर्वी मतदार याद्या प्रसिद्ध करतात. ग्रामपंचायतीच्या क्षेत्रात राहणाऱ्या १८ वर्षे वय पूर्ण झालेल्या स्त्री-पुरुषांना अर्ज भरून मतदार यादीत नाव नोंदवता येते. एखाद्याचे नाव यादीत नसेल तर, मुदतीत अर्ज करून ते घालता येते.

प्रत्येक प्रभागासाठी स्वतंत्र मतदार यादी तयार करून ती प्रसिद्ध करण्यात येते. त्या यादीवरून निवडणूक घेण्यात येते. मतदाराचे

नाव ज्या प्रभागात असेल त्या प्रभागात तर त्याला उभे राहता येतेच; पण दुसऱ्या कोणत्याही प्रभागातसुद्धा उभे राहता येते. एकाच वेळी अनेक प्रभागातूनही उभे राहता येते. ग्रामपंचायतीच्या निवडणुकीसाठी जे निवडणूक अधिकारी नेमण्यात येतात, त्यांना 'निर्वाचन अधिकारी' असे म्हणतात. नेमलेले निर्वाचन अधिकारी ग्राम पंचायतीचा निवडणूक कार्यक्रम जाहीर करतात.

कार्यक्रम जाहीर करताना ग्रामपंचायतीचे प्रभाग, निवडून द्यावयाच्या सदस्यांची संख्या, त्यातील सर्व प्रकारच्या राखीव जागा आणि त्यांचे प्रभाग, सर्वसाधारण जागा आणि त्यांचे प्रभाग यांचा तपशील जाहीर करतात. या कार्यक्रमाला दवंडी देऊन, नोटीसबोर्डावर कार्यक्रम लावून प्रसिद्धी देण्यात येते.

निवडणूक खर्च मर्यादा काय आहे?

पूर्वी खर्च मर्यादा ७,५०० रुपये होती, तो नवीन नियमानुसार २५,००० रुपये करण्यात आली आहे.

निवडणूक लढवण्यासाठीचा अर्ज कोणाकडे करावा लागतो?

निवडणुकीला उभे राहण्यासाठी अर्ज करावा लागतो. या अर्जाचा नमुना कायद्याने ठरवलेला आहे. अर्जाचा नमुना निर्वाचन अधिकाऱ्याकडे मोफत मिळतो. ह्या अर्जाच्या नमुन्यात प्रभागाचे नाव, प्रभागाचा क्रमांक तसेच उमेदवाराचे नाव, लिंग, वय व पत्ता अशी माहिती भरावी लागते. त्याशिवाय राखीव जागेवर उभे राहणार किंवा सर्वसाधारण जागेवर उभे राहणार याबद्दलची माहिती भरावी लागते. अर्ज भरण्याची तारीख, वेळ, ठिकाण इत्यादी सर्व काही निर्वाचन अधिकाऱ्याकडून ठरवले जाते व त्यास योग्य प्रसिद्धी दिली जाते. त्यानुसार ठरलेल्या तारखांना, ठरलेल्या वेळेत, ठराविक नमुन्यातील अर्ज भरून व सही करून निर्वाचन अधिकाऱ्याकडे दाखल करून त्याची पोहोच घ्यावी लागते. या अर्जाबरोबर राखीव जागेवर आणि सर्वसाधारण जागेवर उभे राहणाऱ्यास ठरवल्याप्रमाणे अनामत रक्कम भरावी लागते. निर्वाचन अधिकारी ते पैसे घेऊन पोहोच देतात.

अर्जासोबत कोणती कागदपत्रे जोडावयाची असतात ?

१. नमुना 'अ' मधील नामनिर्देशन पत्र (हा अर्ज ऑनलाईन भरावा लागतो)
२. अनामत रक्कम :
सर्वसाधारण महिला/पुरुष रु. ५००/-
अनुसूचित जाती व जमाती, इतर
मागासवर्गीय रु. १००/-
(या रकमेत बदल होऊ शकतो.)
३. मतदार यादीत नाव असल्याबाबतचा पुरावा. (मतदार यादीची सत्यप्रत)
४. जातीचा दाखला व जात वैधता प्रमाणपत्र (मूळ प्रत छाननीच्या वेळी सादर करावी)
५. ग्रामपंचायतीचा कर थकबाकी नसल्याचा दाखला.
६. पोलीस विभागाचा ना हरकत दाखला याशिवाय अपत्याबाबत, शौचालयाबाबत, मालमत्तेबाबत इत्यादी शपथपत्रे जोडावी लागतात.
७. रहिवाशी पुरावा

अर्जाची छाननी कशी करतात व अर्ज मागे कसा घेतात?

निवडणूक कार्यक्रमानुसार अर्ज भरण्याची मुदत संपल्यावर ठरवून दिलेल्या दिवशी, ठरवून दिलेल्या वेळेत व ठरवून दिलेल्या ठिकाणी निर्वाचन अधिकारी आलेल्या सर्व अर्जांची छाननी उपस्थित असलेल्या सर्व अर्जदारांसमक्ष करून निवडणुकीस उभे राहण्यास पात्र ठरलेल्या व्यक्तींची नावे प्रसिद्ध करतात. तसेच ज्यांचे अर्ज अपात्र ठरले असतील

त्यांची अपात्रतेची कारणे देऊन ते अर्ज निकाली काढतात. त्यानंतर कोणाला आपला अर्ज मागे घ्यावयाचा असेल तर निर्वाचन अधिकाऱ्याला लेखी सूचना देऊन अर्ज परत घेता येतो. अशी लेखी सूचना ठरवून दिलेल्या दिवसांपूर्वी करावी लागते. उमेदवारी मागे घेण्याची मुदत संपल्यावर निवडणूक लढवणाऱ्या उमेदवारांची अंतिम यादी प्रसिद्ध करण्यात येते. याचवेळेस निवडणूक लढवणाऱ्या प्रत्येक उमेदवारास वेगवेगळे निवडणूक चिन्ह ठरवून देण्यात येते. त्याप्रमाणे मतपत्रिका छापतात. ठरलेल्या दिवशी मतदान होते. मतदानाची वेळ संपल्यावर शक्यतो त्याच दिवशी मतमोजणी होऊन निकाल जाहीर करतात. त्यानंतर निवडून आलेल्या सर्व सदस्यांची यादी जिल्हाधिकारी प्रसिद्ध करतात.

उपसरपंच यांची निवड कशी होते?

निवडून आलेल्या सदस्यांची नावे जाहीर झाल्यावर यांच्या निवडीकरिता निवडणूक घेण्यात येते. उपसरपंच पदाकरिता इच्छुक उमेदवारांना अर्ज करावे लागतात. उपसरपंचाचे पद खुले असते. उपसरपंच निवडणुकीकरिता निवडणूक अधिकारी जिल्हाधिकाऱ्यांनी नावे जाहीर केलेल्या सदस्यांची पहिली सभा बोलावतात. ही सभा ग्रामपंचायतीच्या कार्यालयात दुपारी घ्यावी लागते.

निवडणूक अधिकारी सभेचे गाव, ठिकाण, वेळ, तारीख, निवडणुकीचे पद हे जाहीर करतात.

उपसरपंच पदासाठी इच्छुक उमेदवाराला अर्ज करावा लागतो. अर्जाचा नमुना निवडणूक अधिकाऱ्याकडे मोफत मिळतात. निवडणुकीच्या वेळेपूर्वी सुमारे दोन तास अगोदर उमेदवारांचे अर्ज स्वीकारले जातात. त्यानंतर दोन तासांनी निवडणूक अधिकारी सभा सुरू करतात. ह्या पहिल्या सभेचे अध्यक्ष निवडणूक अधिकारीच असतात. ते अर्ज आलेल्या उमेदवारांची नावे वाचून दाखवतात. मग अर्जांची छानिनी करतात. कोणाला उमेदवारी मागे घ्यायची आहे असे विचारून उमेदवारी मागे घेण्याची संधी देतात. उमेदवारी मागे घेण्याची वेळ संपल्यावर एकच उमेदवार उरला तर त्याचे नाव जाहीर करतात. अनेक उमेदवार असतील तर निवडणूक घेतात. (उमेदवारांना समान मते पडली तर निर्णायक मत देण्याचा अधिकार सरपंचांना आहे.

सदस्यांच्या विनंतीप्रमाणे हात वर करून खुले मतदान होते किंवा गुप्त मतदान पद्धतीने मतदान होते. अधिकारी निवडून आलेल्या सदस्यांचे नाव जाहीर करतात. एवढेच काम या पहिल्या सभेत होते. या सभेत याशिवाय दुसरी कामे घेता येत नाहीत. त्यानंतर सभेचे अध्यक्ष सभा बरखास्त करतात. या सभेचा कार्यवृत्तांत सात दिवसांच्या आत पंचायत समितीच्या सभापतीस, जिल्हा परिषदेच्या मुख्य कार्यकारी अधिकाऱ्यांस, तहसीलदार व जिल्हाधिकाऱ्यांस पाठवण्यात येतो. सरपंचांची व उपसरपंचाची निवड झाल्यावर त्याच दिवशी ग्रामपंचायतीचा कारभार सुरू होतो.

■ ■ ■

ग्रामपंचायतीच्या मासिक सभा

ग्रामपंचायतीची दरमहा कमीत कमी एक सभा घ्यावी लागते. प्रत्येक सभा सरपंचांनी बोलावली पाहिजे. सरपंच काही कारणाने गैरहजर असतील तर उपसरपंचांनी ती बोलवावी लागते. दरमहा घ्यावयाच्या एका सभेशिवाय एखाद्या महिन्यात जादा सभा घेण्याची आवश्यकता भासली तर, स्वत: सरपंच सभा बोलावू शकतात.

ग्रामपंचायतीची प्रत्येक सभा ग्रामपंचायत कार्यालयात किंवा गावाच्या चावडीत, सार्वजनिक ठिकाणी घ्यावी लागते. खाजगी ठिकाणी घेता येत नाही.

ग्रामपंचायत सभेची नोटीस कोण काढते? त्यामध्ये कोणत्या गोष्टी आवश्यक असतात?

ग्रामपंचायतीच्या प्रत्येक सभासदाला सभेचे लेखी पत्र दिले जाते. या पत्राला 'सभेची नोटीस' असे म्हणतात. या नोटीशीमधील विषयांच्या यादीला 'विषयपत्रिका' (अजेंडा) असे म्हणतात. सभा सरपंचांनी बोलावली असेल तर सरपंच नोटीस काढतात. सरपंच पद रिकामे असेल किंवा सरपंच रजेवर असतील तर सभेची नोटीस उपसरपंच काढतात. म्हणजे प्रत्यक्षात नोटीस व अजेंडा ग्रामसेवक (सचिव) काढत असले तरी त्यावर सही पदाधिकाऱ्यांची असते. ग्रामपंचायतीच्या सभेच्या नोटीशीत सभेची तारीख, सभेची वेळ आणि सभेचे ठिकाण स्पष्ट लिहावे लागते. अगोदरच्या ग्रामपंचायतीच्या सभेतच सभा संपायच्या वेळी बहुसंख्य सभासदांना विचारून पुढील सभेची तारीख व वेळ ठरवली तर ग्रामपंचायतीची प्रत्येक सभा ठरलेल्या तारखेला, ठरलेल्या वेळी आणि ठरलेल्या ठिकाणी घेणे सोयीस्कर ठरते.

ग्रामपंचायतीच्या सभेची नोटीस प्रत्येक सभासदाला सभेपूर्वी तीन पूर्ण दिवस अगोदर द्यावी लागते. तीन पूर्ण दिवस अगोदर म्हणजे

नोटीस काढण्याचा दिवस व सभेचा दिवस वगळून तीन दिवस धरले जातात. म्हणजे पाच दिवस आधी काढावी लागते, तर खास सभेची नोटीस एक पूर्ण दिवस आगाऊ काढावी लागते, म्हणजे तीन दिवस आधी.

ग्रामपंचायतीच्या सभेच्या नोटीशीत विषयपत्रिका असावी लागते. सभेच्या वेळी विषयपत्रिकेत ज्या क्रमाने विषय लिहिलेले असतात त्याच क्रमाने ते चर्चेला घ्यावे लागतात.

सभासदांना नोटीस कशी बजवावी?

ग्रामपंचायतीच्या प्रत्येक सभेची नोटीस प्रत्येक सभासदास समक्ष दिली जाते. तथापि एखादा सभासद त्याच्या राहण्याच्या ठिकाणी स्वत: भेटू शकत नसेल तर त्यांच्या घरातील प्रौढ पुरुषास नोटीस बजावली जाते. नोटीस घेणाऱ्याची सही घेऊन नोटीस दिली जाते. एखाद्या सभासदाचे घर बंद असेल किंवा घरातील इतर प्रौढ पुरुष व्यक्तीने नोटीस घेण्यास नकार दिल्यास दोन साक्षीदारांसमक्ष त्याच्या घराच्या बाहेरच्या दरवाज्यावर किंवा ठळक ठिकाणी नोटीस चिकटवून बजावली जाते. अशा वेळी साक्षीदारांच्या सह्या घेतात.

ग्रामपंचायतीच्या सभांचा अध्यक्ष कोण असतो?

पहिल्या सभेनंतर पुढे सरपंचाच्या अध्यक्षतेखालीच सर्व सभा होतात. सरपंच ग्रामपंचायतीच्या सभेचे पदसिद्ध अध्यक्ष आहेत. ते सभेला हजर असतील तर त्यांच्याच अध्यक्षतेखाली सभा होते. दुसऱ्या कोणाला त्या सभेचे अध्यक्ष होता येत नाही; परंतु एखाद्या सभेला सरपंच गैरहजर असतील तर मात्र उपसरपंच सभेचे अध्यक्ष होतात. एखादेवेळेस सरपंच व उपसरपंच हे दोघेही सभेला गैरहजर असतील व सभेची गणपूर्ती (कोरम) झालेली असेल तर प्रथम सभेला हजर असलेल्या सभासदांमधून एका सभासदाला त्या सभेचा अध्यक्ष निवडतात. अशा अध्यक्षांना सभा चालवण्याचे सर्व अधिकार असतात. परंतु सभेचे काम सुरू झाल्यावर मधेच सरपंच-उपसरपंच आल्यास त्यांनी सभेचे अध्यक्षपद स्वत:कडे घेऊन सभेचे काम पुढे चालवायचे असते.

ग्रामपंचायतीच्या सभेत चर्चेसाठी सदस्यांना विषय सुचवता येतो का? त्यासाठी आवश्यक गोष्टी कोणत्या ?

ग्रामपंचायतीच्या प्रत्येक सभासदाला सभेत चर्चेला घेण्यासाठी काही विषय सुचवायचे असतील तर सभासदांनी सभेच्या तारखेच्या अगोदर विषयांची माहिती (यादी) सरपंच यांना लेखी कळवावी लागते. सभेध्ये ऐन वेळी एखाद्या सभासदास एखादा विषय सुचवायचा असेल तरी तो त्यांना सुचवता येतो. त्यासाठी सभेपूर्वी सरपंचांकडे लेखी पत्र द्यावे लागते. सरपंच अशा विषयांची सभेत गरज आहे किंवा कसे हे ठरवतात व नंतरच तो विषय सभेपुढे घेतला जातो. विषयाला धरून सरपंचाच्या परवानगीने कोणत्याही सभासदास प्रश्न विचारता येतात. त्याची उत्तरे सरपंच सर्वांसमक्ष देतात.

ग्रामपंचायत सभेच्या विषयपत्रिकेत कोणते विषय घ्यावे लागतात?

ग्रामपंचायतीच्या दरमहा होणाऱ्या सभेपुढे पुढील विषय प्रामुख्याने घ्यावे लागतात.

१. मागील सभेचा कार्यवृत्तांत वाचून कायम करणे.
२. ग्रामपंचायतीच्या मागील सभेत झालेल्या ठरावाप्रमाणे कार्यवाहीचा आढावा घेणे.
३. मागील महिन्यातील प्रत्यक्ष जमा आणि खर्च वाचून दाखवणे व त्यावर चर्चा करून खर्चाला मंजुरी देणे.

४. पुढील महिन्यात करावयाच्या खर्चाबाबत विचार करणे.
५. वरिष्ठ कार्यालयाकडून आलेली परिपत्रके व पत्रव्यवहारांची माहिती देणे.
६. मागील महिन्यात झालेल्या जन्म व मृत्यूच्या आणि विवाहांच्या नोंदीची माहिती घेणे.
७. ग्रामपंचायत सभासदाकडील कर वसुलीचा आढावा घेणे.

सभेची विषयपत्रिका तयार करताना हे सात विषय अगोदर या क्रमाने विषयपत्रिकेवर लिहितात. त्यानंतर ग्रामसभा, सरपंच, सदस्य, यांनी ठरवलेले विषय, जिल्हा परिषद, पंचायत समिती, शासकीय विभाग यांनी सुचवलेले विषयही घेतले जातात. सरतेशेवटी 'अध्यक्षांच्या परवानगीने ऐनवेळी आलेल्या विषयांचा विचार करणे' असा विषय असतो.

ग्रामपंचायत सभेला किती सदस्य हजर असणे आवश्यक असते?

कोणत्याही सभेला काही सदस्य आल्याशिवाय सभा सुरू करता येत नाही. सभेला कमीत कमी किती सदस्य आल्यावर सभा सुरू करावी याचे काही नियम आहेत. ही संख्या त्या ग्रामपंचायतीच्या एकूण सदस्यांच्या संख्येवर अवलंबून आहे. ग्रामपंचायतीची सभा सुरू करण्यापूर्वी एकूण सदस्यांच्या कमीत कमी निम्मे किंवा निम्म्यापेक्षा जास्त सदस्य सभेच्या ठिकाणी (सभागृहात) हजर असावे लागतात. उदाहरणार्थ, एखाद्या ग्रामपंचायतीत एकूण नऊ सदस्य असले तर सभेची गणपूर्ती होण्याकरिता किमान पाच सदस्य असणे आवश्यक असते.

गणपूर्ती आवश्यक आहे का?

गणपूर्ती म्हणजे सभेला आवश्यक असलेली संख्या, तिला 'कोरम' असेही म्हणतात. सभेला सरपंच आणि उपसरपंच धरून निम्म्यापेक्षा जास्त सदस्य आल्यावरच सभा सुरू करतात. गणपूर्तीशिवाय घेतलेली सभा बेकायदेशीर ठरते. सरपंच, उपसरपंच किंवा दोघांच्या गैरहजेरीतही गणपूर्ती होते. त्यामुळे ते नसले तरी सभा घेता येते.

गणपूर्ती झाली नाही तर काय करतात?

ग्रामपंचायतीच्या सभेची जी वेळ ठरवली असेल, त्यावेळी सभेसाठी आलेल्या सदस्यांच्या सभेच्या हजेरी पुस्तकात सह्या घ्याव्यात. गणपूर्ती होत नसेल तर सभेच्या वेळेपासून अर्ध्या तासापर्यंत सदस्य येण्याची वाट पाहावी लागते. अर्ध्या तासात गणपूर्ती झाली तर सभा सुरू करता येते. सदस्यांची अर्धा तास वाट पाहूनही गणपूर्ती होत नसेल तर ती सभा तहकूब करावी लागते.

तहकूब सभा म्हणजे काय? या सभेचे नियम काय आहेत?

सभेच्या वेळी गणपूर्तीइतके सदस्य जमले नाहीत तर अर्धा तास सदस्य येण्याची वाट पाहूनही सदस्य आले नाहीत तर ती सभा तहकूब करण्यात येते. सरपंच, उपसरपंच किंवा सदस्य यापैकी त्यावेळी जे हजर असतील ते 'सभा तहकूब करण्यात येत आहे' असे जाहीर करतात. त्यानंतर सुरू झालेल्या सभेला सरपंच, उपसरपंच, आणि सदस्य यापैकी जे हजर असतील त्यांची नावे व सह्या हजेरी पुस्तकात असतात. मात्र तहकूब सभेत नवीन विषय घेता येत नाहीत, आधीच्या विषयांवरच चर्चा होते.

ग्रामपंचायतीच्या सभेचे कामकाज कसे चालते? त्यात कोणते विषय असतात ?

गणपूर्ती झाल्यानंतर सभेचे काम प्रत्यक्ष सुरू होते. अध्यक्ष म्हणून काम पाहणाऱ्याने विषयपत्रिकेतील क्रमवारीने कामकाज चालवावे

लागते. प्रत्येक बाबतीत सभासदांना चर्चा करण्यास व आपले म्हणणे मांडण्यास संधी द्यावी लागते. सर्व निर्णय बहुताने घेण्यात यावेत. एखाद्या प्रस्तावाला एक किंवा अनेक दुरुस्त्या/सूचना असतील तर त्या सर्व सूचनांचा प्रथम विचार करावा. बहुमताने निर्णय घ्यावा लागतो. बहुमताच्या निर्णयाप्रमाणे सूचनांचा समावेश प्रस्तावात करून प्रस्ताव बहुमताने मंजूर करावा. मंजूर झालेल्या प्रस्तावास 'ठराव' म्हणतात. विषयपत्रिकेवरील क्रमवारी शक्यतो पाळली जावी. तथापि विषयांच्या क्रमवारीत बदल करणे आवश्यक असल्यास अध्यक्षांना असा बदल करण्याचा अधिकार आहे.

सभेत कसे बोलावे?

ग्रामपंचायतीच्या सभेच्या अध्यक्षांची परवानगी घेऊन सदस्यांनी बोलावे. उभे राहून आणि 'अध्यक्ष महाराज' असे म्हणून अध्यक्षांशी बोलावे, इतर सदस्यांशी बोलू नये. आपले म्हणणे थोडक्यात मांडावे. कोणाचाही उपमर्द, अपमान होईल असे बोलू नये. एखाद्या सदस्यास शांतता राखण्यास सूचना दिली तर त्यांनी औचित्य प्रश्नाचा निर्णय लागेपर्यंत आपल्या जागेवर बसावे. एक सदस्य बोलत असता दुसऱ्या सदस्यांनी बोलू नये. ग्रामपंचायतीचे सदस्य सभेच्या अध्यक्षांना माहिती विचारू शकतात. ग्रामसेवकाला सभेत माहिती विचारू नये. ग्रामपंचायतीच्या सभेत ग्रामपंचायतीकडे सोपवलेल्या कामावरच प्रस्ताव पाठवता येतो, बोलता येते व माहिती विचारता येते. सदस्यास सभा संपण्यापूर्वी सभेतून निघून जाण्याची इच्छा असल्यास सभेच्या अध्यक्षांना विचारून जावे. ग्रामपंचायतीच्या सभेच्या अध्यक्षांनी प्रस्ताव पाठवणाऱ्याकडे, सूचना देणाऱ्याकडे आणि चर्चा करू इच्छिणाऱ्याकडे पाहून बोलावे.

सभावृत्तांतात ठरावाची नोंद कशी करतात?

प्रत्येक विषयाची, त्यावरील चर्चेची आणि बहुमताने मंजूर झालेल्या ठरावाची नोंद सभावृत्तांत पुस्तकात केली पाहिजे. प्रत्येक प्रस्ताव मंजूर करताना त्यास सूचक आणि अनुमोदक यांची आवश्यकता असते. सूचकाचे आणि अनुमोदकाचे नाव सभा वृत्तांतात त्या ठरावानंतर लिहावे लागते. परंतु सभेच्या अध्यक्षस्थानी असणाऱ्याने मांडलेल्या प्रस्तावास अनुमोदकाची आवश्यकता असत नाही. सूचक म्हणून 'अध्यक्ष' असे लिहावे लागते. एखाद्या प्रस्तावाला एक किंवा अनेक सदस्यांनी विरोधी मत नोंदवले तर तशी नोंद सभावृत्तांतात करण्यात आली पाहिजे. ठरावाच्या मंजुरीसाठी मतदान आवश्यक असेल तर हात वर करून किंवा तोंडी माहिती घेऊन मत जाणता येते. सदस्यांनी बहुमताने मागणी केल्यास गुप्त मतदान घेता येते. अशा मतदानाचे कागद एक महिना जतन करावे लागतात. ठरावाची, सूचकाची, अनुमोदकाची आणि विरोधी मत देणारांची नावे लिहिल्यावर 'ठराव बहुताने मंजूर' की 'एकमताने मंजूर' ते लिहावे लागते. विरोधी मत देणाऱ्या सदस्यांची नावे लिहावी लागतात.

सर्वसाधारण उपस्थितांच्या साध्या बहुमताने ठराव मंजूर करता येतात. परंतु काही विशिष्ट बाबतीत एकूण सभासदांच्या २/३ पेक्षा जास्ती बहुमताने ठराव संमत झाले तरच त्यावर कार्यवाही करता येते. ते विषय पुढीलप्रमाणे आहेत.

१. गावातील सार्वजनिक सत्कार समारंभावर खर्च करणे.
२. तालुक्यातील, जिल्ह्यातील अथवा राज्यातील पंचायतीच्या वार्षिक संमेलनासाठी अंशदान देणे.

३. जिल्हा ग्रामविकास निधीमधून ग्रामपंचायतीने कर्जाची मागणी करणे.

४. पूर्वी घेण्यात आलेल्या एखाद्या ठरावास तीन महिने पूर्ण होण्यापूर्वी तो ठराव रद्द करणे किंवा त्यात दुरुस्ती करणे.

विषयपत्रिकेतील सर्व विषय संपल्यावर, अध्यक्षांनी मान्यता दिलेल्या ऐनवेळच्या विषयावर चर्चा घ्यावी लागते. अशा तऱ्हेने सर्व विषय संपल्यावर अध्यक्ष सदस्यांचे आभार मानतात व 'सभा संपली' असे जाहीर करतात.

सभावृत्तांतात सभा संपल्याची वेळ नोंदवावी लागते.

ग्रामपंचायतीची सभा सर्वांसाठी खुली असते का?

ग्रामपंचायतीसमोर चालू असलेली कोणतीही चौकशी किंवा चर्चा गुप्तपणे करण्यात येणार आहे, असे ग्रामपंचायतीच्या सभेच्या अध्यक्षांनी ठरवले असले तरच त्या सभेस ग्रामपंचायतीच्या सदस्यांशिवाय इतर कोणाला बसता येत नाही. इतर सर्व सभा लोकांसाठी खुल्या असाव्या लागतात. परंतु ग्रामपंचायतीच्या सभेच्या कामकाजात व्यत्यय आणणाऱ्या व्यक्तीस सभेच्या ठिकाणापासून बाहेर घालवण्याचा अधिकार सभेच्या अध्यक्षांना आहे.

सभावृत्तांताचे महत्त्व

ग्रामपंचायतीच्या सभावृत्तांताचे लेखन हा एक महत्त्वाचा दस्तऐवज आहे. सभावृत्तांताचे लेखन करताना सुरुवातीस वाराचे नाव लिहून तारीख लिहितात. त्यानंतर सभा सुरू झाल्याची वेळ लिहितात. त्यानंतर सभा ज्या सार्वजनिक ठिकाणी घेतली जाते त्या ठिकाणाचे नाव स्पष्ट लिहावे लागते. त्यानंतर सभेला हजर असणाऱ्या सरपंच, उपसरपंचांसह सर्व सदस्यांची नावे लिहितात.

ठराव लिहिण्याची विशिष्ट पद्धत

सरपंचानी बोलावलेल्या पहिल्या सभेत पहिल्या विषयावर झालेला ठराव हा या पंचायतीचा पहिला ठराव होय. ही पंचायत जितके दिवस कारभार करते त्या काळात केलेल्या ठरावांना चढत्या क्रमाने ओळीने ठराव क्रमांक दिले जातात. ठराव क्रमांक लिहिल्यावर ठराव सविस्तर लिहिला जातो. संबंधित विषयांवर चर्चा होऊन काही दुरुस्त्या मान्य झाल्या असतील तर त्या दुरुस्त्यांसह ठराव लिहिण्यात येतो.

ज्या सदस्याने ठरावाची सूचना केली असेल त्याचे नाव 'सूचक' असा शब्द लिहून तसेच त्या ठरावाला अनुमोदन देणाराचे नाव 'अनुमोदक' शब्द लिहून त्यापुढे नाव लिहिले जाते. विषयावर चर्चा होताना काही सदस्यांनी वेगळी मते व्यक्त केली असतील तर ठरावाच्या बाजूने मते देणारे व ठरावाच्या विरूद्ध मते देणारे असे दोन भाग पाडून त्या त्या भागाखाली संबंधितांची नावे लिहावी लागतात. ठरावावर मत देताना काही सदस्य तटस्थ राहिले असतील तर तटस्थ शब्द लिहून त्यापुढे त्यांची नावे लिहितात. या नोंदीनंतर शेवटी या ठरावाच्या खाली 'ठराव बहुमताने पारित झाला' असे लिहितात. सर्वच सदस्य ठरावाला अनुकूल असतील आणि मतदान घ्यावेच लागले नाही तर 'ठराव एकमताने पारित झाला' असे लिहितात.

सर्व ठरावांचे लेखन झाल्यावर पुढील मजकूर लिहितात. 'येणेप्रमाणे सभेचे कामकाज होऊन उपस्थित सदस्यांचे सरपंचांनी आभार मानले व सभा ठीक --- वाजता संपली असे सरपंचांनी जाहीर केले.' ग्रामपंचायतीच्या सभेचा वृत्तांत बांधणी केलेल्या पुस्तकात लिहावा लागतो. शेवटी सभेच्या अध्यक्षांनी सही करावी लागते. त्या सभेला हजर असणाऱ्या सदस्यांनी सह्या कराव्या लागतात.

ग्रामपंचायतीच्या खास सभा कधी घेतल्या जातात?

ग्रामपंचायतीची सभा दरमहा होते. तथापि सदस्यांनी मागणी केल्यास खास सभा बोलावता येते. ही सभा आठ दिवसांच्या आत बोलवावी लागते. फक्त अशा सभेची मागणी निम्म्यापेक्षा जास्त सभासदांनी लेखी करावी लागते. या सभासदांच्या मागणीवरून बोलावलेल्या सभेस गणपूर्ती झाली नाही तर ती सभा विसर्जित करावी लागते. सरपंचही स्वत: खास सभा बोलावू शकतात. जिल्हा परिषदेची स्थायी समिती, पंचायत समिती किंवा मुख्य कार्यकारी अधिकारी हेही ग्रामपंचायतीची खास सभा बोलावण्यास सरपंचाना सांगू शकतात.

स्थायी समिती, पंचायत समिती किंवा मुख्य कार्यकारी अधिकारी यांच्या आदेशाप्रमाणे आठ दिवसांच्या आत अशी सभा बोलावावी लागते. खास सभेची नोटीस किमान एक पूर्ण दिवस (म्हणजे तीन दिवस) अगोदर द्यावी लागते. खास सभेच्या विषयपत्रिकेत ज्या विषयाकरिता सभा बोलावली जाते तोच विषय घेता येतो आणि त्या विषयावर चर्चा होते. मागील सभेचा कार्यवृत्तांत या सभेत वाचून दाखवत नाहीत. वरीलप्रमाणे खास बोलावलेल्या सभा ग्राम पंचायतीच्या मासिक सभेप्रमाणेच घ्यायच्या असतात. सभासदांच्या सह्या, गणपूर्ती, विषयवार चर्चा, सूचक, अनुमोदक, मतदान इत्यादी सर्व बाबी मासिक सभेप्रमाणे अनुसरण्यात येतात. सभावृत्तांतही मासिक सभेच्या सभावृत्तांताप्रमाणे लिहावा लागतो.

ग्रामपंचायतीच्या सभांचे वृत्तांत कोणाकडे पाठवावे लागतात?

ग्रामपंचायतीची मासिक सभा, तहकूब सभा आणि खास सभा यांचे सभावृत्तांत सभा झाल्यापासून सात दिवसांत पंचायत समितीचे सभापती आणि जिल्हा परिषदेच्या स्थायी समितीचे अध्यक्ष यांना पाठवावे लागतात.

ग्रामपंचायतीच्या कारभारात ग्रामस्थांचा सहभाग कसा असावा?

ग्रामस्थांचा ग्रामपंचायतीच्या कारभारात सहभाग कसा असावा याबाबत कायद्याच्या कलमात अगर नियमात तरतूद नसली तरी ते ग्रामपंचायतीच्या सभेला जाऊन ग्रामपंचायतीत आपण निवडून दिलेले सदस्य कसे काम करतात हे पाहू शकतात. तसेच ग्रामसभेच्या माध्यमातून ग्रामपंचायतीच्या कारभारात सहभागी होऊ शकतात. ग्रामपंचायतीने निर्माण केलेल्या सोयीसुविधा या सर्वांसाठीच निर्माण केलेल्या असल्यामुळे त्यांची काळजी घेणे ग्रामस्थांचे कर्तव्य आहे, तसेच ती त्यांची जबाबदारी आहे. उदाहरणार्थ बोअर वेल (हापसा), नळ कोंडाळे, रस्त्या शेजारची गटारे आणि पूल, विजेचे दिवे, नळपाणी पुरवठा योजनेचे पाइप, इंजिन/पंप, शाळेची व बालवाडीची इमारत अशा कितीतरी गोष्टी आहेत. तसेच या गोष्टीची नासधूस करण्यापासून परावृत्त करणे हेही सर्वांचे कर्तव्य आहे.

ग्रामपंचायतीचे रस्ते आणि ग्रामपंचायतीची जमीन, गायराने यावर अतिक्रमण न करणे व कोणी केल्यास त्यास विरोध करणे किंवा ते कृत्य ग्रामपंचायतीच्या निदर्शनास आणणे हे प्रत्येक ग्रामस्थाचे कर्तव्य आहे. ग्रामपंचायतीची मालमत्ता ही शेवटी लोकांचीच मालमत्ता आहे. तिचा वापर व देखभाल आणि देखरेख स्वत:च्या मालमत्तेप्रमाणे करणे ही प्रत्येक ग्रामस्थाची जबाबदारी आहे.

मासिक सभा सुरू असताना काही सदस्यांनी सभात्याग केल्याने कोरम कमी झाल्यास पुढे काय कार्यवाही करावी?

नियम ९ (२) - सदस्यांनी सभात्याग केल्यानंतर किमान १५ मिनिटे व कमाल ३० मिनिटे वाट पाहून पुन्हा कोरम झाला नाही, तर सभा तहकूब करावी. अध्यक्षांनी पुढील सभेची तारीख जाहीर करावी. नियम १४ अनुसार तहकूब सभेची सूचना नोटीस बोर्डवर लावावी. सर्वांना अजेंडा देण्याची गरज नाही. काही कामकाज झाल्यानंतर सभा तहकूब करावी लागत असेल तर ज्या विषयावर चर्चा करणे बाकी आहे, त्याच विषयाचा अजेंडा नोटीस बोर्डवर लावणे आवश्यक आहे.

मासिक सभा तहकूब झाल्यानंतर पुन्हा ती किती दिवसांनी घ्यावी?

नियम ९ (२) अनुसार सभेचा दिवस सोडून पुढील कोणत्याही दिवशी घ्यावी. त्यासाठी नियम १४ नुसार नोटीस काढावी. (मासिक सभा जास्तीत जास्त किती लांबवावी याबाबत नियमात तरतूद नाही; पण कलम ३६ अनुसार प्रत्येक महिन्यात एक सभा ही तरतूद लक्षात घ्यावी.)

मासिक ठरावाची अंमलबजावणी ठराव मंजूर झाल्यानंतर करावी की ठराव कायम झाल्यानंतर करावी?

कलम ३८ (१) अ अनुसार सरपंचाच्या मते कोणत्याही विषयावरील ठराव हा त्या गावच्या व्यापक हितास बाधा आणत असेल तर त्या ठरावाची अंमलबजावणी सरपंच थांबवतील. पुढील ग्रामसभेत ठरावाच्या मान्यतेनंतरच त्याची अंमलबजावणी होईल. तसेच कोणतेही अनौपचारिक वित्तीय कामकाज हे विषय सूचीत असल्याखेरीज चालवता येत नाही. म्हणजे ठरावाच्या अंमलबजावणीस वृत्तांत कायम करणे अपेक्षित नाही.

मासिक सभेच्या दिवशी सरपंच, उपसरपंच व सदस्य उपस्थित न राहिल्यास काय करावे?

याबाबत नियमांत काही तरतूद नाही. यासाठी पंचनामा करून सभेची वेळ, ठिकाण, गैरहजरी यांची नोंद करावी व तसा अहवाल गटविकास अधिकारी यांना मार्गदर्शनासाठी पाठवावा. जर ग्रामपंचायत उदासीन असेल, तर ती बरखास्त होऊ शकते. तसेच कर्तव्यात कसूर म्हणून कलम ३८ (१) अनुसार ग. वि. अ. यांनी कार्यवाही करणे अभिप्रेत आहे.

सभेचे इतिवृत्त सभा झाल्यानंतर बंद करावे की इतिवृत्त कायम झाल्यावर बंद करावे ?

नियम ४० अनुसार त्या त्या वेळी सभा वृत्तान्त लिहून त्यावर सरपंच किंवा सभा अध्यक्ष यांनी सही केली पाहिजे. त्याच वेळी सभा वृत्तान्त बंद व कायम करणे अपेक्षित नाही.

मासिक सभा कोरमअभावी तहकूब झाली, तर किती वेळा तहकूब करावी?

नियम १० अनुसार तहकूब सभेला कोरमची आवश्यकता नाही. सभेतील विषयावर एक जरी सदस्य उपस्थित असेल, तरी तोच सूचक व अनुमोदक असेल. एकही सदस्य उपस्थित नसल्यास मासिक सभा किती वेळा तहकूब करावी याबाबत नियमांत तरतूद नाही. पण महिन्यात एक सभा झाली पाहिजे असा नियम आहे.

२५ जून २०१४च्या शासन निर्णयानुसार मासिक सभेच्या इतिवृत्तावरच (प्रोसिडिंग बुक) सदस्यांनी सही करून आपली उपस्थिती दर्शवायची आहे. परंतु काही सदस्य प्रोसिडिंग बुकवर सही न करता वेगळ्या रजिस्टरवर सही

करून आपली उपस्थिती दाखवतात. अशा वेळी एखादा सदस्य अपात्र होऊ शकतो का ?

शासन निर्णयानुसार सभांचे इतिवृत्त व उपस्थिती नोंदविणेबाबत नमुना निश्चित करून दिलेला आहे. त्या नमुन्यातच इतिवृत्त व उपस्थिती नोंदविणे ही सचिवाची जबाबदारी आहे. परंतु सदरील शासन निर्णयाची अंमलबजावणी ग्रामपंचायतीने केली नसेल व स्वतंत्र उपस्थिती नोंद ठेवली असेल, अशा प्रकरणामध्ये कोणताही सदस्य दोषी असू शकणार नाही. तसेच जर ग्रामपंचायतीने शासन निर्णयातील नमुन्यात इतिवृत्त व उपस्थिती ठेवली असेल व सदस्यांनी त्यावर सही केली नसेल, तर तो सदस्य त्या सभेस अनुपस्थित आहे असेच मानले जाईल व तो अधिनियम कलम ४० (१) अनुसार कारवाईस पात्र असेल.

■ ■ ■

ग्रामसभा : गावाची संसद

ग्रामसभा या शब्दाचा शब्दशः अर्थ होतो, 'पंचायतीच्या क्षेत्रामध्ये अंतर्भूत असलेल्या गावाशी संबंधित मतदार याद्यांमध्ये नोंदलेल्या व्यक्तींचा समावेश असलेली संस्था'. गावाचे नागरिक असलेली प्रत्येक व्यक्ती ग्रामसभेत भाग घेऊ शकते.

ग्रामपंचायतीची सर्वांत महत्त्वाची भूमिका असते ती ग्रामसभेच्या सभा घेण्याची. ग्रामसभांच्या माध्यमातून ग्रामस्थांचा आवाज स्थानिक स्वराज्य संस्थांपर्यंत पोहोचू शकतो. आपल्या गावात ग्रामसभा घेतली जाते का, त्यामध्ये सगळे जण सहभागी होतात का गावातील प्रत्येकाचे मत विचारात घेतले जाते का, सार्वजनिक किंवा वैयक्तिक प्रश्नांकडे गांभीर्याने पाहिले जाते का, हे प्रत्येकाने पाहणे गरजेचे असते. गावाच्या सर्वांगीण विकासासाठी ग्रामसभा नियमित घेणे आवश्यक असते, त्यामुळे सर्वांचा एकमेकांशी सुसंवाद राहण्यास मदत होते.

गावात होणारा एखादा नवीन बदल सर्वांना समजतो. योजनांची माहिती होते. पर्यायाने त्याचा चांगला परिणाम गावावर होतो. कोणत्याही गावाचे यश हे त्या गावातील ग्रामसभेवर अवलंबून असते.

ग्रामसभांकडे गाव कसे पाहते, त्यावर त्या गावाची प्रगती ठरलेली असते. ज्या गावातील ग्रामसभेत गावातील प्रत्येक घटकाचे स्वागत केले जाते, त्या गावात लोकशाही बळकट आहे असे मानण्यात येते. काही गावांमध्ये ग्राम-सभांकडे पाहण्याची वृत्ती उदासीन दिसून येते. ही वृत्ती आपल्या स्वतःच्या आणि गावाच्या दृष्टीनेही योग्य नाही, हे प्रत्येकाने लक्षात ठेवले पाहिजे. गावातील प्रत्येक ग्रामस्थाने ग्रामसभेसाठी उपस्थित राहिले पाहिजेच; पण त्यांच्याबरोबरच ग्रामपंचायतीच्या सभासदांनीही ग्रामसभेच्या बाबतीत उत्साह दाखवला पाहिजे.

ग्रामपंचायतीतील सदस्यांची ग्रामसभेच्या संदर्भात काही कर्तव्ये असतात. ती कर्तव्ये त्यांनी वेळच्या वेळी जबाबदारीने पार पाडावी लागतात. ग्रामपंचायतीतील सरपंच, उपसरपंच, इतर सदस्य, सचिव या सर्वांनीच ग्रामसभा घेण्यासाठी पुढाकार घ्यावा लागतो. गावातील इतर लोकांना ग्रामसभेत सामावून घ्यावे लागते. त्यांना ग्रामसभेत आपले प्रश्न मांडण्यास प्रोत्साहन द्यावे लागते. ग्रामसभेमध्ये कोणाचा आवाज दडपला जात नाही ना, याकडे लक्ष द्यावे लागते. प्रत्येकाला आपले मत मांडण्याचे स्वातंत्र्य द्यावे लागते.

गावातील अस्वच्छतेचे, अनारोग्याचे प्रश्न असोत, किंवा कोणाचे संबंधित अथवा स्वत:चे वैयक्तिक प्रश्न असोत, ते मांडण्याचे ग्रामसभा हे व्यासपीठ असते.

ग्रामसभेसाठी आवश्यक उपस्थिती संख्या

ग्रामसभेला एकूण मतदारांच्या १५ टक्के व्यक्ती किंवा १०० मतदार यापैकी जी संख्या कमी असेल तितकी उपस्थिती आवश्यक असते. अनुसूचित क्षेत्रातील ग्रामसभेसाठी ही अट २५% किंवा १०० अशी आहे.

ग्रामसभेचे पदाधिकारी कोण असतात?

ग्रामसभेला पदाधिकारी नाहीत. ग्राम सभेला एक अध्यक्ष आहे. परंतु ग्रामपंचायतीच्या सरपंचांनीच ग्रामसभेच्या अध्यक्षांचे काम पाहावयाचे आहे. सरपंच गैरहजर असतील तर ते काम उपसरपंचाने पाहावयाचे आहे. प्रत्येक आर्थिक वर्षातील पहिल्या ग्रामसभेचे अध्यक्ष सरपंच असतात. इतर सर्व ग्रामसभांचे अध्यक्ष ग्रामसभा सरपंच किंवा सुचविल ती व्यक्ती होऊ शकते.

ग्रामसभेच्या वर्षातून किती बैठका व्हायला पाहिजेत?

ग्रामपंचायतीच्या कारभाराचे वर्ष एप्रिल महिन्याच्या १ तारखेला सुरू होते आणि ते त्यानंतर येणाऱ्या मार्च महिन्याच्या ३१ तारखेला संपते. या वर्षाला आर्थिक वर्ष किंवा वित्तीय वर्ष असे म्हणतात. प्रत्येक वित्तीय वर्षात **ग्रामसभेच्या किमान चार बैठका** व्हाव्या लागतात. १ मे, १५ ऑगस्ट, नोव्हेंबरमध्ये व २६ जानेवारी अशा ४ बैठका होणे आवश्यक आहे. गरज पडली तर तालुका पंचायत समिती, जिल्हा परिषदेची स्थायी समिती आणि जिल्हा परिषदेचे मुख्य कार्यकारी अधिकारी यांनी सांगितले तर विशेष ग्रामसभेच्या बैठकाही बोलवता येतात. (२ ऑक्टोबरची ग्रामसभा रद्द करणण्यात आली.)

ग्रामसभेची बैठक बोलवण्याचे अधिकार कोणाला असतात?

ग्रामसभेची बैठक बोलविण्याचे अधिकार सरपंचांना दिलेले आहेत. सरपंचाचे पद रिकामे असेल किंवा ते रजेवर असतील तर उपसरपंचांनी बैठक बोलवावी.

सरपंचांनी किंवा उपसरपंचांनी ग्रामसभा बोलावली नाही तर –

जर सरपंच किंवा त्यांच्या गैरहजेरीत उपसरपंच यांनी पुरेशा कारणाशिवाय अशा सभा बोलवल्या नाहीत तर, सरपंच वा उपसरपंच जो त्याला जबाबदार असेल तो ह्या पदावर राहण्यास अपात्र ठरतो. तालुका पंचायत समिती, स्थायी समिती आणि मुख्य कार्यकारी अधिकारी यांनी सांगितलेली बैठक सरपंचांनी बोलावली नाही तर, मुख्य कार्यकारी अधिकारी गट विकास अधिकाऱ्यांना सांगून बैठक घेऊ शकतात. या बैठकीचे कामकाज गटविकास अधिकारी यांच्या अध्यक्षतेखाली किंवा त्यांच्या प्रतिनिधींच्या अध्यक्षतेखाली पार पाडण्यात येते.

बैठकीची नोटीस कधी काढावी?

ग्रामसभेची बैठक बोलवण्याच्या निमंत्रण पत्रास 'नोटीस' असे म्हणतात. ही नोटीस बैठकीच्या अगोदर पूर्ण ७ दिवस म्हणजे नोटीस काढण्याचा व बैठकीचा दिवस सोडून ७ दिवस (म्हणजे एकूण ९ दिवस) आधी काढावी लागते. या नोटीसीमध्येच 'सभेचा अजेंडा' म्हणजे विषय दिलेले असतात. अनुसूचित क्षेत्रातील ग्राम सभेची नोटीस १५ दिवस आधी काढावी लागते.

बैठक कुठे घ्यावी?

बैठक कोणत्या ठिकाणी होणार त्या जागेचे नाव नोटिसीत लिहावे लागते. एखाद्या ग्रामपंचायतीत अनेक महसुली गावे असतील तर नोटिसीत कोणत्या गावी बैठक होणार तेही लिहावे लागते. अशा गावांच्या ग्रामसभेची प्रत्येक वित्तीय वर्षातील पहिली बैठक ग्रामपंचायतीचे कार्यालय ज्या गावात असेल त्याच गावी घ्यावी लागते. आधीच्या बैठकीत हे ठरवावे. बैठक ग्रामपंचायतीच्या कार्यालयात घेता येते तसेच चावडीत किंवा इतर सार्वजनिक ठिकाणीही घेता येते. खाजगी जागेत बैठक घेता येत नाही.

ग्रामसभेच्या बैठकीआधी कोणत्या बैठका होणे आवश्यक आहे?

१. शासनाने सांगितलेल्या ग्रामसभेच्या वर्षातील ४ बैठकांच्या आधी गावातील महिलांच्यादेखील ४ बैठका होणे आवश्यक आहे. महिलांच्या सभेला कोरमची म्हणजेच गणसंख्येची अट नाही. मात्र त्यांच्या सभेत झालेले सर्व प्रस्ताव नियमित ग्रामसभेत विचारार्थ मांडणे बंधनकारक आहे.

२. ग्रामसभेच्या बैठकांना गावातील जास्तीत जास्त लोकांनी उपस्थित राहावे यासाठी ग्रामपंचायतीच्या प्रत्येक वॉर्डात संबंधित सदस्याने 'वॉर्डसभा' (प्रभागसभा) घेऊन त्यात वॉर्डाच्या विकासाचे मुद्दे, वैयक्तिक लाभाच्या योजनांसाठी लाभार्थींची निवड करुन ती ग्रामसभेसमोर मांडावी, अशी सुधारणा नियमात करण्यात आली आहे.

३. प्रत्येक ग्रामसभेपूर्वी ग्रामपंचायतीची सभा होणे आवश्यक आहे. त्यात ग्रामसभेच्या अजेंड्याची पूर्वतयारी करता येते.

ग्रामसभेच्या बैठकीत सूचना मांडता येतात का? अशा सूचना कोण मांडू शकतो ?

ग्रामसभेच्या बैठकीत कोणतीही सूचना मांडण्याची एखाद्या व्यक्तीची इच्छा असल्यास त्याने त्या बैठकीच्या तारखेच्या कमीत कमी दोन दिवस आधी बैठक बोलावणाऱ्याकडे लेखी सूचना द्यावी. अशी सूचना बैठकीत ठेवावी की ठेवू नये ते बैठक बोलावणाराने ठरवावे लागते. त्यासाठी ती ग्रामपंचायतीच्या सभेपुढे ठेऊन योग्य निर्णय घ्यावा. मात्र अशी सूचना क्षुल्लक स्वरूपाची असेल, सूचनेची भाषा अपमानास्पद असेल, सूचना बदनामीच्या स्वरूपातील असेल, लोकहितविरोधी असेल, न्यायालयात गेलेल्या बाबींसंबंधी असेल तर ती नाकारता येते.

मागील सभेचा वृत्तांत कायम कसा केला जातो?

सभेची गणपूर्ती झाल्यानंतर सुरुवातीस मागील सभेचा वृत्तांत सभेपुढे वाचून दाखवावा लागतो. नंतर अध्यक्षांनी तो वृत्तांत स्वत: वाचून तो कायम केल्याबद्दलचा शेरा लिहून त्याखाली सही करावी लागते. त्यानंतर पुढील विषय चर्चेत घ्यावयाचे असतात.

ग्रामसभेच्या कोणत्या बैठकी महत्त्वाच्या आहेत ?

ग्रामपंचायतीचे आर्थिक वर्ष एप्रिलला सुरू होऊन ३१ मार्चला संपते. आर्थिक वर्ष संपल्यानंतर पहिल्या दोन महिन्यांत ग्रामसभेची जी बैठक होते ती पहिली बैठक होय. या बैठकीत पुढील विषय अग्रक्रम देऊन घ्यावेच लागतात.

१. मागील वर्षातील विकास कामाच्या प्रशासन अहवालाचे वाचन करणे.
२. मागील वर्षाच्या जमाखर्चाचे बाबवार वाचन करणे.
३. मागील लेखापरीक्षण अहवालाचे वाचन करणे आणि गेल्या वर्षात लेखापरीक्षण अहवालाला जी उत्तरे दिली असतील त्याचे वाचन करणे.
४. मंजूर अंदाजपत्रकाचे वाचन व त्यानुसार चालू वर्षात घ्यावयाच्या विकास कामांची माहिती.
५. पंचायत समिती, जिल्हा परिषदेची स्थायी समिती किंवा जिल्हा परिषदेचे मुख्य कार्यकारी अधिकारी यांनी सुचवलेले विषय आणि राज्य सरकारने सुचवलेले विषय घ्यावे लागतात.

यांशिवाय ग्रामपंचायतीला आवश्यक असणारे विषय घेता येतात.

ग्रामसभेच्या बैठकीच्या नियमानुसार दरवर्षी नोव्हेंबरमध्ये घेतली जाणारी बैठक महत्त्वाची आहे. त्यावेळी पुढील विषय घेतले जावेत असा संकेत आहे. सहा महिन्यांचा जमाखर्च, या वर्षात झालेली विकास कामे, राहिलेल्या कालावधीत करावयाची विकासकामे, इत्यादी (पुढील वर्षाचे अंदाजपत्रक पंचायत समितीत पाठविण्याचे बंधन आहे. त्यासाठी ३० नोव्हेंबरला एक ग्रामसभा घेऊन त्यास मान्यता घ्यावी लागते.)

ग्रामसभेच्या बैठकीला उपस्थित असलेल्या लोकांपैकी कोणी प्रश्न विचारल्यास सरपंच तसेच ग्रामसेवकाने त्याला उत्तरे दिली पाहिजेत. पुढील काळात करावयाची विकास कामे या विषयावरसुद्धा ग्रामसभेमध्ये चर्चा घडवून आणली पाहिजे.

ग्रामसभा तहकूब होऊ शकते का आणि झाल्यास काय करायचे?

ग्रामसभेसाठी पुरेसे सदस्य वेळेवर उपस्थित झाले नाहीत तर अशी ग्रामसभा तहकूब करावी लागते. तसेच चालू असलेल्या ग्रामसभेतील काही विषय वेळेअभावी शिल्लक राहिले तर, उपस्थित सदस्यांच्या सहमतीने अशी सभा तहकूब करता येते.

तहकूब करण्यात आलेल्या सभेच्या बाबतीत सभेला उपस्थित असलेल्या सभासदांसमोर तहकूब सभेची पुढील तारीख, वेळ, ठिकाण त्याच सभेत अध्यक्षांनी जाहीर केले पाहिजे. अशा तहकूब सभेला कोणत्याही नवीन विषयांचा विचार करता येत नाही. या सभेला गणपूर्तीची (कोरमची) अट नसते.

ग्रामसभेचा सभावृत्तांत लिहिण्यासाठी ग्राम सेवक उपस्थित नसेल तर ते कोणी लिहावे?

सभावृत्तांत (प्रोसेडिंग) लिहिण्यासाठी ग्रामसेवक अनुपस्थित असल्यास गावातील शिक्षक, अंगणवाडीताई, तलाठी अशा शासकीय किंवा निमशासकीय कर्मचाऱ्यांना तयार करावे असा नियम आहे.

ग्रामसभेला शासकीय कर्मचाऱ्यांना बोलावता येते का?

खरेतर ग्रामसभेच्या नियमांतच अशी तरतूद आहे, की ग्रामसभांच्या बैठकांना ग्रामपंचायत हद्दीतील शासकीय व निमशासकीय कर्मचाऱ्यांना बैठकीला उपस्थित राहणे बंधनकारक आहे.

मात्र सभेचा अजेंडा (कार्यक्रमपत्रिका) त्यांना देणे आवश्यक आहे. अजेंडा देऊनही त्यांना बैठकीला येणे शक्य होत नसेल तर त्यांनी तसे लेखी ग्रामसभेच्या बैठकीपूर्वी ग्रामपंचायतीला कळवणे आवश्यक आहे.

ग्रामपंचायत हद्दीतील शासकीय व निम शासकीय कर्मचारी म्हणजे कोण?

शिक्षक, अंगणवाडी सेविका, तलाठी, पोलीस पाटील, कोतवाल, पोलीस शिपाई, ग्रामसेवक, पाणी पुरवठा कर्मचारी, वायरमन, आरोग्य सेवक/सेविका इत्यादी.

ग्रामसभा ही ग्रामपंचायतीचे शक्तिस्थान आहे. ग्रामसभेच्याद्वारे गावातील सर्व लोकांना आपले प्रश्न सोडवून घेण्याचे हे एक प्रभावी व्यासपीठ आहे. मात्र त्यासाठी गावातील लोकांची जागरुकता वाढवणे आवश्यक आहे.

- ग्रामसभेच्या विकास समित्यांसाठी काम करताना काही निकष आखून दिलेले असले, तरी ग्रामसभेला तिच्या स्वेच्छानिर्णयानुसार महिला मंडळे, युवक संघ इत्यादींसारख्या गावपातळीवरील संस्थांच्या सदस्यांनाही सामावून घेता येईल.

ग्रामविकास समितीच्या संदर्भात काही नियम आहेत; ते पुढीलप्रमाणे :

- ग्रामविकासाच्या प्रक्रियेत शिक्षक, तलाठी, अंगणवाडी सेविका, गावातील पाणीवाले, ग्रामीण भागात काम करणारे शासनाचे, जिल्हा परिषदेचे कोणतेही अधिकारी वा कर्मचारी यांना सामावून घेतल्यास गावाचा विकास अधिक चांगल्या पद्धतीने होण्यास मदत होते. मात्र, निवडक प्रतिनिधींशिवाय आमंत्रित केलेल्या लोकांना विकास समितीसाठी मतदान करता येत नाही.
- ग्रामविकास समितीच्या लेख्यांचे वार्षिक विवरण व कामकाज, दैनंदिन सोयीसाठी स्वतंत्रपणे ठेवण्यात यावेत, जतन करण्यात यावेत. त्यासाठी फाईल बननावी लागते.
- ग्रामविकास समितीचे अधिकार, कर्तव्ये आणि कार्ये काढून घेण्याच्या आणि ग्राम पंचायतीला तिची कार्ये परत घेऊ देण्याच्या उद्देशाने खास बैठक बोलवावी लागते. त्यामध्ये दोन तृतीयांशाहून अधिक बहुत त्या बैठकीत असावे लागते. ग्रामविकास समितीची ही वैशिष्ट्ये समजून घेऊन गावात भरपूर काम करणे शक्य आहे.

ग्रामविकास समिती

आपले गाव चांगले असावे असे प्रत्येकालाच वाटते. कोणतेही गाव अस्तित्वात येते तेव्हा ते सर्व सुखसोयींनी युक्त नसते. गावात राहणाऱ्या लोकांच्या गरजेप्रमाणे गावात सोयी केल्या जातात. लोकसंख्या जसजशी वाढत जाते तसतशी ग्रामविकासाची व्याप्तीही वाढत जाते. गावाच्या विकासाची दिशा ठरवताना एक किंवा अधिक ग्रामविकास समित्या स्थापन करणे आवश्यक ठरते. या समित्यांना ग्रामपंचायतीचे मानसिक पाठबळ असणे गरजेचे असते. ग्राम पंचायतीच्या सदस्यांबरोबरच गावपाळीवरील सामाजिक कार्यकर्ते, गावातील ज्येष्ठ नागरिक आणि शाळा, अंगणवाड्या यांचा सहभाग महत्त्वाचा मानला जातो. अशा समित्यांची मुदत पंचायतीच्या मुदतीएवढी असते.

ग्रामविकास समितीतील सदस्यांची संख्या १२ पेक्षा कमी नसावी आणि २४ पेक्षा जास्त नसावी, असा नियम आहे. ग्रामविकास समितीतील सदस्यांपैकी पंचायतीच्या सदस्यांची संख्या एक तृतीयांशापेक्षा कमी नसेल याची काळजी घ्यावी लागते. ग्रामसभेच्या सदस्यांपैकी एक द्वितीयांशपेक्षा कमी नसेल इतकी महिलांची संख्या असावी लागते, तसेच त्यामध्ये अनुसूचित जाती-जमाती यांच्यासाठीही राखीव जागा असतात. ग्रामविकास समित्यांना ग्राम विकासाबाबत ग्रामपंचायतीशी विचारविनिमय करावा लागतो. या समित्यांना त्यांची कर्तव्ये आणि कार्यकक्षा समजावून देण्याचे काम ग्रामसभा करतात. ग्रामसभेने नेमून दिलेल्या अधिकारांचा वापर ग्रामविकास समित्यांना करता येतो.

- ग्रामसभा, जिल्हा परिषद, सरकार किंवा इतर कोणतेही संबंधित सार्वजनिक प्राधिकरण यांच्याकडून ग्रामपंचायतीकडे वेळोवेळी सोपवण्यात आलेली कामे पार पाडण्याची जबाबदारीही बऱ्याच वेळा ग्रामविकास समित्यांवर असते.
- ग्रामविकास समिती ही केवळ महिला वा दुर्बल वर्गाच्या हितासाठी करायच्या कृती कार्यक्रमांसाठी, योजनांसाठी किंवा उपयुक्ततेसाठी अस्तित्त्वात आली असेल, तेव्हा अशा समितीतील महिला सदस्यांची संख्या एकूण सदस्यांच्या तीन चतुर्थांशापेक्षा जास्त असावी लागते.

तहकूब ग्रामसभा किती दिवसांनी घेता येईल?

तहकूब ग्रामसभा किती दिवसांनी घ्यावी अशी स्पष्ट तरतूद नियमांत नाही. मात्र कलम ७(१) च्या परिच्छेद ३ अनुसार दोन ग्रामसभांतील अंतर ४ महिने असणे हे बंधन पाळले पाहिजे. म्हणजे तहकूब ग्रामसभा ही पहिली ग्रामसभा झाली आहे त्या दिवसापासून किमान चार महिन्यांच्या आत घ्यावीच लागेल.

तहकूब ग्रामसभेत तंटामुक्त समिती बदलता येईल का?

नाही. कारण नियम ११ (३) अनुसार तहकूब सभेत कोणतेही इतर नवीन विषयाचे कामकाज चालविता येत नाही अशी तरतूद आहे.

विशेष ग्रामसभेला कोरमची आवश्यकता आहे का?

नियम ५ अनुसार ग्रामसभेचे दोन प्रकार आहेत - १) साधारण सभा २) असाधारण सभा (विशेष ग्रामसभा नाही). फक्त नोटीस काढण्याचा कालावधी वेगळा आहे. दोन्हीही ग्रामसभांना कोरमची सूट दिलेली नाही. म्हणजे कोरमची आवश्यकता आहे.

विशेष ग्रामसभेमध्ये किती व कोणते विषय घेता येतात?

नियम ४ अन्वये सरपंचास अशी ग्रामसभा बोलावण्याचा अधिकार आहे. तसेच स्थायी समिती, पंचायत समिती किंवा मुख्य कार्यकारी अधिकारी यांनी ज्या विषयासाठी ग्रामसभा घेण्याचे आदेश दिले आहेत, त्याविषयी सुधारित कायद्यानुसार कलम ३८ अन्वये विषय सूची अंतिम करण्याचे अधिकार सरपंच यांना आहेत. (तरीही असाधारण ग्रामसभा ही विशेष परिस्थिती निर्माण झाली असेल तरच घेणे अभिप्रेत आहे.)

ग्रामसभेस उपस्थिती कोरम पूर्ण आहे, परंतु दवंडी दिली नाही म्हणून ग्रामसभा तहकूब करता येईल का?

नियम ६ (अ आणि ब)च्या तरतुदीनुसार सभेची प्रसिद्धी जर दिली नाही आणि त्यावर कोणाचा आक्षेप आल्यास सभा तहकूब करावी लागेल. (ग्रामसेवकाने तसे मत नोंदवले पाहिजे). शासन परिपत्रक २५ जून २०१३ व ७ फेब्रुवारी २०१४ अनुसार मासिक व ग्रामसभेची प्रसिद्धी मोबाईल, कॉम्प्युटर (संगणक), एस.एम. एस.द्वारे करणे बंधनकारक आहे. तसे न केल्यास व त्यावर आक्षेप आल्यास कामकाज थांबवावे लागेल.

ग्रामसभेत मतदानाची मागणी झाल्यास कोणती पद्धत वापरावी?

नियम १४ अनुसार अध्यक्षांनी कामकाजाचे विषय आणि व्यवस्था राखणे यासाठी आवश्यक असलेले अधिकार अध्यक्षांना आहेत. कलम ७ टीप ५ ई (१०) अनुसार 'मतदान हात वर करून घ्यावे' असे नमूद केले आहे.

ग्रामसभा नियमांत अशी तरतूद नाही, मात्र ग्रामसभा ही स्वायत्त संस्था असून घटनेने ती संवैधानिक मानली आहे. त्यामुळे ती जो निर्णय घेईल तो व्यापक हिताचा असेल. तो निरस्त करण्याचा अधिकारदेखील ग्रामसभेलाच आहे. मात्र ग्रामसभेने तो अधिकार वापरला नाही व एखाद्या ठरावामुळे कोणाला आक्षेप असेल, तर कलम १४२ अनुसार स्थायी समितीकडे तक्रार देता येईल. स्थायी समिती याबाबत यथोचित निर्णय घेण्यास सक्षम आहे.

अध्यक्षांच्या परवानगीने येणाऱ्या विषयाला सूचक कोण असतो?

नियम १ टीप १चा परिच्छेद २ व नियम ९ प्रमाणे ऐनवेळचे विषय घेण्याची तरतूद

आहे. म्हणजे ज्याला कोणाला ऐनवेळचा विषय मांडायचा आहे, त्याने ग्रामसभेच्या दोन दिवस अगोदर अशी नोटीस सरपंचांच्या नावे दिली पाहिजे. नोटिशीचा विषय ग्रामसभेच्या अगोदरच्या दिवशी मासिक सभेत ठेवून विषय मांडण्याची परवानगी द्यावी की नाही हे ठरवले जाते. परवानगी दिली तर ज्याला परवानगी दिली त्यानेच विषय मांडला पाहिजे; म्हणजे सूचकही तोच असेल.

ग्रामसभेत व्हिडीओ शुटिंग करता येते का?

नियमांत किंवा अधिनियमांत याबाबत तरतूद दिसून येत नाही. मात्र पारदर्शक काम करण्याच्या दृष्टीने ग्रामपंचायतीच्या मासिक सभेत ठराव घेऊन अंदाजपत्रकात तरतूद करता येऊ शकेल.

ग्रामसभेला दुसऱ्या गावचे पत्रकार भाग घेऊ शकतात का? मोबाईलमध्ये चित्रीकरण करू शकतात का?

कलम ७ (४) अनुसार ग्रामसभेला कोणाला हजार राहता येते किंवा नाही असा प्रश्न उपस्थित झाला, तर त्याचा निर्णय अध्यक्षांनी घ्यावा. नियम १४ अनुसार ग्रामसभेचे नियमन करणे हे अध्यक्षांचे काम आहे. ग्रामसभेला फक्त त्या गावचे (ग्रामपंचायतीचे) मतदार उपस्थित राहू शकतात व चर्चेत भाग घेऊ शकतात. पत्रकार दूर उभे राहून कामकाज पाहू शकतात, चित्रीकरण करू शकतात. पण त्याला कोणाचा आक्षेप असेल, तर अध्यक्ष त्या बाबतीत योग्य तो निर्णय घेऊ शकतात.

ग्रामसभा तहकूब करण्यासाठी किती वेळ वाट पाहावी? नियमांत अशी काही तरतूद आहे का?

नियमांत वेळेचे बंधन दिलेले नाही किंवा तशी स्पष्ट तरतूददेखील नाही. नियम १०मध्ये जी तरतूद आहे तिची पूर्तता होत नाही. मात्र त्यासाठी किती वेळ द्यावा याचा निर्णय नियम १४ अनुसार सभेच्या अध्यक्षांनीच घ्यावा. त्यांना जेव्हा वाटेल की, कोरम पूर्ण होत नाही, तेव्हा त्यांनी सभा तहकूब करण्याची सूचना करावी. अध्यक्षांना वेळेचे बंधन नाही. (मासिक सभेसाठी तरतूद आहे).

ग्रामसभेत जमाखर्च, सोशल ऑडिट यांसंबंधित विषय असतील, तर रेकॉर्ड, व्हाउचर, कॅशबुक आदी गोष्टी ग्रामसभेला दाखवाव्या लागतात का?

सामाजिक लेखापरीक्षण ही संकल्पना शासन आदेशानुसार नरेगा, पाणीपुरवठा यांबाबत आहे. त्याबाबत अधिनियमांत तरतूद नाही. कलम ४९ अनुसार समिती असली, तरी तिची रचना ग्रामपंचायतीने केलेली नसून शासनाने केली आहे. परंतु ग्रामसभा जर अभिलेखे ग्रामसभेपुढे ठेवा असे म्हणत असेल, तर ते ठेवावे लागतील.

ग्रामसभेमध्ये ठराव तोंडी सहमत झाला तर तो नामंजूर करण्याचा अधिकार अध्यक्षांना असतो का? अध्यक्षांच्या परवानगीने सभेला कोणाला उत्तर देता येते?

अशा पद्धतीने ठराव मंजूर होत नाही. कारण नियम ११ (२) अनुसार अध्यक्षांच्या परवानगीशिवाय विषय मांडता येत नाही. त्यामुळे तो नामंजूर करण्याचा प्रश्नच नाही. ठराव मंजूर झाला तर तो कलम १४२ अनुसार स्थायी समितीला मान्य/अमान्य करण्याचा अंतिम अधिकार आहे. अध्यक्ष ज्यांना उत्तर देण्याचे निर्देश देतील ते प्रश्नाचे उत्तर देतील. (नियम १४ अनुसार सभेच्या कामकाजाचे नियमन अध्यक्ष करतात.)

ग्रामसभेच्या सभेच्या आदल्यादिवशी

ग्रामपंचायतीची सभा कोरम अभावी किंवा अन्य काही कारणास्तव झाली नाही, तर काय परिणाम होतो?

कोणताही परिणाम होत नाही. नियम ९ अनुसार ग्रामसभेच्या आदल्या दिवशी ग्रामपंचायतीची सभा घेण्याची तरतूद आहे. मात्र ती न झाल्यामुळे ऐनवेळचे विषय मांडण्याचा प्रश्न उद्‌भवू शकतो. परंतु ती सभा तहकूब करून पुन्हा घ्यावी लागेल.

ग्रामसभेच्या कोरमसाठी सभेच्या सुरुवातीला उपस्थितांच्या सह्या घेणे आवश्यक आहे का?

नियम १० (१) अनुसार सभेचा कोरम पूर्ण व्हावाच लागतो. अभिलेखावर कोरम दिसावा लागतो. कामकाजानंतर सह्या करणे नियमास अभिप्रेत नाही. जर कोरम पूर्ण होत नसेल, तर सभा तहकूब करावी व अध्यक्षांच्या परवानगीने ती नंतर घ्यावी.

१५ ऑगस्ट, २६ जानेवारीच्या ग्रामसभा त्या तारखांना न घेता नंतर घेतल्या तर काय होईल?

याचा परिणाम अत्यंत गंभीर होऊ शकतो. नियमांतील तरतुदींचे पालन न केल्यामुळे सरपंच अपात्रता व ग्रामसेवकांवर शिस्तभंगाची कारवाई होऊ शकते.

सभेचा कोरम पूर्ण असताना काही कारणास्तव सरपंचांनी मीटिंग तहकूब करा असे सूचित केले, तर सभा तहकूब करता येते का?

होय. नियम १४ अनुसार ग्रामसभेच्या कामकाजाचे नियमन करण्याचा अधिकार अध्यक्ष या नात्याने सरपंच यांना आहे. त्यामुळे जर सरपंचांनी सभा तहकुबीची सूचना केली, तर सभा तहकूब होईल. (याविषयी काही शंका असेल, तर वरिष्ठांना अहवाल द्यावा).

ग्रामसभेसाठी सरपंच व सर्व सदस्य उपस्थित राहणे बंधनकारक आहे का?

ग्रामसभेला ग्रामपंचायत सदस्य उपस्थित असावेत अशी नियमांत तरतूद नाही. (परंतु नैतिकतेच्या दृष्टीने व मतदारांचे उत्तरदायित्व म्हणून हजर असणे नैसर्गिकदृष्ट्या आवश्यक आहे.) मात्र कलम ७ अनुसार सरपंच एक जरी ग्रामसभा घेण्यास चुकले, तरी अपात्रतेची कारवाई होऊ शकते. परंतु पंचायतीच्या परवानगीने सरपंच रजेवर असल्यास ते सभेला गैरहजर राहिल्यास चालते.

पेसा क्षेत्रातील तहकूब ग्रामसभेलासुद्धा कोरमची आवश्यकता असते. अशा वेळी ग्रामसभेचा कोरम पूर्ण होत नसेल, तर ग्रामसभा किती वेळा तहकूब करावी?

कलम ५४ (क-५) अनुसार यात कोणतीही सूट दिलेली नाही. ज्या वेळेस एकूण मतदारांच्या २५% किंवा १०० यांपैकी जी संख्या कमी असेल, ती गणपूर्ती निश्चित आहे. मग कितीही वेळा सभा तहकूब करावी लागली, तरी गणपूर्ती आवश्यक आहेच. (ही तरतूद करण्याचा मुख्य उद्देश शासनाच्या योजना सर्वसामान्यांपर्यंत गेल्याच पाहिजेत असा आहे.)

ग्रामसभेचे इतिवृत्त सभा चालू असताना लिहावे की सभा संपल्यावर? इतिवृत्त लिहिण्याचा काही कालावधी आहे का?

नियम १६मध्ये अशी स्पष्ट तरतूद नाही. मात्र ग्रामसभेचे इतिवृत्त बांधणी केलेल्या पुस्तकात लिहिले पाहिजे व ते ७ दिवसांत वरिष्ठांना द्यावे अशी तरतूद आहे. म्हणजे इतिवृत्त ७ दिवसांत लिहिता येऊ शकते. मात्र सभा झाल्यावर टिपण

करून त्यावर अध्यक्षांची सही घेणे अपेक्षित आहे. अगदीच मतदार सदस्यांचा आग्रह असेल, तर एका दिवसासाठी मानधन देऊन ग्रामपंचायतीच्या मंजुरीने लघुलेखक ठेवता येईल. मोठ्या ग्रामपंचायतींना लिपिक पद मंजूर आहे.

ग्रामसभा चालू असताना ग्रामपंचायत सदस्य काही न सांगता उठून गेले, तर सभा चालू ठेवावी की तहकूब करावी?

नियम १० (१) अनुसार सभेला मतदारांची गणपूर्ती आवश्यक आहे. त्यात आलेले सर्वच ग्रामपंचायत सदस्य उठून गेले, तरी काही फरक पडत नाही. मात्र ते गेल्यामुळे कोरम कमी होत असेल, तर मात्र सभा तहकूब करावी लागते.

ग्रामसभेमध्ये ग्रामस्थांनी अध्यक्षांच्या परवानगीने विचारलेल्या प्रश्नाला उत्तर कोणी द्यावे? ग्रामसेवकाची त्यात काय भूमिका आहे?

ग्रामसभा नियम १४ अनुसार सभेचे नियमन करणे अध्यक्षांची जबाबदारी आहे. अध्यक्ष ज्यांना सूचित करतील त्यांनी उत्तर देणे अपेक्षित आहे. ग्रामसेवक हा ग्रामसभेचा सचिव आहे, पण तो ग्रामसेवकसुद्धा आहे. कलम ४५ अनुसार कोणती कामे घ्यावीत अथवा घेऊ नये याची माहिती व प्रश्नांची उत्तरे ग्रामसेवकांनी देणे आवश्यक आहे.

ग्रामपंचायत व ग्रामसभा ठराव

ग्रामपंचायत, ग्रामसभा अगर विविध संस्था यांच्या सभेत होणाऱ्या सूचना आणि मतांना खूप महत्त्व असते. सभेत एखाद्या विषयाची चर्चा घडवून आणावयाची असेल तर तो विषय अगर सूचना मुद्देसूद मांडली गेली पाहिजे. आपले म्हणणे थोडक्यात व स्पष्ट मांडल्यास त्यावर चांगली चर्चा होऊ शकते.

ठराव म्हणजे काय?

सभेपुढे सदस्याने प्रस्ताव मांडल्यावर दुसरा सभासद पाठिंबा (अनुमोदन) देतो यालाच ठराव असे म्हणतात.

ठराव कोण मांडू शकतो?

एखाद्या सभेत त्या संस्थेचा सदस्य ठराव मांडू शकतो. उदाहरणार्थ ग्रामपंचायतीत ग्रामपंचायत सदस्य तर ग्रामसभेत ग्रामस्थ किंवा गावातील मतदार व सोसायटी किंवा समितीत त्यांचा सदस्य.

ठराव कसा मांडावा?

- ठराव मांडण्याच्या आधी अध्यक्षाची परवानगी घेतली पाहिजे.
- ठराव मांडताना अध्यक्षांना 'अध्यक्ष महाराज' संबोधून पुढे आपला ठराव मांडावा.
- ठराव सोप्या भाषेत स्पष्ट असावा.
- ठराव थोडक्यात असावा, भाषण नसावे.
- ठराव मांडताना आवाज सर्वांना ऐकू येईल असा असावा.
- आपण मांडत असलेला ठराव शांतपणे, न घाबरता मांडावा.
- ठराव कुणाचीही बदनामी करणारा नसावा.
- ठरावातील भाषा अपमानास्पद असू नये.
- ठराव लोकहितविरोधी नसावा.
- शक्यतो न्यायप्रविष्ठ बाबींवर ठराव मांडताना कायद्याच्या चौकटीचा विचार व्हावा.

ठरावाची प्रक्रिया

- सभेपुढे कोणीही सदस्य प्रस्ताव मांडू शकतो. त्या प्रस्तावास दुसऱ्या सदस्याचा पाठिंबा (अनुमोदन) पाहिजे.
- प्रस्ताव मांडल्यावर, अनुमोदन मिळाल्यानंतर, अनुमोदकाच्या संमतीशिवाय प्रस्ताव मागे घेता येत नाही वा बदलता येत नाही.
- प्रस्ताव पुकारल्यानंतर प्रस्ताव मांडणारा सदस्य गैरहजर असेल तर अध्यक्षांचे परवानगीने दुसरा सदस्य प्रस्ताव मांडतो अन्यथा प्रस्ताव रद्द होतो.
- प्रस्ताव मांडल्यानंतर रीतसर अनुमोदन मिळाले, की प्रस्ताव मांडणारा विषयाची मांडणी करतो. त्यावर साधक-बाधक चर्चा होऊन ठराव मंजूर केला जातो.
- ग्रामपंचायतीतील एखादा ठराव मंजूर केला, की तीन महिन्याचे आत तो रद्द अथवा दुरुस्त करता येत नाही.
- तीन महिन्यांचे आत ठराव रद्द/दुरुस्त करावयाचा असल्यास मूळ ठराव, सुचवलेल्या दुरुस्तीसह सभेच्या नोटिसीत नमूद करणे आवश्यक असते.
- ठराव रद्द करणे अथवा दुरुस्त करणेसाठी पंचायतीच्या एकूण सदस्य संख्येच्या (उपस्थित नव्हे) दोन तृतीयांश सदस्यांनी तो पास करावा लागतो.

'अविश्वासाचा ठराव' कोणाविरुद्ध मांडता येतो? का?

अविश्वासाचा ठराव सरपंच, उपसरपंच व सदस्य यांच्याविरुद्ध मांडण्यात येतो. या पदाधिकाऱ्यांनी किंवा सदस्याने त्यांच्या कर्तव्यात काही कसूर केली, त्यांच्याकडून काही आर्थिक गैरव्यवहार झाला किंवा ग्रामपंचायतीच्या मालमत्तेचे काही नुकसान झाले अथवा ते मानसिकदृष्ट्या किंवा शारीरिकदृष्ट्या काम करण्यास असमर्थ असतील तर ग्रामपंचायतीचे सदस्य संबंधित पदाधिकारी अथवा सदस्यावर अविश्वासाचा ठराव मांडतात.

हा ठराव कसा मांडला जातो?

ग्रामपंचायतीच्या एकूण सदस्यांपैकी एक तृतीयांश सदस्यांनी विहित नमुन्यात (नमुना शेवटी परिशिष्टात दिला आहे) तहसीलदारांकडे आठ प्रतीत अविश्वास प्रस्तावाची नोटीस द्यावयाची असते. अशी नोटीस दिल्यानंतर ती मागे घेता येणार नाही. नोटीस मिळाल्यानंतर तहसीलदार सात दिवसांच्या आत ग्रामपंचायतीची विशेष सभा बोलवतील. या सभेत ज्यांच्या विरुद्ध प्रस्ताव मांडला गेला असेल त्यांना आपली बाजू मांडता येते. त्यानंतर हात वर करून किंवा गुप्त पद्धतीने मतदान घेतले जाते. दोन तृतीयांश बहुमताने हा ठराव मंजूर झाला तर संबंधित पदाधिकाऱ्याचे पद किंवा सदस्याचे सदस्यत्व ठराव मंजूर झालेल्या तारखेपासून रद्द होते. महिला सरपंचावरील अविश्वास ठराव असेल तर तो तीन तृतीयांश बहुमताने पास व्हावा लागतो. परंतु हा ठराव बारगळला तर पुन्हा दोन वर्ष व ग्रामपंचायत मुदत संपण्याआधी ६ महिने ठराव आणता येत नाही. अनुसूचित क्षेत्रात तीन चतुर्थांशपेक्षा अधिक मतांनी अविश्वास ठराव मंजूर व्हावा लागतो. जर तो बारगळला तर अडीच वर्षे पर्यंत अविश्वास आणता येत नाही.

ठराव मंजुरीच्या बैठकीपूर्वी संबंधित पदाधिकारी अथवा सदस्याने राजीनामा दिला तर?

अविश्वास प्रस्ताव मंजुरीपूर्वी संबंधिताने राजीनामा दिला असला तरी तहसीलदारांना पंचायतीची सभा बोलावून निर्णय द्यावा लागतो

व प्रस्ताव मंजूर करून घ्यावा लागतो. त्या तारखेपासून संबंधित सदस्याचे सदस्यत्व रद्द होते किंवा पदाधिकारी असेल तर त्याचे पदाचे अधिकार संपुष्टात येतात.

यावर अपील करता येते का? त्याचा कालावधी किती? कोणाकडे करावे?

ठराव मंजूर झाला त्या तारखेपासून ७ दिवसांच्या आत जिल्हाधिकाऱ्यांकडे अपील करता येते. जिल्हाधिकाऱ्यांनी ३० दिवसांच्या आत अंतिम निर्णय दिला पाहिजे. सुधारीत नियमानुसार विभागीय आयुक्तांकडे अपील करण्याची तरतूद वगळण्यात आली आहे.

उपसरपंच पद रिक्त झाले तर ते केव्हा भरले जाते?

अविश्वास ठरावामुळे रिक्त झालेले उपसरपंच पद जास्तीत जास्त ३० दिवसांच्या आत भरले पाहिजे, असे बंधन नव्या सुधारित नियमात घातले आहे. ग्रामपंचायत सदस्यावर अविश्वास ठराव मंजूर झाला तर त्याचे सदस्यत्वच रद्द होते. त्यासाठी ६ महिन्यांत पोटनिवडणूक घ्यावी लागते. सुधारीत नियमानुसार सरपंचांवर अविश्वास संमत झाला तर त्या पदाची फेरनिवडणूक घ्यावी लागते.

सरपंचाने किंवा उपसरपंचाने राजीनामा कोणाकडे द्यावा?

सरपंचाने आपला राजीनामा किंवा राजीनाम्याची नोटीस विहित नमुन्यात (नमुना शेवटी परिशिष्टात दिला आहे) पंचायत समितीच्या सभापतीकडे देणे आवश्यक आहे. उपसरपंचाने आपला राजीनामा गटविकास अधिकाऱ्यांना उद्देशून सरपंचाकडे द्यायचा असतो. ग्रामपंचायत सदस्याने सरपंचांकडेच राजीनामा पत्र द्यायचे असते.

सरपंच किंवा उपसरपंचाच्या राजीनाम्याला मंजुरी कशी मिळते ?

सरपंचाने आपला राजीनामा सभापतींकडे दिल्यानंतर तालुका पंचायत अधिकारी (विस्तार अधिकारी) संबंधित ग्रामपंचायतीच्या ग्रामसेवकाच्या नावे पत्र तयार करून राजीनामा पत्रावर चर्चा करण्यासाठी व तो राजीनामा ग्रामपंचायतीने मंजूर करण्यासाठी प्रस्ताव तयार करतात. त्या प्रस्तावावर सभापतींची सही होऊन तो ग्रामपंचायतीला पाठवला जातो. ग्राम सेवक विशेष सभा घेऊन त्या सभेचा निर्णय व राजीनामापत्र जिल्हाधिकाऱ्यांना पाठवतात. त्याची एक प्रत जिल्हा परिषद व एक प्रत पंचायत समितीला दिली जाते.

उपसरपंचाचा किंवा सदस्याचा राजीनामा ग्रामपंचायतीत मंजूर करून त्याचा प्रस्ताव पंचायत समितीला पाठवला जातो.

■ ■ ■

महिला सदस्यांची भूमिका व जबाबदाऱ्या

महाराष्ट्रासारख्या पुरागोमी राज्यात महिलांसाठी ५० टक्के आरक्षण मिळाल्यामुळे महिलांवरची जबाबदारी आणखी वाढली आहे. तसेच सामाजिक क्षेत्रामध्ये देखील महिला पुरुषांच्या बरोबरीने काम करू शकतात हे दाखवण्याची संधी त्यांना मिळाली आहे. आता तर लोकसभा, विधानसभेमध्ये देखील महिलांसाठी आरक्षण ठेवण्याबाबत चर्चा होत आहे. म्हणून महिलांनी समाजाचे नेतृत्व करण्यासाठी, आपले कर्तृत्व दाखवण्यासाठी सज्ज व्हायला पाहिजे.

सदस्य व पदाधिकारी म्हणून जबाबदाऱ्या

महिला पंचायतीची सदस्य झाल्यापासून जबाबदारीला सुरुवात होते.

- प्रत्येक महिला सदस्याने ग्रामपंचायतीच्या प्रत्येक सभेला उपस्थित राहून तेथील कामकाजाची व चर्चेची नोंद आपल्याजवळ ठेवणे कुठल्याही प्रकारचा संकोच व भीती न बाळगता प्रत्येक विषय समजून घ्यायचा प्रयत्न करणे महत्त्वाचे आहे. कारण या अनुभवातूनच अधिकारपद सांभाळण्याची कुवत मिळेल आणि अधिकारपदामुळे सामाजिक विकास करून दाखवण्याची संधी प्राप्त होईल.
- ग्रामपंचायतीने घेतलेल्या निर्णयाची अंमलबजावणी लवकर व व्यवस्थित व्हावी; ते काम पूर्ण व्हावे म्हणून प्रत्येक गोष्टीचा पाठपुरावा करायला पाहिजे.
- ग्रामपंचायतीकडे आलेल्या शासकीय योजनांची माहिती महिला सदस्यांनी स्वत: करून घेतली पाहिजे तसेच इतरांनाही करून दिली पाहिजे.
- स्थानिक प्रश्नांची जाण व आजूबाजूच्या परिसराची खडान्‌खडा माहिती असायला हवी. ते प्रश्न सोडवण्यासाठी कोणते प्रयत्न चाललेत, याची माहिती करून घ्यावी.

सामाजिक जबाबदारी

महिलांवरची सामाजिक जबाबदारीसुद्धा मोठी आहे. समाजात असलेल्या अनिष्ट रूढी, परंपरा, चालीरीती यामध्ये बदल घडवून आणण्यात, महिलांना त्यांच्या हक्कांची जाणीव करून देण्यात महिला महत्त्वाची भूमिका बजावू शकतात.

सामाजिक प्रश्नांचा मुळातून विचार करण्याची क्षमता उपजतच स्त्रियांमध्ये असते; पण आत्मविश्वास नसतो. तो येण्यासाठी अनेक गोष्टींची माहिती व ज्ञान करून घ्यावे लागेल.

डाकीण प्रथा

आदिवासी भागामध्ये आजही भूत- पिशाच्च, जादूटोणा यांसारख्या अंधश्रद्धा आहेत आणि त्यातील महत्त्वाची अंधश्रद्धा म्हणजे 'डाकीण'. एखाद्या महिलेला 'डाकीण' ठरवून तिचा अनन्वित छळ केला जातो आणि कधी कधी तिला ठार मारले जाते. एकविसाव्या शतकामध्ये असताना देखील आज असे प्रकार घडत आहेत. अशा वेळी सर्व महिलांनी संघटित होऊन अशा घटनांविरुद्ध आवाज उठवला पाहिजे आणि अशा अंधश्रद्धा नष्ट केल्या पाहिजेत.

बालविवाह

बालविवाहासारखी घातक पद्धत अजूनही समाजात मूळ धरून आहे. मुलीचे लग्न कोवळ्या वयात झाल्यास तिच्या आरोग्यावर देखील घातक परिणाम होऊ शकतो. तसेच अशा अल्पवयीन मुलींना झालेली मुले अशक्त व आजारी निपजतात. म्हणून कायद्याने ठरवून दिलेल्या वयानंतर लग्न करणे हे सर्वांच्याच हिताचे असल्याने बालविवाहांना विरोध केला पाहिजे.

स्त्रीभ्रूण हत्या

हा अत्यंत गंभीर प्रश्न शहरी व ग्रामीण समाजात आहे. मुलगा-मुलगी या भेदामुळे हा प्रश्न चिघळत चालला आहे. त्यासाठी समाज जागृतीची चळवळ उभारली पाहिजे.

दारूबंदी

ग्रामसभेमध्ये हजर राहून मतदान करणाऱ्या ५० टक्के स्त्रियांनी दारूबंदीवरचा ठराव मंजूर करून पाठवला तर गावातील दारूचे धंदे बंद केले जातील असे आश्वासन सरकारने दिले आहे आणि त्याचा परिणाम आता दिसू लागला आहे. महाराष्ट्रातील काही महिलांनी अशा प्रकाराचा ठराव करून तेथील दारू दुकाने बंद पाडल्याची उदाहरणे आहेत.

गडचिरोली या आदिवासी जिल्ह्यात दारू पिण्याचे प्रमाण फार होते. पण तेथील एका स्वयंसेवी संस्थेच्या पुढाकाराने दारूमुक्ती आंदोलन सुरू झाले आणि १९९३ साली संपूर्ण जिल्हा दारूमुक्त म्हणून घोषित झाला. हे आदर्श डोळ्यासमोर ठेवून महिलांनी संघटितरित्या प्रयत्न केले, लोकजागृती केली तर व्यसनाधीनतेला आळा घालणे अशक्य नाही.

इंधन

महिलांच्या दृष्टीने पाणी आणि इंधन या दोन महत्त्वाच्या समस्या आहेत. पाणी व लाकूड फाट्यासाठी महिला वणवण भटकताना दिसतात. हे चित्र राज्याच्या अन्य भागातही पाहायला मिळते. मात्र आता नवीन तंत्रज्ञानामुळे या अडचणींवर मात करणे शक्य आहे.

इंधनाचा प्रश्न सोडवण्यासाठी निर्धूर चुली, गोबरगॅस, सौर उर्जेवर चालणारी उपकरणे, पवनचक्की सारखी उपकरणे व साधनांचा वापर करून इंधन, वेळ व श्रमाची बचत करणे शक्य झाले आहे. पडीक जमीनीवर सामाजिक वनीकरणाअंतर्गत लवकर

वाढणारी झाडे लावून इंधन व चाऱ्याचा प्रश्न सुटू शकतो. सरकारी खात्यांतर्फे पाणलोट क्षेत्र विकास, इंधनाचा प्रश्न सोडवण्यासाठी अनेक योजना राबवल्या जातात. योजनांची माहिती घेऊन त्या गावात आणण्यासाठी प्रयत्न करणे हे सर्वांचे काम आहे.

पाणी

महाराष्ट्रात राळेगणसिध्दी, आडगाव, हिवरे बाजार, पाटोदा अशा गावांमधून पाण्याच्या नियोजनाचे उपक्रम यशस्वीरित्या राबवले गेले आहेत. त्यामुळे या गावांचा पाण्याचा प्रश्न सुटण्यास मदत झाली आहे. नाला बंडिंग, समतल चर, वनराई बंधारे यांसारख्या अल्पखर्चिक उपाययोजना केल्यामुळे जमिनीही ओलिताखाली आल्या आहेत. शेतीमध्येदेखील तुषार सिंचन, ठिबक सिंचन यासारखे तंत्रज्ञान वापरून कमी पाण्यात भरघोस उत्पादन घेणे आता शक्य झाले आहे.

महिलांनी हे लक्षात घ्यावे :

१. निवडणुकीला उभे राहण्याची संधी पुरुषांनी स्वत:हून दिलेली नाही किंवा राजकीय पक्षांनीसुध्दा स्वखुशीने व अग्रक्रम म्हणून आपले नाव पुढे केलेले नाही. त्यामुळे महिलांना आपल्या पदाचा वापर योग्य रीतीने आणि सजगतेने करण्यासाठी महिलांना स्वत:चे अधिकार समजायला हवेत. ते समजून घेताना पक्ष किंवा कार्यकर्ते यांचा दबाव घेण्याची गरज नाही.

२. स्त्रियांसाठी आरक्षण करणाऱ्या राजकीय पक्षांनाही स्त्री उमेदवार उभे करणे भाग पाडले. कारण स्त्री विरोधी उघडपणे भूमिका घेतली तर आपल्या स्त्री कार्यकर्त्यांच्या मनातली पक्षाबद्दलची विश्वासार्हता नष्ट होईल ही भीती त्यांना होती. स्त्री उमेदवार उभे केले नाही तर निवडणूक निकालातील संख्याबळावर विपरित परिणाम झाला असता. याचाच अर्थ नाईलाजास्तव व कायदेशीर तरतुदींसाठी ही तडजोड आहे.

३. हेही जाणून घ्यावे की, आरक्षण नसलेल्या जागेवर निवडून आलेल्या महिलांनी स्त्रीत्वाच्या मर्यादा असूनही लोककल्याणाची कामे केली आहेत, म्हणून एखादी सामर्थ्यवान बाई हे करू शकते, हा विश्वास आपल्यात हवा. त्यासाठी त्यांनी स्वत:चे हक्क व कर्तव्ये याबाबत जागरूक राहायला हवे. त्यासाठी प्रशिक्षण हा एक मार्ग आहे.

४. याशिवाय ग्रामसभेचे अधिकार, माहितीचा अधिकार यांचाही उपयोग करुन घ्यावा.

महिलांनी हेही लक्षात घ्यावे, की ग्रामपंचायत किंवा गावपातळीवरील बहुतेक प्रश्न हे स्त्रियांशी निगडीत अधिक आहेत. त्यामुळे ते सोडवण्यासाठी त्यांनीच पुढाकार घेऊन जोमाने प्रयत्न केले पाहिजेत.

(टीप : महिला ग्रामसभा विषयीची माहिती परिशिष्टामध्ये दिली आहे.)

■ ■ ■

ग्रामपंचायतीचे कारभारी कर्तव्ये, अधिकार व जबाबदाऱ्या

'सरपंच' म्हणून निवडून येणाऱ्या व्यक्तीस या पदावर ५ वर्षे काम करण्याचा अधिकार कायद्यानेच मिळालेला आहे. म्हणून या ५ वर्षांच्या मुदतीत सरपंचाने आपल्या कर्तव्यांची, अधिकारांची व जबाबदाऱ्यांची माहिती करून घेतली व त्याप्रमाणे आपल्या कामाचे नियोजन करून गावाचा विकास करण्याचा प्रयत्न केला, तर तो एक 'कार्यक्षम सरपंच' म्हणून पुरस्कारास पात्र ठरू शकेल. सरपंच हा ग्राम पंचायतीच्या सदस्यांनी निवडलेला गावाचा प्रमुख लोकप्रतिनिधी असतो. त्याचे स्थान गावाचा प्रथम नागरिक म्हणून जसे मानाचे आहे तसेच ते जबाबदारीचे व कर्तव्यपालनाचेही आहे, हे लक्षात घेतले पाहिजे.

सरपंचाची कर्तव्ये :

१. ग्रामपंचायतीचा कारभार सरपंच पाहतात. त्याकरिता त्यांना ग्रामपंचायतीच्या क्षेत्रात राहावे लागते. ग्रामपंचायतीच्या क्षेत्रात राहणे सरपंचाचे कर्तव्य आहे. परंतु त्यांना काही काळ ग्रामपंचायत क्षेत्राबाहेर जावे लागले, तर ग्रामपंचायतीची परवानगी काढून जाता येते.

२. ग्रामपंचायत क्षेत्रात माहिती केंद्राची स्थापना करणे व सरकारच्या योजनांची माहिती विविध प्रसारमाध्यमांद्वारा ग्रामस्थांना देणे, गावाच्या विकासाचा आराखडा तयार करणे, पंचवार्षिक नियोजन करणे, रोजगार मिळण्याच्या दृष्टीने उद्योगधंद्यात वाढ, पडीक जमिनीचा विकास, सिंचनक्षमतेत वाढ, पशुधन विकास, साक्षरता मोहीम, परिसर स्वच्छता इत्यादी उपक्रमांचे नियोजन करणे हे सरपंचांचे कर्तव्य आहे.

३. प्रत्येक महिन्यास ग्रामपंचायतीची सभा सरपंचांना बोलवावी लागते. त्यांना स्वत:च्या अधिकारात आवश्यकतेनुसार खास सभा बोलावता येतात.

ग्रामपंचायतीच्या एकूण सदस्यांच्या निम्म्यापेक्षा अधिक सदस्यांनी लेखी मागणी केल्यास खास सभा आठ दिवसांत बोलावणे हे सरपंचांचे कर्तव्य आहे.

४. प्रत्येक वर्षी ग्रामपंचायतीचे पुढील आर्थिक वर्षाचे अंदाजपत्रक तयार करून (ग्राम सेवकाच्या मदतीने) ते पंचायत समितीकडे ३१ डिसेंबर पूर्वी सादर करावे लागते. त्याआधी अंदाजपत्रकाचा आराखडा ग्रामपंचायतीच्या सभेपुढे ठेवून त्यास ग्रामपंचायतीची मान्यता घ्यावी लागते. पंचायत समितीकडून मंजूर होऊन आलेले अंदाजपत्रक ग्रामपंचायतीच्या सभेपुढे माहितीसाठी ठेवावे लागते. तसेच ते आर्थिक वर्षातील पहिल्या ग्रामसभेपुढे वाचून दाखवावे लागते.

५. ग्रामसेवकाने ठेवलेले हिशोब वेळोवेळी तपासून पाहून ते बरोबर आहेत का? ते ज्या पद्धतीने लिहून ठेवावे लागतात त्या पद्धतीने ठेवलेत का? हिशोबाचे दप्तर सरकारने ठरवलेल्या नमुन्यात ठेवले आहे किंवा कसे? या सर्वांची तपासून खात्री करून घ्यावी लागते.

६. ग्रामपंचायतीचा खर्च ग्रामपंचायतीच्या हद्दीतील सर्व गावे आणि वाड्यावस्त्यांवर लोकसंख्येच्या प्रमाणात होतो की नाही ते पाहणे हे सरपंचाचे कर्तव्य आहे.

७. ग्रामनिधी आणि ग्राम पाणी पुरवठा निधी यातून खर्च झालेल्या रकमांचे ग्रामसेवकाने दिलेले साप्ताहिक विवरणपत्र तपासून पाहणे आणि झालेल्या खर्चाची खात्री करून घेणे, तसेच विवरणपत्र ग्रामसेवकाने दिले नाही तर ते त्यांच्याकडून मागून घेणे व मागणी केल्यावरही मिळाले नाही तर गटविकास अधिकाऱ्यांना (बीडीओ) कळविणे, ही सरपंचांची कर्तव्ये आहेत.

८. ग्रामपंचायतीकडील सर्व प्रकारच्या जमाखर्चाची तपासणी करून कीर्दीवर तसा दाखला देणे सुद्धा सरपंचाच्या कर्तव्याचाच भाग आहे. त्याचप्रमाणे ग्रामपंचायतीच्या आर्थिक व्यवहारात काही गैरप्रकार झाल्याचे सरपंचांना ऑडिट करण्यापूर्वी आढळून आल्यास त्यांनी तसा अहवाल मुख्य ऑडिटर, पंचायत समिती, जिल्हा परिषदेची स्थायी समिती, जिल्हाधिकारी यांना पाठवणे सरपंचांचे कर्तव्य आहे.

९. हिशोब तपासनीसाने हिशोबावर घेतलेले आक्षेप आणि प्रत्येक आक्षेपाला ग्राम पंचायतीने दिलेली लेखी उत्तरे पहिल्या ग्रामसभेत वाचून दाखवणे.

१०. ग्रामपंचायतीचा नोकरवर्ग व त्यांचा पगार याबाबतीत जिल्हा परिषदेच्या स्थायी समितीच्या निर्णयांची कार्यवाही करणे हे सरपंचांचे कर्तव्य आहे.

सरपंचाचे अधिकार व जबाबदाऱ्या

- ग्रामपंचायतीकडे सोपवलेल्या आणि ग्रामपंचायतीच्या अधिकारातील सर्व कामांवर देखरेख तसेच ग्रामपंचायतीच्या सर्व कर्मचाऱ्यांवर नियंत्रण ठेवण्याचा आणि त्यांच्या कामावर देखरेख करण्याचा अधिकार सरपंचांना आहे.
- सरकारने परवानगी दिलेले रहिवासी व अन्य दाखले ग्रामपंचायतीच्या सही-शिक्क्यानिशी सरपंच देऊ शकतात.
- प्रत्येक आर्थिक वर्षात ग्रामसभेच्या किमान चार बैठका (सभा) बोलवाव्या लागतात. त्यातील पहिली बैठक आर्थिक वर्ष सुरू झाल्यावर

दोन महिन्यांच्या आत (म्हणजे एप्रिल किंवा मे मध्ये) घ्यावी लागते. याशिवाय १५ ऑगस्ट, नोव्हेंबर व २६ जानेवारी या तीन दिवशी ग्रामसभासुद्धा घ्याव्या लागतात. ग्रामसभेची नोटीस काढण्याचा अधिकार व जबाबदारी सरपंचांची आहे (ग्रामसभा बोलावली नाही तर सरपंचपद जाण्याची शक्यता असते). आवश्यकतेनुसार आणखी ग्रामसभा घेता येतात.

- ग्रामसभेच्या पहिल्या बैठकीचे अध्यक्ष सरपंच असतात. अध्यक्षस्थानावरून ग्रामसभेचे नियमन करणे, ग्रामपंचायतीच्या मतदारांनी विचारलेल्या प्रश्नांची उत्तरे देणे व त्यांच्या शंकांचे निरसन करणे ही अध्यक्षांची जबाबदारी आहे.
- ग्रामसभेच्या कामकाजाचे वृत्तांत बांधणी केलेल्या पुस्तकात नोंदवून घेणे, त्याच्या प्रती ७ दिवसांत गटविकास अधिकारी व मुख्य कार्यकारी अधिकाऱ्यांकडे पाठवणे आणि ग्रामसभेध्ये मंजूर झालेले ठराव पंचायतीच्या सभेपुढे ठेवून पंचायतीने घेतलेल्या निर्णयांची कार्यवाही करणे अशा विविध कामांची जबाबदारी सरपंचांवर आहे. या जबाबदाऱ्या सरपंचांनी ग्रामसेवकाच्या मदतीने पार पाडावयाच्या आहेत.
- ग्रामपंचायतीच्या सभेची तारीख, ठिकाण, वेळ आणि विषयपत्रिका निश्चित करून सभेची नोटीस सर्व सदस्यांना बजावण्याची व्यवस्था करणे, सरपंचांची जबाबदारी आहे.
- ग्रामपंचायतीच्या प्रत्येक मासिक सभेचे अध्यक्ष सरपंचच असतात. या सभेत सदस्यांना माहिती देणे, त्यांच्या सूचनांवर अध्यक्ष म्हणून योग्य तो निर्णय घेणे, सभेच्या कामकाजाची नोंद बांधीव पुस्तकात करून शेवटी त्यावर अध्यक्ष म्हणून सही करणे व सभेत संमत झालेल्या ठरावावर कार्यवाही करण्याची व्यवस्था करणे या सरपंचाच्या जबाबदाऱ्या आहेत.
- ग्रामपंचायत सभेच्या कामकाजाच्या वेळी एखाद्या प्रस्तावावर मतदान होऊन समसमान मते पडली तर दुसरे किंवा निर्णायक मत देण्याचा तसेच पंचायतीच्या सभेपुढे असलेली कोणतीही चर्चा किंवा चौकशी गुप्तपणे करण्याविषयी निर्णय घेण्याचा अधिकार सरपंचांना आहे.
- मंजूर झालेल्या एखाद्या ठरावात तीन महिन्यांच्या आत फेरबदल करणे आवश्यक असेल तर एकूण सदस्यांपैकी दोन तृतीयांश सदस्यांच्या बहुमताने आणि ३ महिन्यांनंतर साध्य बहुमताने सरपंच तो ठराव दुरुस्त करू शकतात किंवा रद्द करू शकतात.
- ग्रामपंचायतीचा निधी बँकेत बचत खात्यात ठेवलेला असतो. त्यातून रक्कम काढण्यास ग्रामपंचायतीची आणि सरपंचांची सही व मान्यता लागते. त्याकरिता ग्रामसेवकाने सरपंचांना लेखी निवेदन द्यावे लागते. त्याला मान्यता देण्याचा अधिकार सरपंचांना आहे.
- सत्कार समारंभ आणि त्यासारख्या इतर प्रसंगी ग्रामपंचायत काही रक्कम खर्च करू शकते; परंतु नियमापेक्षा मोठी रक्कम खर्च करण्यास पंचायत समितीचे सभापती व जिल्हा परिषदेचे अध्यक्ष यांची मान्यता लागते. रक्कम खर्च करण्यास मान्यता देणारा ठराव ग्रामपंचायतीने दोन तृतीयांश पेक्षा जास्त मतांनी संमत करावा लागतो. या ठरावानुसार सभापती/अध्यक्षांची परवानगी घेण्याची जबाबदारी सरपंचांवर आहे.
- गावाच्या हिताची कामे ग्रामपंचायतीच्या

हद्दीबाहेर करण्यास आणि त्यावर खर्च करण्यास जिल्हा परिषदेची अगोदर मंजुरी घ्यावी लागते. त्यासाठी ठराव करणे व जिल्हा परिषदेच्या परवानगीची जबाबदारी सरपंचांवर आहे. याशिवाय शिक्षणाचे सार्वत्रिकीकरण, ग्रंथालये, वाचनालये, क्रीडांगणे, वैद्यकीय मदत, प्रसूती आणि शिशुकल्याण, नैसर्गिक आपत्तीत आपद्ग्रस्तांना मदत इत्यादी कामे गावासाठी करणाऱ्या सरकारमान्य स्वयंसेवी संस्थांना द्यावयाची अनुदाने, यासाठी लागणारी रक्कम ग्रामपंचायतीत ठराव करून उपलब्ध करणे हे सरपंचांच्या अखत्यारीत येते.

- ग्रामपंचायतीच्या विकास समित्यांच्या बैठका घेणे व त्यावर देखरेख ठेवण्याच्या जबाबदाऱ्या आहेत.
- नैसर्गिक संकट व आपत्तीच्या काळात आपद्ग्रस्तांना मदत करणे.
- विकासकामातील ऐनवेळी येणाऱ्या समस्यांचा अभ्यास करून त्यावर मार्ग सुचवणे. या अन्य काही जबाबदाऱ्या आहेतच.

सरपंचावरील बंधने

- सरपंचास १५ दिवसांपेक्षा जास्त दिवस गावात गैरहजर राहता येत नाही. मात्र ग्रामपंचायतीची पूर्वपरवानगी घेऊन व उपसरपंच आणि ग्रामसेवकाला कळवून जास्तीत जास्त ४ महिन्यांपर्यंत गावात अनुपस्थित राहता येते.
- कायदेशीर व बंधनकारक असलेल्या चार ग्रामसभा वर्षभरात आयोजित कराव्या लागतात.
- परवानगी न घेता गैरहजर राहिल्यास आणि कायद्याने बंधनकारक चार ग्रामसभा किंवा त्यापैकी एखादी ग्रामसभा न घेतल्यास सरपंचाचे पद रद्द होऊ शकते. त्या ग्रामपंचायतीच्या उरलेल्या मुदतीत सरपंच पद परत मिळत नाही.
- लागोपाठ ग्रामपंचायतींच्या मासिक बैठकींसाठी सरपंच/उपसरपंच/सदस्य गैरहजर राहिल्यास सदस्यत्व तसेच सरपंच/उपसरपंच पद जाते. ग्रामपंचायतीला कळवून ६ महिन्यांपर्यंतची रजा त्यांना घेता येते.
- ग्रामपंचायतीला न कळवता ४ महिने गावाबाहेर राहिल्यास त्यांचे सदस्यत्व आणि सरपंच पद जाते.

उपसरपंचाचे अधिकार व जबाबदाऱ्या

सरपंचाच्या हजेरीत उपसरपंचाला कायद्याने कोणतेच अधिकार दिलेले नाहीत हे लक्षात घेतले पाहिजे. सरपंच वेळोवेळी आपल्या अधिकारांपैकी जे अधिकार उपसरपंचाला देईल ते वापरावयाची मुभा त्याला असेल. ग्रामपंचायतीचे काम चांगले चालावे म्हणून व आपला सहकारी म्हणून उपसरपंचाला सरपंचाने मुद्दाम काही काम दिले पाहिजे. सरपंचाने काम दिले नाही, तर उपसरपंचाला इतर सदस्यांपेक्षा अधिक अधिकार नाहीत.

सरपंचांच्या गैरहजेरीत मासिक बैठका घेणे, अशा वेळी बैठकीत अध्यक्षपद सांभाळणे, ग्रामसभा घेणे, ग्रामसभेचा अध्यक्ष म्हणून काम पाहणे इत्यादी कामे उपसरपंचास करावी लागतात. सरपंच १५ दिवसांपेक्षा जास्त दिवस गैरहजर राहिल्यास उपसरपंचांनी त्यांची कामे पाहावीत. सरपंचांची नेहमीची कामे उपसरपंचास ग्रामपंचायतीचा ठराव घेऊन करावी लागतात.

ग्रामपंचायतीचा ठराव घेतल्याशिवाय उपसरपंचास पुढील कामे करता येत नाहीत

- पगार व मजुरी सोडून इतर खर्च करणे.
- पगार सोडून कोणालाही चेक देणे.
- कोणाचेही पैसे ग्रामपंचायतीकडून परत करणे.
- ग्रामनिधीचा उपयोग करणे.

उपसरपंचास पुढील कामे अजिबात करता येत नाहीत व त्यासाठी ग्रामपंचायतीचा ठरावही घेता येत नाही :

- सरपंचांनी दिलेला आदेश रद्द करणे.
- सरपंचांनी दिलेल्या आदेशात दुरुस्ती करणे किंवा बदल, फेरफार करणे.
- नवीन कामे चालू करणे, अंदाजपत्रकात तरतूद नसल्यास चालू काम बंद करणे किंवा तहकूब करणे.
- हंगामी सेवकास कमी करणे.

ग्रामपंचायत सदस्यांची कर्तव्ये व जबाबदाऱ्या

ग्रामपंचायतीचे सरपंच व उपसरपंच हे ग्राम पंचायतीचे सदस्य असल्याने तारतम्याने त्यांनाही सदस्यांची कर्तव्ये व जबाबदाऱ्या लागू आहेत हे त्यांनी ध्यानात घ्यावे. सदस्यांची कर्तव्ये व जबाबदाऱ्या पुढीलप्रमाणे :

- ग्रामपंचायतीने बोलावलेल्या प्रत्येक मासिक सभेला आणि ग्रामसभेला हजर राहून सभेच्या कामकाजात भाग घेणे.
- सभेची नोटीस मिळाल्यावर, त्यातील विषयांचा अभ्यास करून त्यावर विधायक चर्चा घडवून आणण्यात सहभागी होणे.
- प्रत्येक सभेत शिस्त राखणे व वेळेचे भान ठेवून चर्चा करणे.
- सभेपुढे मांडावयाच्या विषयांबाबत सरपंचांना ५ दिवस अगोदर लेखी पत्र देणे.
- ग्रामपंचायतीच्या मालमत्तेवर व निधीवर सतत लक्ष ठेवणे, त्यांचा गैरवापर टाळणे आणि गैरवापर करणाऱ्यास परावृत्त करणे.
- ग्रामपंचायतीची मालमत्ता किंवा ग्रामनिधी यांचा गैरवापर होत असेल किंवा अनिष्ट गोष्टी घडत असतील तर मालमत्तेचा व निधीचा होणारा गैरवापर आणि घडणाऱ्या अनिष्ट गोष्टी सरपंचांच्या लक्षात आणून देणे.
- सभेमध्ये विषयाशी सुसंगत चर्चा करणे.
- ग्रामपंचायत कार्यक्षेत्रात पाणी-पुरवठा, दिवाबत्ती, रस्ते, स्वच्छता इत्यादी बाबी सुरळीत चालू राहतील याची काळजी घेणे.
- सदस्य जरी विशिष्ट प्रभागातून ग्राम पंचायतीवर निवडून आले असले तरी जनहिताची कामे सर्व भागासाठी करणे.
- ग्रामपंचायतीच्या कारभारात गैरप्रकार आणि गैरव्यवहार होत असल्यास विरोध करणे.
- ग्रामपंचायतीचे कर आणि कोणतेही देणे, त्याचे बिल मिळाल्यावर मुदतीत ग्राम पंचायतीत भरून त्याची पावती घेणे.

सदस्यांवर कोणती बंधने आहेत ?

- ग्रामपंचायतीची लेखी परवानगी घेतल्याशिवाय ग्रामपंचायत कार्यक्षेत्राबाहेर सतत ४ महिने राहिल्यास किंवा ग्रामपंचायतीच्या सभांना सतत ६ महिने गैरहजर राहिल्यास ग्राम पंचायतीचे सदस्य म्हणून राहता येत नाही.
- ग्रामपंचायतीचे सदस्य असेपर्यंत कोणतेही लाभाचे पद स्वीकारता येत नाही. करवसुली भत्ता घेता येत नाही.
- ग्रामपंचायतीमार्फत जी कामे चालू असतील त्या कामांचा ठेका घेणे किंवा तो ठेका घेणाऱ्यांशी प्रत्यक्ष किंवा अप्रत्यक्ष भागीदारी करणे बेकायदेशीर आहे.

ग्रामपंचायतीचा कारभार लोकशाही पद्धतीने चालतो. कोणतीही गोष्ट ग्रामपंचायतीच्या सदस्यांपुढे ठेवून, त्यावर चर्चा घडवून आणून, बहुमताने जो निर्णय होईल त्याप्रमाणे ग्रामपंचायतीला काम करावे लागते. सरपंच एकटे कोणतेही निर्णय घेऊ शकत नाहीत. ठरावांची कार्यवाही सरपंच ग्रामसेवकांच्या मदतीने करतात.

■ ■ ■

ग्रामपंचायतीचे अधिकारी आणि कर्मचारी कर्तव्य आणि जबाबदाऱ्या

ग्रामपंचायतीचा सचिव

ग्रामपंचायतीला व सरपंचाला आपल्या निर्णयाच्या अंलबजावणीसाठी, तसेच कायद्याने निश्चित केलेली कर्तव्ये पार पाडण्यास सेवक- वर्गांची आवश्यकता असते. यासाठी पंचायतीचा प्रमुख सेवक म्हणून कायद्याने पंचायतीच्या सचिवाचे पद निर्माण करण्यात आले आहे. त्याला 'ग्रामसेवक किंवा ग्रामविकास अधिकारी' असे म्हटले जाते. पंचायतीच्या कार्यात त्याचे खूप महत्त्व आहे.

पंचायतीचा 'सचिव' हा जिल्हापरिषदेचा तृतीय श्रेणीतील कर्मचारी असतो. ग्रामीण विकासाचा विस्तार अधिकारी म्हणून ग्रामसेवकाचे प्रशिक्षण झालेले असते. 'सचिवा'चे वेतनही जिल्हानिधीमधून दिले जाते. जिल्हापरिषदेचे मुख्य कार्यकारी अधिकारी एका पंचायतीसाठी किंवा काही पंचायतींसाठी सचिवाची नियुक्ती करत असतात. पंचायत समितीच्या स्तरावर गटविकास अधिकारी ग्रामपंचायतीच्या सचिवाची नियुक्ती, काम, रजा देणे व शिस्त इत्यादींवर देखरेख ठेवतात. पंचायत समितीला विशेष ग्रामपंचायत अधिकारी (टीपीओ) हे गटविकास अधिकारी यांचे अंतर्गत सहकारी असतात. ते याबाबतीत दैनंदिन कामांकडे लक्ष देतात.

ग्रामपंचायत सचिवाच्या जबाबदाऱ्या

सचिवाला कायद्याने काही जबाबदाऱ्या दिल्या आहेत. पंचायतीची कागदपत्रे व नोंदवह्या सुरक्षित ठेवणे; तसेच पंचायतीच्या आर्थिक व्यवहाराची जबाबदारी सचिवावर सोपवण्यात आलेली आहे. पंचायतीचा हिशोब व्यवस्थित ठेवणे व मिळकतीच्या सुरक्षेचे काम त्याच्याकडे असते. पंचायतीच्या बँकेचे खाते त्याच्या व सरपंचांच्या सहीने चालते. ग्रामपंचायत कायद्यात कार्यकारी अधिकारी म्हणून सर्व अधिकार सरपंचाला दिले आहेत परंतु काही बाबतीत सचिवदेखील कार्यकारी कर्मचारी आहेत. तसेच तो पंचायतीचा मुख्य हिशोबनीस आहे.

ग्रामसेवकाची कामे :

ग्रामसेवक हा जिल्हा परिषदेचा कर्मचारी असला तरी तो ग्रामपंचायतीचा सचिव म्हणून काम पाहतो. त्याची कायदेशीर कर्तव्ये, जबाबदाऱ्या आणि कामे पुढीलप्रमाणे :

- सरपंचांना रोजच्या कामात मदत करणे.
- ग्रामपंचायतीच्या कायद्याची माहिती सर्व सदस्यांना देऊन कायद्यानुसार ग्रामपंचायतीचा कारभार चालवणे.
- ग्रामपंचायतीच्या ठरावानुसार काम करणे.
- वेगवेगळ्या योजनांची सदस्यांना माहिती देऊन योजना अंमलात आणण्याबद्दल लोकांना प्रोत्साहन देणे.
- ग्रामपंचायतीचे उत्पन्न वाढवण्यासाठी विविध उपाय योजणे.
- ग्रामपंचायतीचा हिशोब ठेवणे
- मासिक बैठकीत महिन्यातले हिशेब मांडून त्यास ग्रामपंचायतीची मंजुरी घेणे.
- ग्रामपंचायतीचे अंदाजपत्रक तयार करून त्यास ग्रामपंचायतीची मंजुरी घेऊन ते पंचायत समितीकडे पाठवणे.
- ग्रामपंचायतीने आकारलेले सर्व कर वसूल करणे.
- ग्रामसभा, मासिक सभा घेऊन त्यांचे इतिवृत्त तयार करणे.
- ग्रामपंचायतीचा वार्षिक हिशेब तपशिलांसह जिल्हा परिषदेकडे पाठवणे.
- शासन व ग्रामपंचायत यांतील दुवा म्हणून व जिल्हा परिषदेचा प्रतिनिधी म्हणून काम पाहणे. सदस्यांच्या किंवा पंचांच्या मासिक बैठका व ग्रामसभा यांच्यामार्फत ग्रामपंचायतीचा कारभार चालवला जातो.

सरपंच व सचिवाचा संबंध :

सचिव हा ग्रामपंचायतीच्या कामासाठी पंचायतीचा नोकर असून त्याने सरपंच व ग्रामपंचायत समितीच्या आदेशाचे पालन केले पाहिजे. सचिवाला कायद्याने दिलेल्या अधिकारांवर देखरेख ठेवण्याचे काम सरपंचाला मुद्दाम देण्यात आले आहे. उदाहरणार्थ, ग्रामपंचायतीची कागदपत्रे, नोंदवह्या व्यवस्थित ठेवणे, सचिवाने प्रत्येक आठवड्याला जमाखर्चाचे विवरणपत्र सरपंचाला सादर केले पाहिजे, अशी कायद्यात तरतूद करण्यात आली आहे. तसेच रोजकीर्द (सामान्य कॅशबुक), वार्षिक हिशोब, निरुपयोगी वस्तू किंवा जंगम मालमत्तेचे रजिस्टर अशा वेगवेगळ्या नोंदणी पुस्तकामध्ये सचिवाने हिशोबाच्या नोंदी ठेवायच्या असून सरपंचाने त्यावर लक्ष द्यावयाचे आहे. ग्रामपंचायतीच्या ठरावाशिवाय सचिवाला कोणतीच रक्कम खर्च करता येत नाही.

सध्या प्रत्येक ग्रामपंचायतीला स्वतंत्र सचिव दिला जात नाही. मोठ्या पंचायतीला स्वतंत्र सचिव दिला जातो. सचिवाने त्याला नेमून दिलेल्या दिवशी कार्यालयात व कामासाठी गावात राहिले पाहिजे; तसेच गावकऱ्यांच्या तक्रारी व पत्रव्यवहार याकडे लक्ष देऊन संबंधित बाबी सरपंचाच्या लक्षात आणून दिल्या पाहिजेत. पंचायतीच्या निर्णयाची कार्यवाही करणे, ग्राम पंचायत सभा व ग्रामसभेची नोटीस सरपंचाच्या सल्ल्यानुसार तयार करून वेळेवर पोहोचवणे इत्यादी वेगवेगळी कामे सचिवाला करावयाची असतात. ग्रामपंचायत व सरपंचाचे अधिकार कायद्याने निश्चित झाले असून त्याचा योग्य मान ठेवून त्यात कोणताच अधिक्षेप होणार नाही, याबाबत सचिवाने जागरूक राहिले पाहिजे. ग्रामीण भागातील परिस्थिती लक्षात घेता ग्रामपंचायत सदस्य व सरपंच यांना स्वतःला निर्णय घेण्यास प्रवृत्त करून त्यांचा आत्मविश्वास

वाढेल, याकडे प्रशिक्षित कर्मचारी म्हणून सचिवाने मुद्दाम लक्ष दिले पाहिजे. पंचायतराज्याच्या कार्यात सचिवाचा महत्त्वाचा कार्यभाग असतो, याची योग्य जाणीव ठेवून त्याचेही योग्य पालन झाले पाहिजे.

सचिवाबद्दल तक्रार कोणाकडे करायची?

सचिवाच्या कामांबद्दल ग्रामपंचायत व सरपंचाला दुर्दैवाने समाधान वाटत नसेल, तर त्यांनी गटविकास अधिकाऱ्याकडे तक्रार करावी. ग्रामपंचायतीला आपल्या विश्वासातला सचिव मिळाला पाहिजे, हा कायद्याचा हेतू असून तो त्यांचा अधिकारच आहे. सध्या व्यवहारात गटविकास अधिकारी आवश्यकतेनुसार सचिवांची बैठक बोलावतात व त्यांना पंचायतीच्या दैनंदिन कामाबरोबर इतर कामाच्या बाबतीतही लक्ष्यांक देतात. सरपंच या बैठकीत उपस्थित नसतात. त्यामुळे सचिवाला दिल्या गेलेल्या कामाच्या बाबतीत त्यांना कल्पना नसते. या दुहेरी व्यवस्थेमुळे त्यांचे नियंत्रण सैल होते. म्हणून पंचायतीच्या कामाच्या हिताच्या दृष्टीने गटविकास अधिकाऱ्याची जबाबदारी विशेष आहे.

सरपंचाने सचिवाच्या उपस्थिती व कामाबद्दल तक्रार केल्यास गटविकास अधिकारी यांनी तत्परतेने लक्ष दिले पाहिजे. मासिक सभा व ग्रामसभा कायद्याने वेळेवर बोलावण्याची सरपंचाची जबाबदारी असून सचिवाने त्यानुसार योग्य वेळी ती बोलावली जाण्याबद्दल सरपंचाच्या सूचनेचे पालन केले पाहिजे. ग्रामपंचायत व सरपंचाने घेतलेल्या निर्णयाबद्दल अंतिमदृष्ट्या त्यांनाच जबाबदार धरले पाहिजे.

सध्या काही बाबतीत पंचायतीच्या निर्णयाबद्दलही सचिवाला दोषी धरले जाते. अधिकारांबरोबर जबाबदारीही असते व सचिवाला जबाबदार धरल्यास अप्रत्यक्षरीत्या पंचायतीचे अधिकारच कमी केले जातात. व्यावहारिक कारणांुळे पंचायतीच्या पूर्ण नियंत्रणाखाली स्वतंत्र सचिव देता येत नसेल तरी गटविकास अधिकारी यांनी हे लक्षात घेऊन सचिवाच्या कामावर देखरेख ठेवली पाहिजे. सरपंचानेही आपले अधिकार समजून घेऊन सचिवाच्या सेवेचा योग्य उपयोग करून घेतला पाहिजे.

ग्रामपंचायत कोणकोणते कर्मचारी नेमू शकते?

ग्रामपंचायतीचे कार्यक्षेत्र मोठे असेल आणि उत्पन्न चांगले असेल तर ग्रामपंचायत तिची कामे कार्यक्षम रीतीने पार पाडण्याकरिता पुढील कर्मचारी नेमू शकते.

१. **सामान्य प्रशासन** : अधीक्षक, लेखनिक, शिपाई
२. **आरोग्य** : सफाई कामगार, मुकादम, वाहनचालक
३. **नळपाणी पुरवठा** : प्लंबर, पंपऑपरेटर, फिल्टर ऑपरेटर, वॉचमन, शिपाई
४. **दिवाबत्ती** : वायरमन किंवा तत्सम तंत्रज्ञ, शिपाई
५. **वाचनालय** : ग्रंथपाल, साहाय्यक ग्रंथपाल, शिपाई
६. **कोंडवाडा** : लेखनिक, कोंडवाडा रक्षक
७. **बालवाडी** : शिक्षिका, सहाय्यक
८. **गस्त व पहारा** : रक्षक
९. एखादी ग्रामपंचायत स्वस्त धान्ये, खते, कीटकनाशके इत्यादी सेवा तिच्या कार्यक्षेत्रातील नागरिकांना देत असेल तर त्यासाठीही आवश्यक ते कर्मचारी ग्रामपंचायत नेमू शकते. या कर्मचाऱ्यांची नेमणूक करण्यापूर्वी त्यांची गरज असल्याबद्दलचा ठराव करून आणि त्यांच्या खर्चाच्या तरतुदीस पंचायत समितीची मान्यता घेऊन त्यांची नेमणूक ग्रामपंचायत करते. हे सर्व कर्मचारी आपल्या कामाबद्दल ग्रामपंचायतीला जबाबदार असतात. ■ ■ ■

ग्रामपंचायतीचे प्रशासकीय अधिकार

प्रत्येक गावात किंवा गाव छोटे असेल तर, दोन ते तीन गावांची मिळून ग्रामपंचायत असते. कोणतीही ग्रामपंचायत ही स्वतःच्या मनाने कारभार करत नसते. ग्रामपंचायत अधिनियमांमध्ये पंचायतीला काही अधिकार दिले आहेत आणि काही कर्तव्येही सांगितली आहेत. गावातील कोणत्याही स्वरूपाचे महत्त्वाचे निर्णय ग्रामपंचायत घेते, तसे हक्क तिला दिलेले आहेत. ग्रामपंचायत ही कोणत्याही गावाचा चेहरा असते. गावातील ग्रामपंचायत आणि तिच्या कार्यालयातील वातावरण कसे आहे यावरून ते गाव कसे आहे, याबाबत अंदाज येऊ शकतो. ग्रामपंचायत अधिनियमांमध्ये सांगितलेल्या कर्तव्यांची अंमलबजावणी प्रत्येक ग्रामपंचायतीने केल्यास गावाचा विकास चांगल्या पद्धतीने होऊ शकेल.

ग्रामपंचायतीची कर्तव्ये

- कोणत्याही ग्रामपंचायतीला आपल्या गावाच्या विकासाकरिता शासनाने निधी दिलेला असतो. तो निधी वेळच्या वेळी विकास-कामांसाठीच खर्च व्हावा, ही अपेक्षा असते. ग्रामपंचायतीला गावात सुधारणा करण्यासाठी हा ग्रामनिधी मिळालेला असतो. प्रत्येक ग्रामपंचायतीत ग्रामसूची असावी लागते. ग्रामसूचीमध्ये ग्रामपंचायतीने करावयाच्या कामांची यादी दिलेली असते. त्यामध्ये ग्रामपंचायतीने गावात करावयाच्या पायाभूत सुविधांच्या संदर्भात माहिती दिलेली असते. उदाहरणार्थ, नळाने पाणीपुरवठा करण्याची, बांधकाम योजना वगैरे. ग्राम पाणीपुरवठा निधीमधून गावाला पाणीपुरवठा करण्यासाठी ग्रामपंचायतीला निधी मिळतो. त्यामुळे सुरळीत पाणीपुरवठा करण्याचे ग्रामपंचायतीचे कर्तव्य असते.

- गावातील रहिवाशांच्या आरोग्याची काळजीही ग्रामपंचायतीला घ्यावी लागते. त्यासाठी विविध उपक्रम राबविण्यासाठीही ग्रामपंचायतीला निधी मिळतो. गावातील नागरिकांना संरक्षण देण्याचे काम ग्राम पंचायतीला करावे लागते. पायाभूत सुविधा करताना गावातील मुलांच्या शिक्षणाकडेही दुर्लक्ष करून चालत नाही. ज्या माध्यमातून गावाचे सामाजिक, आर्थिक, सांस्कृतिक कल्याण होईल, अशा उपाययोजना ग्राम पंचायतीने कराव्या लागतात. त्यासाठी आवश्यकतेनुसार आर्थिक तरतूदही करावी लागते.
- ग्रामपंचायतीस ज्या ठरावाला तिच्या एकूण सदस्यांपैकी दोन तृतीयांश सदस्यांचा पाठिंबा आहे, असा ठराव सभेत संमत करून गावातील कोणत्याही सार्वजनिक समारंभ, स्वागत किंवा करमणुकीचा कार्यक्रम यासाठी तरतूद करता येते. राज्यातील, जिल्ह्यातील पंचायतींच्या वार्षिक संमेलनासाठी अंशदान करता येते. गावातील सार्वजनिक उपक्रमांवर किंवा सुविधांवर खर्च करण्याची स्वायत्तता ग्रामपंचायतीकडे असली तरीही कोणतीही ग्रामपंचायत शासनाने ठरवून दिलेल्या रकमेहून अधिक रक्कम खर्च करू शकत नाही.
- एखाद्या भूधारकाच्या हयगयीमुळे किंवा तो आणि त्याचे कूळ यांच्यातील भांडणामुळे त्याच्या शेतीचे अतिशय नुकसान झाले आहे, असे ग्रामपंचायतीला आढळून आल्यास पंचायत ही गोष्ट जिल्हा अधिकाऱ्यांच्या निर्दशनास आणू शकेल आणि त्यासंदर्भात उपाययोजना करू शकेल.
- ग्रामपंचायत अनुसूचित जाती-जमाती व इतर मागासवर्गीय यांची स्थिती सुधारण्यासाठी करायच्या उपाययोजनांच्या बाबतीत, विशेषत: अस्पृश्यता निवारण्याच्या बाबतीत राज्यशासन, जिल्हाधिकारी किंवा जिल्हाधिकाऱ्याने नेलेल्या कोणत्याही अधिकाऱ्याने दिलेल्या आदेशांचे पालन करेल.
- गावातील शेतकऱ्यांसाठी ग्रामपंचायत स्वयंसेवी संस्था संघटनांचा उपयोग करून घेण्याचा प्रयत्न करेल आणि कृषी उत्पादनात वाढ होण्यासाठी उपाययोजनांचा अवलंब करेल. गावाच्या शेतीत सुधारणा करू इच्छिणाऱ्या वा गावात चांगले उपक्रम राबवणाऱ्या सहकारी वा स्वयंसेवी संस्थांना उत्तेजन देईल.
- काही गावे छोट्या पाड्यांची मिळून तयार झालेली असतात. गावातील विकासकामे आणि विकास परियोजना यांची कोणत्याही ग्रामपंचायतीने अंमलबजावणी करावी लागते. या गावांमधील विकासकामांवर ग्रामपंचायत ग्रामनिधीतून खर्च करू शकते.
- ग्रामपंचायतीच्या अगर तिच्या अधिकारक्षेत्रात असलेल्या प्राथमिक शाळांवर देखरेख करण्याचे काम ग्रामपंचायतीने करायचे असते.
- शासकीय अधिकार क्षेत्रातील जमीन कोणी संपादन करत असल्यास त्याबाबत विचारणा करण्याचा हक्कही ग्रामपंचायतीला आहे. या संदर्भात ग्रामपंचायत आधी ग्रामसभेशी चर्चा करेल.
- ग्रामपंचायतीच्याप्रशासकीयअधिकाराची आणि कर्तव्याची माहिति सामान्य गावकऱ्यांना असणे गरजेचे आहे.

■ ■ ■

'आमचं गाव आमचा विकास'

सद्य:स्थितीत ग्रामपंचायतींकडे स्वत:चे उत्पन्न जसे कर, महात्मा गांधी राष्ट्रीय ग्रामीण रोजगार हमी योजना, अशा इतर योजनांकडून प्राप्त होणारा निधी याव्यतिरिक्त १४व्या वित्त आयोगाद्वारे ग्राम पंचायतीस लोकसंख्या क्षेत्रफळाच्या आधारावर मोठ्या प्रमाणात निधी प्राप्त होत आहे. केंद्र शासनाच्या केंद्रीय कार्यकारी समितीच्या दिनांक ९ ऑक्टोबर, २०१५ रोजी दिल्ली येथे झालेल्या बैठकीमध्ये 'ग्राम पंचायत विकास आराखडा' तयार करण्याबाबत सूचना देण्यात आलेल्या आहेत. १४व्या वित्त आयोगाचा निधी मिळवण्यासाठी प्रत्येक ग्रामपंचायतीचा विकास आराखडा तयार करणे आवश्यक आहे.

वरील सर्व बाबींचा साकल्याने विचार करून राज्यातील सर्व ग्रामपंचायतींमध्ये 'ग्रामपंचायत विकास आराखडा' तयार करण्याचा निर्णय शासनाने घेतलेला आहे. सदर विकास आराखडा तयार करताना त्याची वैशिष्ट्ये खालीलप्रमाणे नमूद करण्यात येत आहेत.

- सदर उपक्रमाचे नाव 'आमचं गाव, आमचा विकास' असे राहील.
- ग्रामपंचायत विकास आराखडा हा उपक्रमाच्या प्रारंभास पंचवार्षिक बृहत विकास आराखडा व दरवर्षी वार्षिक कृती आराखडा या दोन प्रकारे करण्यात येईल.
- सदर विकास आराखडा तयार करताना ग्रामपंचायतीने खालीलप्रमाणे निधी विचारात घ्यावा.
- ग्रामपंचायतींना विविध करांच्या माध्यमातून प्राप्त होणारा निधी. (मालमत्ता कर, पाणी कर व ग्राम निधी इत्यादी.)

  आ. राज्यशासनाकडून प्राप्त होणारा महसुली हिस्सा. (उदाहरणार्थ जमीन महसूल उपकर, मुद्रांक शुल्क अनुदान इत्यादी)

इ. महात्मा गांधी राष्ट्रीय ग्रामीण रोजगार हमी योजना अंतर्गत विकास कामासाठी प्राप्त होणारा निधी.

ई. १४व्या वित्त आयोगाचा निधी

उ. स्वच्छ भारत अभियान अंतर्गत ग्रामपंचायत स्तरावर प्राप्त होणारा निधी

ऊ. बक्षिसे व पारितोषिके यांच्या माध्यमातून ग्रामपंचायतींना मिळणारा निधी.

ऋ. लोकसहभागातून मिळणारा निधी.

ल. जिल्हा नियोजन मंडळाकडून प्राप्त होणारा निधी, इत्यादी.

- पंचवार्षिक विकास आराखडा करताना ग्राम पंचायतीने अपेक्षित स्वनिधीच्या दुप्पट कामे पुढील पाच वर्षांत घेण्यासाठी प्रस्तावित करावीत. आराखड्यात कामे प्रस्तावित करताना स्वनिधीसाठी शासनाचे निकष, तसेच महात्मा गांधी राष्ट्रीय ग्रामीण रोजगार हमी योजनेसाठी आनुषंगिक सूचना लागू राहतील.वार्षिक विकास आराखड्यामध्ये अपेक्षित स्वनिधीच्या दीडपट कामे प्रस्तावित करावीत.

ग्रामपंचायत विकास आराखडा नियोजन प्रक्रिया

ग्रामपंचायत विकास आराखडा तयार करताना नियोजन प्रक्रिया अधिक प्रभावी करण्याकरिता खालील मुद्दे विचारात घ्यावेत.

- ग्रामपंचायत विकास आराखडा हा लोकसहभागातून बनवणे आवश्यक आहे.
- ग्रामपंचायत विकास आराखडा बनवताना समाजातील विविध घटकांचा उदाहरणार्थ शेतकरी, अनुसूचित जाती/जमाती, महिला, युवक, महिला बचत गट, ग्रामपंचायत क्षेत्रात कार्यरत असणाऱ्या अशासकीय स्वयंसेवी संस्था/संघटना, विविध शासकीय अधिकारी/कर्मचारी यांच्याशी चर्चा विचारविनिमय करावा.
- ग्रामपंचायत विकास आराखड्यामध्ये अपेक्षित उत्पन्नाचा अंदाज व अंदाजित उत्पन्नाच्या मर्यादेत, गरजांचा/कामांचा प्राधान्यक्रम ठरवणे हा नियोजनाचा महत्त्वाचा भाग आहे.
- प्रभावी लोकसहभागातून ग्रामपंचायत विकास आराखडा तयार करताना गण पातळीवर घेण्यात आलेले प्रवीण प्रशिक्षक (मास्टरट्रेनर) व प्रभारी अधिकारी (चार्ज ऑफिसर) यांच्या मदतीने लोकसहभागासाठी वातावरण निर्मीतीची प्रक्रिया अभियान स्वरूपात राबवण्यात यावी.

ग्रामपंचायत विकास आराखड्यातील खर्चाचे नियोजन

ग्रामपंचायत विकास आराखडा तयार करताना खर्चाचे नियोजन ही अत्यंत महत्त्वाची बाब आहे. त्यासाठी कामाची निवड करताना खालील महत्त्वाचे मुद्दे कार्यवाहीसाठी विचारात घ्यावे.

- **मानव विकास निर्देशांक विकसित करणे** कामाची न्विड करताना मानव विकास निर्देशांक विकसित करण्यास आवश्यक कामांना प्राधान्य देण्यात यावे. यामध्ये आरोग्य, शिक्षण, रोजगार निर्मीती, अनुसूचित जाती/जमाती, महिला व बालक, इत्यादी यांच्या संबंधातील कामे प्राधान्यक्रमानुसार निवड करण्यात यावी.
- **ग्रामपंचायत स्तरावर प्राधान्यक्रम ठरवण्याचे कौशल्य विकसित करणे :** अपेक्षित उत्पन्नाच्या प्रमाणात विकास आराखड्यात

कामे प्रस्तावित करणे आवश्यक आहे. यासाठी कामांच्या सूचीमधून स्थानिक गरजांच्या आवश्यकतेनुसार प्राधान्यक्रम ठरवण्यासाठी ग्रामस्थांचे कौशल्य प्रवीण प्रशिक्षक व प्रभारी अधिकारी यांच्या माध्यमातून विकसित करण्यात येईल.

- **ग्रामपंचायत स्तरावर विविध केंद्र व राज्य शासनांच्या योजनांची सांगड घालणे :** केंद्र व राज्य योजनांची एककेंद्रभिमुखता साधून विद्यमान योजनांमधून घेता येणारी कामे त्या योजनांर्फत प्रस्तावित करावी. अशा प्रकारे कामे प्रस्तावित करताना योजनेचे निकष पाळणे बंधनकारक राहील.
- **शाश्वत (Sustainable) विकासाची कामे हाती घेणे :** कामे निवडताना शाश्वत विकासाचे ध्येय लक्षात घेऊन योग्य ती कामे निवडावीत. यामध्ये उत्पन्न वाढीसाठी मदत करणाऱ्या कामांना प्राधान्य देण्यात यावे. अशा प्रकारे कामे प्रस्तावित करताना योजनांचे निकष पाळणे बंधनकारक राहील.

विकास आराखडा तयार करण्याची कार्यप्रणाली

- 'आमचं गाव, आमचा विकास' उपक्रमांतर्गत राज्यातील सर्व ग्रामपंचायतींमध्ये 'ग्रामपंचायत विकास आराखडा' तयार करण्यात येईल.
- ग्रामपंचायत विकास आराखडा तयार करण्यासाठी प्रत्येक ग्रामपंचायत स्तरावर एक ग्राम संसाधन गट (Resource Group) स्थापन करण्यात येईल. ग्रामपंचायतीचे सदस्य, गाव पातळीवरील शासकीय कर्मचारी, स्वयंसाहाय्यता गटाचे सदस्य, शेतकरी, महिला, अनुसूचित जाती/जमाती, युवक, अपंग, पोलिस पाटील इत्यादी व्यक्ती या ग्राम संसाधन गटाचे सदस्य असतील. संसाधन गटांची किमान सदस्य संख्या ही संबंधित ग्रामपंचायतीच्या सदस्य संख्येच्या तिप्पट असणे अनिवार्य असेल.
- ग्राम संसाधन गटातील सदस्यांच्या क्षमता बांधणीसाठी त्यांचे प्रशिक्षण घेण्यात येईल. हे प्रशिक्षण, प्रवीण प्रशिक्षक व प्रभारी अधिकाऱ्यांच्या मार्गदर्शनाखाली दिले जाईल. संसाधन गटाची भूमिका ग्रामपंचायत स्तरावर ग्राम विकास आराखडा प्रक्रिया सुलभीकरणाची (Facilitator) राहील.
- प्रत्येक पंचायत समिती गणासाठी एक प्रवीण प्रशिक्षक व एक प्रभारी अधिकारी यांची नियुक्ती करण्यात येईल. पंचायत समिती गणातील सर्व ग्रामपंचायतींच्या ग्राम संसाधन गटाचे सदस्य यांच्या प्रशिक्षणाची जबाबदारी या नियुक्त केलेल्या अधिकाऱ्यांची असेल.
- अशा प्रकारे लोकसहभागातून तयार झालेल्या प्रारूप ग्रामपंचायत विकास आराखड्यास ग्रामसभा मान्यता देईल. प्रस्तुत आराखडा गटस्तरावरील तांत्रिक छाननी समितीकडे पाठवण्यात येईल.
- गटस्तर तांत्रिक छाननी समिती त्यांच्याकडे प्राप्त आराखड्याची सात दिवसांत तांत्रिक छाननी करून, आराखडा तांत्रिकदृष्ट्या योग्य असल्यास तो संबंधित ग्रामपंचायतीस ग्रामसभेच्या अंतिम मान्यतेसाठी व जिल्हा परिषदेकडे संकलनासाठी पाठवेल.
- ग्रामपंचायत तांत्रिकदृष्ट्या योग्य असलेल्या आराखड्याचे सादरीकरण ग्रामसभेसमोर करून त्यास मान्यता घेईल.

- अशा प्रकारे ग्रामसभेने मान्यता दिलेल्या विकास आराखड्यात बदल करावयाचा असल्यास त्यासाठी ग्रामसभेच्या ठरावाद्वारे व तांत्रिक समितीच्या छाननीनंतर बदलाचा प्रस्ताव मुख्य कार्यकारी अधिकारी यांच्याकडे सादर करण्यात येईल. मुख्य कार्यकारी अधिकारी यांनी मान्यता दिल्यानंतर सदर आराखड्यात बदल करण्यात येईल.

■ ■ ■

गावाचा सर्वांगीण विकास : लोकसहभाग महत्त्वाचा

'गावाचा विकास' हा विषय घेऊन लोकांशी चर्चा केली असता, प्रत्येक जण आपापल्या पद्धतीने विकासाची व्याख्या करत असतो. कुणी म्हणतो, 'गावात सर्व सुखसोयी असणे म्हणजे विकास', कुणी सांगते 'रस्ते, इमारती, वीज, पाणी आले म्हणजे विकास झाला', तर कुणी 'शेतीत सुधारणा, रोजगार निर्मिती याला विकास म्हणतात'. 'गावात एकही माणूस गरीब नसणे म्हणजे विकास' असेही बोलणारे लोक आहेत. म्हणजे ज्याला जसा भावेल, कळेल, अनुभव येईल, तसा 'विकासाचा अर्थ' जो तो लावत असतो. अर्थात त्यात त्यांची चूक असते असेही नाही. कारण विकास म्हटले की आपल्या सर्वांच्या समोर फक्त आर्थिक संपन्नता, डामडौल, झगमगाट, भौतिक सुखसोयी असेच काहीसे स्वप्नरंजित चित्र तरळू लागते. खरे तर विकासाच्या या संकल्पना म्हणजे आपली दिशाभूल करणारा फार मोठा समज आहे, असे म्हणता येईल. केवळ आर्थिक विकास झाला किंवा भौतिक सोयी-सुविधा झाल्या म्हणजे विकास झाला असे होत नाही. हा विषय समजून घेण्याआधी 'विकासाची संकल्पना काय आहे?' हे समजून घेणे आवश्यक आहे. कारण गावचा विकास ही काही रातोरात घडणारी गोष्ट नाही, तर ती दीर्घकाळ चालणारी प्रक्रिया आहे, हे सर्वांनी समजून घेतले पाहिजे.

विकासाच्या बाबतीत काही मंडळी जुन्या काळच्या समाजव्यवस्थेचा दाखला देतात. प्राचीन काळची गावे चांगली होती. सर्व लोक गुण्यागोविंदाने नांदत होते, असे सांगितले जाते. हे सर्व अगदी खरे आहे. पण त्या काळी लोकसंख्या कमी व लोकांच्या गरजा मर्यादित होत्या. एक दुसऱ्याबद्दल प्रेम व सहकार्याची भावना असायची. त्या वेळी शेतीवर आधारित समाजव्यवस्था होती. गावातल्या गरजा गावातच भागत होत्या. त्यावेळच्या ग्रामसंस्था आदर्श

होत्या, असे मात्र नाही. त्यातही जातीभेद, वर्गभेद, अंधश्रद्धा हे सर्व प्रकर्षाने होतेच; परंतु हे असूनही ती गावे स्वायत्त व स्वयंपूर्ण होती. गावात समूहशासन चालायचे. परंतु नंतरच्या काळात तांत्रिक सुधारणा झाल्या आणि गावांची स्वायत्त समाजव्यवस्था खिळखिळी झाली. माणूस माणसाला पारखा झाला. पैशाला अधिक महत्त्व आले. माणूस आत्मकेंद्री झाल्यामुळे समाज, समूह, गाव या गोष्टींना दुय्यम महत्त्व दिले गेले. त्यातूनच पूर्वीची आदर्शवत वाटणारी समाजव्यवस्था पूर्णपणे ढासळली आणि पुन्हा गावांच्या विकासासाठी नव्याने प्रयत्न करण्याची गरज निर्माण झाली. अर्थात, यामागे दुष्काळ, अतिवृष्टी यांसारखी काही नैसर्गिक कारणेदेखील होतीच.

महात्मा गांधींचं एक स्वप्न होतं. जर देशाचा विकास घडवायचा असेल, तर सुरुवात खेड्यांपासून व्हायला हवी. जेव्हा देशातील खेडी स्वयंपूर्ण, स्वावलंबी बनतील, सर्व मूलभूत सोयी-सुविधांनी परिपूर्ण अशी ही खेडी विकास प्रक्रियेच्या वेगात जेव्हा मुख्य प्रवाहाशी जोडली जातील, तेव्हाच खऱ्या अर्थाने राष्ट्राचा विकास होईल. अर्थात महात्माजींचं हे स्वप्न प्रत्यक्ष सत्यात उतरवण्यासाठीच केंद्र शासनाने खेड्यांच्या विकासासाठी 'पंचायत राज' धोरण राबविले. 'आपल्या गावात आपणच सरकार' या तत्त्वाने गावागावांतील ग्रामपंचायतींना, तालुका पातळीवर पंचायत समित्यांना ग्रामविकासाच्या दृष्टिकोनातून अनेक अधिकार दिले. गावांना विकासाच्या प्रक्रियेत सामील करून घेण्याकरिता ग्रामस्वच्छता अभियान, निर्मलग्राम योजना, सर्व शिक्षा अभियान, जलस्वराज्य, भारत निर्माण प्रकल्प, पेयजल योजना अशा अनेक योजना राबवल्या. सामाजिक ऐक्याचे उद्दिष्ट डोळ्यांसमोर ठेवून तंटामुक्ती अभियान, महिलांना आर्थिक स्वावलंबन मिळवून देण्याकरता महिला बचत गटाची चळवळ गावागावांतून सुरू झाली. पर्यावरण रक्षणाकरता पर्यावरणसमृद्ध ग्राम योजनादेखील राबविली गेली. अर्थात यांपैकी अनेक योजनांना शासनाने भरघोस अनुदान जाहीर करतानाच अनेक योजनांकरिता प्रोत्साहनपर भरघोस रकमांची बक्षिसेदेखील देण्याचा प्रामाणिक प्रयत्न केला. एकूणच शासकीय स्तरावर गावांच्या विकासाच्या, प्रगतीच्या दृष्टिकोनातून अनेक योजना, अभियानांची प्रसिद्धीच्या झोतात सुरुवात झाली. परंतु, वास्तवात मात्र या योजनांची अंमलबजावणी कितपत झाली व त्यांची परिपूर्णता झाली का, हा संशोधनाचाच विषय होऊ शकतो.

उदाहरणच घ्यायचे झाले तर, संत गाडगेबाबा स्वच्छता अभियानातून विकास केलेल्या गावांना बक्षिसे दिली जात. त्यामुळे गावागावांत स्पर्धा निर्माण झाली. कधी कधी ही स्पर्धा इतकी पराकोटीला जायची, की 'बक्षीस देत असाल तरच अभियानात उतरतो' अशी काही गावांची मानसिकता तयार झाली. त्यातूनच त्यांच्या सुधारणांच्या कामाला कुठेतरी खीळ बसते, हे त्यांच्या लक्षातच येत नव्हते. बक्षीस मिळवण्यापुरते गावकरी झटून कामाला लागतात व बक्षीस मिळाले किंवा नाही मिळाले तरी नंतर या ना त्या कारणाने शिथिल होतात.

दुसरे असे की, ज्या ज्या ठिकाणी अधिकारी, पुढारी वगैरेंच्या माध्यमातून 'हागणदारीमुक्त गाव' यासारखी योजना गावावर लादली गेली आहे, त्या ठिकाणी सुरुवातीला चित्र बरे दिसत असले व प्रत्यक्षात शौचालयांची बांधकामे दिसत असली, तरी नंतर मात्र त्यांच्या वापराबद्दल संबंधित गावकरी उदासीन असल्याचे दिसून

आले. अनेकांनी वर्षभरातच अशा शौचालयांचे 'न्हाणीघरात' रूपांतर केले, तर काहींनी कोंबड्या, सरपण वगैरे ठेवण्यासाठी त्यांचा वापर केला. जी काही शौचालयाची कामे झाली आहेत, त्यामध्ये तांत्रिकदृष्ट्या अजिबात शास्त्रशुद्धपणा नाही. खरे तर या सर्व शौचालयांपासून उत्तम प्रकारचे 'सोनखत' मिळू शकते. त्याचा उपयोग शेतीसाठी होऊन गावातील शेतीच्या खताची गरज गावातूनच भागू शकते. परंतु या योजनेअंतर्गत असे चित्र कुठल्याच गावात बघायला मिळाले नाही. त्यामुळे प्रश्न येतो की, 'याला खरा विकास म्हणायचे का?'

या शासकीय योजना शेवटच्या घटकांपर्यंत पोहोचाव्यात, त्यांचा विकास व्हावा हा सरकारचा उद्देश जरी चांगला असला, तरी प्रत्यक्ष या योजनांची अंमलबजावणी करताना सरकारी बाबूंची अकार्यक्षमता, काही अंशी भ्रष्टाचाराची प्रवृत्ती आणि त्यातूनच मग अशा योजनांबाबत लोकांमध्ये आलेली उदासीनता. त्यामुळे केवळ कागदोपत्री गावांचा विकास दाखवून अनुदान आणि बक्षिसांच्या रकमा लाटण्याची लागलेली स्पर्धा आणि त्यामुळेच अविकसित राहिलेली खेडी असे भकास चित्र निर्माण होते.

योजनांचे सकारात्मक पैलू

परंतु, असे नकारात्मक किंवा भकास चित्र सगळीकडे किंवा सर्वच बाबतीत आणि सर्व योजनांमध्ये दिसते असेही नाही. 'निर्मल ग्राम योजना' किंवा 'हागणदारीमुक्त गाव' या अभियानांमुळे स्वच्छतेबद्दल गावांमध्ये जागृती येत चालली आहे. विशेषतः महिलांच्या दृष्टीने ही योजना फारच उपयोगी आहे. कारण पूर्वी बहुतेक गावांत शौचालयांची सोय नसल्याने महिलावर्गाची फारच कुचंबणा व्हायची, ती आता कमी होत चालली आहे. शिवाय ही योजना राबवत असताना महिलांचा आणि तरुणांचाही चांगला सहभाग लाभतो आहे. बक्षीस हे त्या त्या गावात प्रोत्साहन देण्यासाठी, त्याच्या पाठीवर थाप मारण्यासाठी दिलेले असते. त्यामागे रकमेचा तसा काही संबंध नसतो. उद्देश हा असतो की, त्या गावाने आपले हे विकासकाम भविष्यातही असेच पुढे सुरू ठेवावे. इतकेच नाही तर आजूबाजूच्या चार गावांनाही आपल्या कामाद्वारे प्रेरणा द्यावी. म्हणूनच गावाच्या विकासात सातत्य महत्त्वाचे आहे. हे सातत्य राखले तरच ते गाव खऱ्या अर्थाने विकसित होऊ शकते. अर्थात ग्रामस्वच्छता अभियानामुळे अनेक गावांमध्ये बराच मोठा बदल झाला आहे, होतो आहे. पूर्वी गावागावांमध्ये विकासासाठी स्पर्धा असत, निर्मल ग्राम योजनेमुळे आता ती स्पर्धा पुढारी आणि अधिकाऱ्यांत निर्माण झाली आहे. साहजिकच त्याचा लाभ अप्रत्यक्षपणे संबंधित गावालाच मिळतो आहे.

'तंटामुक्त गाव' योजनेमुळे अनेक गावांमध्ये एकीची भावना वाढीस लागली आहे. पिढ्यापिढ्यांचे वाद संपुष्टात आले. पोलिसांच्या कामात लोकांचा सहभाग वाढला आहे. 'समृद्ध गाव योजने'मुळे गावकऱ्यांना काही अंशी पर्यावरणाचे महत्त्व लक्षात येत चालले आहे. म्हणून आज वृक्षलागवडीला व संवर्धनाला प्रोत्साहन मिळत आहे. लोक एकत्र येतात, आपल्या प्रश्नांवर चर्चा करतात आणि त्यांची सोडवणूक स्वतःच करतात. त्यासाठी दुसऱ्याच्या मदतीवर किंवा सरकारच्या मदतीवर त्यांचे अवलंबित्व कमी होते. अशा या संघटित श्रमशक्तीतूनच विकासाला योग्य दिशा मिळत असते. म्हणूनच गावांचे स्वावलंबन हा महात्मा गांधी यांना अभिप्रेत असलेला विचार या ठिकाणी कुठेतरी प्रत्यक्षात अंमलात येतो आहे. ही खरेच

गावाच्या विकासाच्या दृष्टीने मोठी गोष्ट आहे.

या सर्व योजनांच्या अनुभवांतून, कामांतून शासनाने व लोकांनीही काही गोष्टींचा बोध घ्यायला हवा. एक म्हणजे योजना कितीही चांगल्या असल्या, तरी लोकांचे पूर्णपणे प्रबोधन झाल्याशिवाय त्यांची अंमलबजावणी करू नये. कारण लोकांच्या इच्छेविरुद्ध कोणत्याही गोष्टी गावावर लादल्या, तर नंतर त्या टिकतीलच असे नाही. दुसरे असे की, गावाच्या विकासाच्या दृष्टीने होणारी विकासकामे ही दीर्घकाळ टिकणारी, तांत्रिकदृष्ट्या अचूक असणारी व लोकांना त्याबद्दल ज्ञान, माहिती असणारी असतील, तर निश्चितच विकासकामात त्याचा सकारात्मक बदल होईल.

७३व्या घटनादुरुस्तीने पंचायत संस्थांना घटनात्मक अधिकार व आर्थिक पाठबळ मिळाल्यामुळे स्वातंत्र्यापूर्वीचे खेडे आणि आताचे खेडे यांत आमूलाग्र बदल झालेला दिसतो. काही गावांमध्ये शिक्षण, आरोग्य, रस्ते, पाणी पुरवठा योजना, शौचालये, घरे, वीज अशा मूलभूत सोयी झालेल्या दिसतात. प्राथमिक आरोग्य केंद्र ते ग्रामीण रुग्णालय असे आरोग्य व्यवस्थेचे स्थित्यंतर पाहायला मिळते आहे. आधुनिक शेतीतंत्रज्ञान आणि जलसंधारण या उपाययोजनांमुळे शेतीचे उत्पन्न वाढताना दिसते आहे. पण आतापर्यंत झालेले हे बदल काही विशिष्ट ठिकाणीच, ठरावीक गावांमध्येच अपेक्षित परिणाम दाखवत आहेत. अजूनही बराचसा ग्रामीण भाग पाणी, शिक्षण, वीज, गटारे, घनकचरा, आरोग्याचे प्रश्न इत्यादी जुन्याच मूलभूत समस्यांच्या विळख्यात अडकला आहे. त्यातून बाहेर पडण्यासाठी लोकांची इच्छाशक्ती, समूहशक्ती व गावच्या विकासकामांत प्रत्यक्ष लोकसहभाग यांतूनच शक्य होऊ शकते. त्यासाठी शासनाने ग्रामसभांना दिलेल्या अधिकारांचा लोकांनी जास्तीत जास्त उपयोग केला पाहिजे. ग्रामपंचायतीच्या सदस्यांनी क्षमतावृद्धी प्रशिक्षण घेऊन एकमेकांच्या समन्वयाने व एकीने गावपातळीवरील अडचणी सोडविण्याची राजकारणविरहित व्यवस्था निर्माण केली पाहिजे, तर हे सहज शक्य आहे.

गावचा विकास होत असताना इतर सर्व पैलूंबरोबरच स्त्रीशक्ती हासुद्धा एक महत्त्वाचा पैलू आहे. गावचा विकास योजताना त्या गावातील स्त्रियांचे स्थान काय ही गोष्ट आधी लक्षात घ्यावी. आज एकविसाव्या शतकातही खेडेगावांतील स्त्रियांची परिस्थिती बदललेली नाही. त्यामुळे गावच्या विकासाबद्दल भाष्य करताना स्त्रियांच्या सबलीकरणालाही तेवढेच महत्त्व दिले पाहिजे. दुसरे असे की, गावाचा विकास केवळ गावातील उंबरठ्यांभोवतीच केंद्रित करून चालणार नाही, तर तो गावठाणाबाहेर शिवारापर्यंत झाला पाहिजे. म्हणजेच गावठाणाबरोबर शेतीचाही विकास व्हायला हवा. कारण ग्रामीण अर्थव्यवस्था बहुतांशी शेतीवरच अवलंबून असते. म्हणूनच 'गावांमधील सार्वजनिक स्वच्छतेपासून महिला सबलीकरणापर्यंत व शेतीवाडीपासून आरोग्यापर्यंतचे अनेक प्रश्न सोडवणे आणि ग्रामस्थांचे जीवन आधीपेक्षा सुसह्य करणे म्हणजे गावाचा विकास' असे ढोबळमानाने म्हणता येईल.

सन २०१५पासून केंद्र शासनाने १४व्या वित्त आयोगाचा सर्वच्या सर्व, म्हणजे १०० टक्के निधी ऑनलाईन पद्धतीने थेट ग्रामपंचायतीच्या बँक खात्यात टप्प्याटप्प्याने जमा करणे सुरू केले आहे. हा निधी ग्रामपंचायतीची लोकसंख्या व तिच्या क्षेत्रफळाच्या प्रमाणात मिळणार असून तो गावातील नागरिकांचा व गावाचा शाश्वत विकास साधण्यासाठी खर्च केला जाणार आहे. त्यासाठी शासनाने 'आमचं गाव आमचा विकास' या उपक्रमाच्या अंतर्गत प्रत्येक ग्रामपंचायतीने सन २०२०पर्यंतचा ५ वर्षांचा व प्राधान्यक्रमाने

१ वर्षाचा 'ग्रामपंचायत विकास आराखडा' तयार करून त्याप्रमाणे खर्चाचे नियोजन करावयास सांगितले आहे. गावातील सर्व नागरिकांच्या सहभागातून हा विकास आराखडा तयार केला जात असून गावातील सद्य:स्थिती, त्यातील कमतरता व विकासाचा वाव/संधी लक्षात येण्यासाठी बहुविध व सर्वसमावेशक वस्तुस्थितीचे विश्लेषण केले जात आहे.

खरे तर ग्रामविकास म्हणजे केवळ बांधकाम नव्हे, तर 'ग्रामविकासातून मानव विकासाकडे होणारी वाटचाल' महत्त्वाची आहे आणि म्हणूनच या आराखड्यात गावाचे एकात्मिक नियोजन करण्यासाठी खालील काही प्रमुख विकासाची क्षेत्रे विचारात घेतली आहेत.

१) मानव विकास : यात प्रामुख्याने आरोग्य, शिक्षण व उपजीविका हे मुद्दे विचारात घेतले आहेत. 'आरोग्य' विषयाचा विचार करताना गावातील प्रत्येक नागरिकाला आरोग्यदायी जीवन जगता यावे असे वातावरण निर्माण करणे. उदाहरणार्थ, गावातील माता व बालकांचे कुपोषण व त्यामुळे होणारे बालमृत्यू कमी करणे, संसर्गजन्य रोग टाळण्यासाठी व आरोग्य सुधारण्यासाठी प्रयत्न करणे आवश्यक आहे. 'शिक्षण' विषयात गावातील प्रत्येक नागरिक शिक्षित असणे, शाळेत गुणवत्तापूर्ण शिक्षण मिळणे, शाळा गळती रोखणे या गोष्टी महत्त्वाच्या आहेत. गावात 'उपजीविकेची साधने' उपलब्ध व्हावीत व गावातील प्रत्येक प्रौढ नागरिकाला स्वतःच्या कुटुंबाची काळजी घेता यावी यासाठी गावात स्वयंरोजगार व वेतनी रोजगारासाठी कौशल्यवृद्धी प्रशिक्षणाचे आयोजन करून त्यांच्या दरडोई उत्पन्नात वाढ करण्याचे प्रयत्न करणे आवश्यक आहे.

२) वंचित घटक कल्याण : यात विशेषतः महिला, अनुसूचित जाती, जमाती, अल्पसंख्याक, भटक्या व विमुक्त जाती, विधवा, परित्यक्ता, अपंग, स्थलांतरित इत्यादी घटकांचा विचार केलेला आहे.

३) पायाभूत सुविधा : यात प्रामुख्याने रस्ते, दिवाबत्ती, पिण्याचे पाणी, इंधन, सांडपाणी व्यवस्था, स्मशानभूमी, व्यायामशाळा, क्रीडांगण, बाजार, गोठे इ. बाबींचा विचार करण्यात आला आहे.

लोकसहभागाची आवश्यक ती सगळी तंत्रे वापरून हा विकास आराखडा तयार करण्यात येत आहे. गावात प्रत्यक्ष तीन दिवस राहून गावातील ग्रामस्थ, पंचायतीचे सर्व सदस्य-सरपंच, शासकीय-निमशासकीय कर्मचारी, बचतगटांच्या प्रतिनिधी, तरुण स्वयंसेवक आदी सर्वांच्या समन्वयाने व लोकसहभागाने पाच वर्षांचा व एक वर्षाचा आराखडा तयार होत आहे. यात ग्रामसभेची भूमिका निर्णायक असल्याने हा आराखडा अधिकाधिक लोकाभिमुख असणार आहे, असे म्हणता येईल. मात्र या आराखड्याची अंमलबजावणी तितकीच काटेकोरपणे व्हावी आणि अपेक्षित विकास साधला जावा एवढीच किमान अपेक्षा आहे.

खरे तर, जो विकास समाजातील प्रत्येक माणसाच्या जीवनात लक्षणीय बदल घडवून आणू शकत नाही, तो विकास नव्हे. समाजाची संपत्ती वाढवून, जीवनमानाचा दर्जा उंचावून तिचा फायदा बहुसंख्य सामान्यजनांना होत असेल, तरच त्याला 'विकास' म्हणता येईल.

ग्रामीण लोकांसाठी आर्थिक, सामाजिक, राजकीय विकास साधण्यासाठी सर्वोत्तम शक्यता तेव्हाच निर्माण होऊ शकते, जेव्हा ग्रामीण विकास प्रक्रियेत अधिकाधिक लोकसहभाग वाढीस लागेल, योजनांचे विकेंद्रीकरण केले जाईल. मूलभूत अर्थाने ग्रामीण विकास म्हणजे ग्रामीण क्षेत्राला काही पुरवणे नसून त्यास अधिक क्षमतेने कार्यान्वित करून त्याचा दर्जा सुधारणे होय. ■ ■ ■

लोकसहभागाकरिता विविध तंत्रे

ग्रामीण सहभागीय मूल्यावलोकन (**P.R.A.**)

'ग्रामीण सहभागीय मूल्यावलोकन' ही तशी नवीन संकल्पना आहे. यास 'पी.आर.ए.' असेही म्हटले जाते. १९७०च्या सुमारास जलद व गुणवत्तापूर्ण माहिती मिळवण्यासाठी 'ग्रामीण सहभागीय मूल्यावलोकना'चा स्वीकार करण्यात आला. ग्रामीण सहभागीय मूल्यावलोकनाच्या आधाराने प्रत्यक्ष गावातील लोकांशी सुसंवाद साधणे शक्य होते. त्यांच्या नेमक्या गरजा ओळखता येतात. गावात उपलब्ध असणाऱ्या नैसर्गिक साधनसंपत्तीची, स्थानिक ग्रामस्थांबरोबरीनेच गावात बाहेरून आलेल्या व्यक्तींनाही सखोल माहिती करून घेता येते व विकास कार्यक्रमामध्ये नियोजनापासून स्थानिक लोकांना मोठ्या प्रमाणावर सहभागी करून घेता येते.

लोकसहभाग हा कोणत्याही विकासकामांचा गाभा असायला पाहिजे, कारण ज्या लोकांसाठी विकासकामे राबवली जाणार आहेत, त्यांच्या उत्स्फूर्त सहभागावरच विकासकामांचे यशापयश अवलंबून असते.

स्वातंत्र्यपूर्व व स्वातंत्र्योत्तर काळातही, विकास योजनांच्या नियोजन व अंमलबजावणी यांमध्ये स्थानिक लोकांना सहभाग न दिल्याने विकास योजनांना अपेक्षित यश मिळू शकले नाही. त्यामुळेच विकास योजना लोकांच्या न ठरता त्यांना केवळ शासकीय योजनांचे स्वरूप प्राप्त झालेले आहे. त्यामुळे विकास कार्यक्रमामध्ये लोकांना सहभागी होण्यास प्रवृत्त करणारी ग्रामीण सहभागीय मूल्यावलोकन ही उपयुक्त कार्यपद्धती आहे.

ग्रामपंचायत विकास आराखडा आणि पी.आर.ए. तंत्र

'आमचं गाव आमचा विकास' या उपक्रमांतर्गत महाराष्ट्र शासनाने प्रत्येक ग्रामपंचायतीचा पाच वर्षांचा व एक वर्षाचा 'विकास आराखडा' तयार करण्याचे धोरण निश्चित केले आहे. त्याकरिता तालुक्यातील गण

पातळीवर एक प्रभारी अधिकारी व एक प्रवीण प्रशिक्षक तयार करून त्यांना 'ग्रामपंचायत विकास आराखडा' तयार करण्याचे प्रशिक्षण दिले आहे. हे दोघे प्रत्येक ग्रामपंचायतीसाठी पूर्ण तीन दिवस वेळ देऊन लोकसहभागातून ग्रामसेवक व ग्राम संसाधन गटातील सदस्य उदाहरणार्थ तलाठी, कृषी साहाय्यक, सरपंच, उपसरपंच, ग्रामपंचायत सदस्य व कर्मचारी, स्थानिक शेतकरी, बचतगटातील महिला, अंगणवाडीसेविका, 'आशा' वर्कर, आरोग्य सेवक/सेविका, पशुधन पर्यवेक्षक, वनरक्षक, शिक्षक, कोतवाल, पोलीस पाटील, इत्यादी यांच्या मदतीने आणि पी.आर.ए. तंत्रातील सामाजिक नकाशा, संसाधन नकाशा, शिवार फेरी, लक्ष्यगट चर्चा या साधनांच्या माध्यमांतून 'ग्रामपंचायत विकास आराखडा' तयार करण्याचे काम करत आहेत. ही साधने कोणती आणि त्यांचा वापर कसा करावयाचा याची माहिती पुढीलप्रमाणे

१. सामाजिक नकाशा

गावाची एकूणच सामाजिक रचना, गावात उपलब्ध असणाऱ्या सोयी याविषयी जलदरीत्या माहिती मिळवण्यासाठी सामाजिक नकाशाचा वापर करता येतो. तसेच सामाजिक नकाशाच्या साहाय्याने गावामध्ये असणारी घरे, दुकाने, मंदिरे, शाळा, बँका, विहिरी, हातपंप, रस्ते इत्यादी कोणत्या ठिकाणी आहेत हे दाखवता येते. नंतर त्याच नकाशावर आपणास हव्या असलेल्या माहितीची नोंद करता येते उदाहरणार्थ प्रत्येक घरात सदस्य संख्या किती आहे? स्त्री-पुरुष, लहान मुले याप्रमाणे शिकलेल्या व्यक्ती किती आहेत? जनावरांची संख्या किती आहे, आरोग्यविषयक माहिती, पुरुष संस्कृती असलेली घरे, स्त्री-प्रधान संस्कृती असलेली घरे, महिला मंडळाचे सदस्य, तरुण मंडळाचे सदस्य असलेली घरे, परसबाग असलेली घरे इत्यादी सामाजिक नकाशाच्या साहाय्याने केवळ घरे, मंदिरे, रस्ते कोठे आहेत एवढेच समजत नाही, तर त्याच्या साहाय्याने गावठाणाची निश्चिती करता येते. त्याचबरोबर गावातील सामाजिक स्थिती काय आहे, याचे अवलोकन करता येते. गावकऱ्यांनी काढलेला सामाजिक नकाशा हा एखाद्या अभियंत्याने काढलेल्या नकाशाप्रमाणे नक्कीच असणार नाही; परंतु त्यांनी नकाशात दाखवलेले बारकावे निश्चितच उल्लेखनीय असतात. सामाजिक नकाशा तयार करताना आपण हे लक्षात ठेवले पाहिजे, की ग्रामस्थ हा संपूर्ण नकाशा तयार करणार आहेत; ते अडतील अशा ठिकाणी आपण त्यांना मदत करण्याचे काम करणार आहोत. सामाजिक नकाशा तयार करताना सार्वजनिक ठिकाण निवडावे (ग्राम पंचायत, मंदिर, शाळा इ. ठिकाणी शक्यतो जास्तीत जास्त गावकरी जमतात).

एखाद्याच्या घरासमोर अथवा घरामध्ये सामाजिक नकाशा तयार करण्याचे टाळावे. नकाशा तयार करत असताना वृद्ध, पुरुष, स्त्रिया व लहान मुले यांच्या सूचनांप्रमाणे आवश्यक ते योग्य बदल करावेत. नकाशा काढण्यासाठी कागद व पेन्सिलचा वापर करण्याची सक्ती ग्रामस्थांवर करू नये. गावात उपलब्ध असणाऱ्या स्थानिक साधनांचा उपयोग करून नकाशा काढता येतो. जमिनीवर काठीच्या साहाय्याने अथवा फरशीवर रांगोळीच्या साहाय्याने नकाशा काढला जातो. याप्रकारे गावात असणाऱ्या वेगवेगळ्या सुखसोयी व सामाजिक स्थितिविषयक माहिती सामाजिक नकाशाच्या आधारे मिळवता येते.

सामाजिक नकाशा काढताना घ्यावयाची काळजी

नकाशा काढण्यास सुरुवात करण्यापूर्वी :

- खासगी जागेवर सामाजिक नकाशा तयार

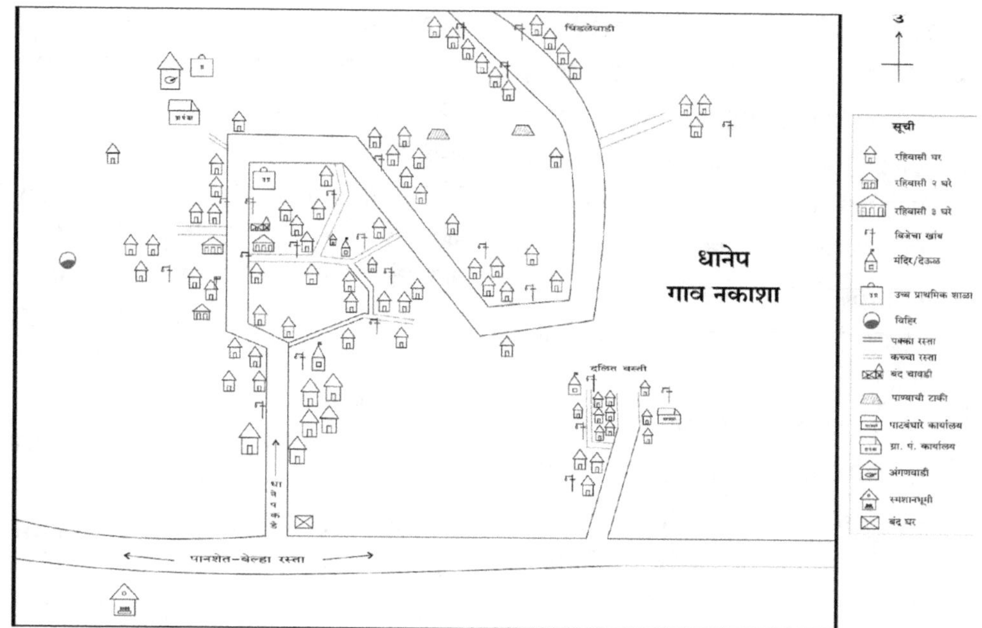

करू नये. तो सार्वजनिक ठिकाणीच करावा. सामाजिक नकाशा काढण्यास सुरुवात करण्यापूर्वी संपूर्ण गावाची स्वत: पाहणी करावी. नकाशा काढण्याचा हेतू ग्रामस्थांना स्पष्ट करावा. ज्यांना गावाविषयी चांगली माहिती आहे व नकाशा काढण्याच्या प्रक्रियेमध्ये सहभागी होण्याची इच्छा आहे अशा सर्व वयोगटातील ग्रामस्थांना शोधावे.

- नकाशा काढण्यासाठी कोळसा, दगड-विटांचे तुकडे, रांगोळी, चिंचोके इत्यादी स्थानिक साधनांचा वापर करण्यास ग्रामस्थांना प्रवृत्त करावे.

नकाशा काढताना

- नकाशा काढणाऱ्या ग्रामस्थांना मागे बसून काहीही सूचना करू नये. ग्रामस्थांना नकाशे काढताना मोकळीक द्यावी. कारण बाहेरून आलेल्या मंडळींसमोर, स्थानिक ग्रामस्थ नकाशा काढण्यासाठी बुजतात, मात्र त्यांच्या अनुपस्थितीत ते खुलून नकाशा काढतात.
- ग्रामस्थांना नकाशा बनवताना अडचणी येत असतात. केवळ नकाशा काढण्याची प्रक्रिया सुरू करण्यास व अडचणीच्या वेळी लोकांना मार्गदर्शन करावे. नकाशा ग्रामस्थांचा आहे याचे विस्मरण होऊ देऊ नये.

नकाशा काढल्यानंतर

- जमिनीवर ग्रामस्थांनी काढलेल्या नकाशा/पारदर्शिका/छायाचित्र अथवा साधे फोटो काढावे.
- नकाशा काढण्याच्या प्रक्रियेत सहभागी झालेल्या सर्व ग्रामस्थांच्या कायमच्या नोंदी ठेवाव्यात. याचा उपयोग त्यांना प्रोत्साहन देण्यासाठी होतो.
- नकाशा काढण्याच्या प्रक्रियेत सहभागी झालेल्या सर्व ग्रामस्थांचे आभार मानायला विसरू नये.

२. संसाधन (नैसर्गिक साधन-संपत्ती)

- गावामध्ये उपलब्ध असणाऱ्या जमीन, पाणी व झाड-झाडोरा या नैसर्गिक साधन-संपत्तीची माहिती लोकांकडून मिळवणे व अशा प्रकारची साधनसंपत्ती तुमच्या गावात आहे, तिचा वापर गावच्या विकासकामात कसा करून घेता येईल हे लोकांना पटवून देण्यासाठी साधनसंपत्ती नकाशाचा वापर होतो.
- या नकाशाच्या आधारे गावाच्या शिवारात असणारी वेगवेगळ्या प्रकारची माती, नद्या, नाले, बंधारे, वेगवेगळी पिके व वेगवेगळ्या झाडांची माहिती त्यांचे नेमके स्थान आहेत त्यांच्या जागा दाखवता येतात.

शेतीला लागणारे पाणी उपलब्ध करत असताना, शेतीच्या मशागतीची कामे करत असताना शेतकऱ्यांना येणाऱ्या अडचणी व त्यावर ते करत असलेली उपाययोजना याविषयी नकाशा काढत असतानाच सविस्तर चर्चा घडवून आणता येणे शक्य असते. साधनसंपत्ती नकाशा ग्रामस्थांकडून काढला जात असताना सर्वप्रथम त्यांना गावाच्या सीमारेषा काढावयास सांगाव्यात. त्यानंतर गावात असणारे ओढे, नाले, विहिरी, पडीक जमीन, गायरान जमीन, बागायती जमीन व जंगल जमीन कोठे आहे ते दाखवावे. तरुण मुले, वयस्कर व्यक्ती तसेच महिलांनी सुचवलेल्या योग्य दुरुस्त्या वेळीच करुन घ्याव्यात. सदर नकाशा तयार होत असताना आपल्या लक्षात येईल, की नकाशा काढण्याच्या प्रक्रियेत सहभागी झालेले ग्रामस्थ एकमेकांशी सविस्तर चर्चा करून शिवाराचा नकाशा तयार करतात. याठिकाणी कोणी चुकीची माहिती देत असेल तर त्याचे म्हणणे कसे चुकीचे आहे याविषयी स्पष्टीकरण देतात. तसेच गावातील जंगल जमीन, गायरान जमीन, पडीक जमीन, विहिरी, तळी, बंधारे, शेततळी, नदी, नाले इत्यादींची ठिकाणे नेमकी कोठे

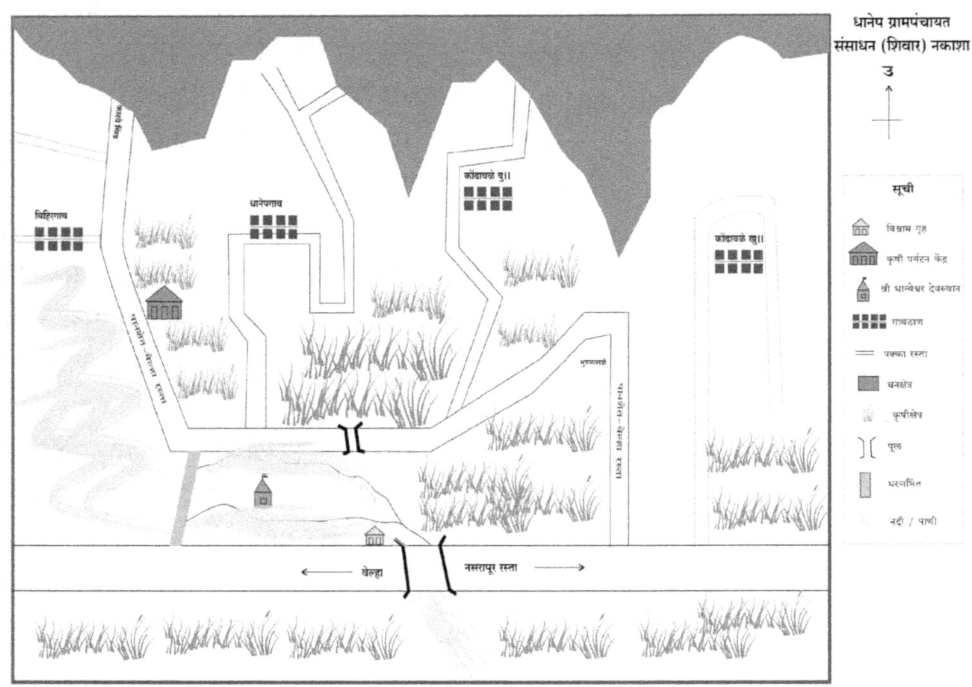

आहेत याविषयी नकाशामध्ये स्पष्टपणे नोंद करतात. गावामध्ये उपलब्ध असणारी नैसर्गिक साधनसंपत्ती व गावाची लोकसंख्या यांची तुलना करून लोकांना नैसर्गिक साधनसंपत्तीचे संवर्धन करण्यास प्रवृत्त करण्यात येते.

३. शिवार फेरी

लोकांना सोबत घेऊन केलेल्या शिवार फेरीच्या आधाराने गावाच्या शिवारामध्ये असणारी पीकपद्धती, जमिनीचा वापर, उपलब्ध असणारी नैसर्गिक साधनसंपत्ती, त्याचबरोबर कृषी परिस्थितीकीय विभागाविषयी सहभागी लोकांबरोबर चर्चा घडवून सखोल माहिती मिळवता येते.

ग्रामीण सहभागीय मूल्यावलोकन (पी.आर.ए.) करण्यासाठी आलेल्या बाहेरील व्यक्तींना शिवार फेरीच्या माध्यमातून ग्रामीण व्यवस्थेच्या विविध अंगांचे दर्शन घडते. त्याचबरोबर शिवारामध्ये उपलब्ध असणाऱ्या मातीचा प्रकार, त्या मातीमध्ये कुठल्या प्रकारचे पीक मोठ्या प्रमाणावर येऊ शकेल? गावकरी सध्या त्या मातीत कोणत्या प्रकारची पिके घेतात? शेतीच्या मशागतीची कामे कोणत्या पद्धतीने केली जातात? उदाहरणार्थ, नांगरट उताराच्या आडव्या दिशेने केली जाते की उभ्या त्या पद्धती योग्य आहेत अथवा नाहीत? अयोग्य असतील तर त्यावरचे उपाय कोणते आहेत? ते अंमलात कशा प्रकारे आणावेत? याविषयी आपल्या बरोबर आणणाऱ्या सहभागी ग्रामस्थांचे जागेवरच शंकासमाधान करता येते. गाव लहान असेल तर एकापेक्षा जास्त शिवारफेऱ्या करून गावाचे संपूर्ण शिवार पाहणे गरजेचे असते.

शिवार फेरी करताना गावाची आवश्यक तितक्या विभागात विभागणी शिवारफेरीसाठी करावी. त्या त्या भागात असणाऱ्या शेतकऱ्यांना त्या त्या विभागामध्ये जाणाऱ्या गटात घ्यावे. शिवारफेरी करताना शेतकरी त्यांची शेती ज्या भागामध्ये आहे त्या भागात जाणाऱ्या गटामध्येच सहभागी होत असल्याचे आपल्या निदर्शनास येते. प्रत्येक गटामध्ये भूमिहीन लोक असणे आवश्यक असते.

शिवारफेरी करत असताना शिवाराच्या सर्वात उंच भागाकडून सखल भागाकडे चालत जावे, बरोबर असणाऱ्या ग्रामस्थांकडून अतिशय मैत्रिपूर्ण वातावरणात माहिती काढून घ्यावी. त्यांच्याशी चर्चा करत असताना त्यांना येणाऱ्या अडचणींबाबत जागेवरच चर्चा करावी व त्या अडचणी जागेवरच सोडवाव्यात. यामुळे लोकांबरोबर एक प्रकारचे जिव्हाळ्याचे संबंध प्रस्थापित होण्यास मदत होते. यामुळे आपल्या लक्षात येईल, की खेळीमेळीचे वातावरण तयार झाल्यामुळे शेतकरी आपल्याबरोबर अतिशय खुलेपणाने बोलतात, तसेच मोकळ्या मनाने प्रश्न विचारतात. त्याचबरोबर शिवारफेरी करताना स्वतः जमीन कसणारा शेतकरी आपल्याबरोबर असणे आवश्यक असते हेही लक्षात येईल.

शिवारफेरी करताना घ्यावयाची काळजी

शिवारफेरीला सुरूवात करण्यापूर्वी

- शिवारफेरी करण्यापूर्वी उत्साही व शिवाराची माहिती असणाऱ्या ग्रामस्थांचा गट तयार करावा.
- सहभागी होऊ इच्छिणाऱ्या ग्रामस्थांना शिवार फेरी करण्यामागचा हेतू स्पष्ट करा.
- ग्रामीण सहभागीय मूल्यावलोकन संघातील सदस्यांनी आपापल्या जबाबदाऱ्या स्पष्ट करून घ्याव्यात. उदाहरणार्थ प्रश्न विचारणे, नोंदी ठेवणे, चित्र काढणे, नवीन झाडापाला, औषधी वनस्पती, फळे, गवत इत्यादी गोळा करणे. जमीन सिंचनाच्या सुविधांविषयक माहिती गोळा करणे. तसेच

संबंधित भागातील शेतकऱ्यांना येणाऱ्या अडीअडचणी व समस्यांविषयी माहिती घेणे.

शिवार फेरी करताना

- काळजीपूर्वक निरीक्षण करावे व ऐकावे.
- काय? कोठे? कधी? कसे? का? कोण? कोणते? यांचा वापर प्रश्न विचारताना करावा.
- पाहिलेल्या व ऐकलेल्या प्रत्येक बाबींच्या नोंदी व चित्रे ठेवावीत.
- कोणत्याही प्रकारची घाई करू नये. केवळ मौजमजा म्हणून शिवार फेरी करू नये.
- ग्रामस्थ बोलत असताना उत्साह दाखवावा.
- शिवार फेरी सुरू असताना काही महत्त्वाची छायाचित्रे काढा.

शिवार फेरी झाल्यानंतर

- शिवार फेरीची आकृती काढावी.
- शिवार फेरीत सहभागी झालेल्यांच्या नावांची नोंद ठेवावी.
- शिवार फेरीतून हाताशी आलेल्या माहितीची पडताळणी करावी.

४. लक्ष्यगट चर्चा

(Focus Group Discussion)

लोकसहभागाचे नियोजन करताना गावातील विविध घटकांना भेटणे आवश्यक असते; जसे युवक, युवती, महिला, शेतकरी, मुले इत्यादी; अशा सदस्यांच्या समस्या समान असतात आणि त्या चर्चेतून आणि संघ भावनेतून सुटू शकतात. म्हणूनच त्याकरिता प्रक्रियेदरम्यान विविध घटकांबरोबर लक्ष्यगट चर्चा घेतल्या जाव्यात व त्याचा अहवाल तयार करावा.

५. दृष्टिक्षेप आराखडा

आगामी पाच वर्षांमध्ये आपल्या गावाचे ;आदर्श चित्र कसे असेल (माझ्या स्वप्नातले गाव) याचा विचार या आराखड्यात करावयाचा आहे. त्यासाठी गावातील शिक्षणाची, आरोग्याची, पोषणाची, स्वच्छतेची, रोजगाराची व पायाभूत सुविधांची स्थिती कशी असायला हवी, त्या दृष्टीने ध्येय निश्चित करावे लागेल आणि विकासाची दिशा ठरवावी लागेल. थोडक्यात भविष्यात आपले गाव कसे असेल याचे चित्र कागदावर उतरवावे लागेल.

सामाजिक लेखापरीक्षण

ग्रामपंचायत विकास आराखड्यातील कामाची पाहणी, गुणवत्ता नियंत्रण व मूल्यमापनासाठी ग्रामसभा सामाजिक लेखापरीक्षण समिती स्थापन करेल. या समितीमध्ये १२ ते २४ सदस्य असावेत त्यामध्ये अनुसूचित जाती/जमाती व सर्व प्रवर्गातील महिलांना योग्य प्रमाणात प्रतिनिधित्व देण्यात यावे. तसेच वेगवेगळ्या क्षेत्रांतील जाणकार लोकांना व तज्ज्ञांना सामावून घेण्यात यावे. विविध क्षेत्रातील ज्यांनी चांगल्या प्रकारे निःस्पृहपणे, समाजसेवा म्हणून काम केले असेल अशा सेवानिवृत्तांना व माहीतगार व्यक्तींना प्राधान्यक्रमाने प्रतिनिधित्व देण्यात यावे. जेणेकरून सामाजिक परीक्षण करताना व संनियंत्रण करताना योग्य प्रकारे, समाजहिताच्या दृष्टिकोनातून ग्रामपंचायत विकास आराखड्याची अंमलबजावणी करता येईल. सदर समिती दर तिमाहीस एकदा याप्रमाणे वर्षातून चार वेळा योजना अंमलबजावणीबाबत सामाजिक लेखापरीक्षण करेल त्याचा अहवाल ग्रामपंचायत तसेच ग्रामसभेस सादर करेल.

■ ■ ■

ग्रामपंचायतीचे उत्पन्न व खर्चाचे अंदाजपत्रक

ग्रामपंचायतीचे उत्पन्नाचे मार्ग

१. अनुदानाचे विविध प्रकार २. ग्रामपंचायतीचे कर ३. उत्पन्नाचे इतर मार्ग

१. अनुदानाचे विविध प्रकार

- **जमीन महसूल अनुदान :** ग्रामपंचायतीच्या कार्यक्षेत्रातील वसूल केलेल्या जमीन महसुलाची १०० टक्के रक्कम ग्राम पंचायतीला जमीन महसूल अनुदान या नावाने मिळते. जमीन महसुलाचे अनुदान दरडोई किमान १ रुपया मिळावे असे धोरण आहे. ज्या ग्रामपंचायतींना लोकसंख्येइतके जमीन महसूल अनुदान मिळत नसेल त्यांना ते दरडोई १ रुपया मिळावे म्हणून हिशेब करून फरकाची रक्कम समानीकरण अनुदान म्हणून देतात.
- **उपकर अनुदान :** जमीन महसुलावरील उपकरांतील काही हिस्सा (सध्या १ रुपया शेतसाऱ्यामागे २० पैसे) अनुदान म्हणून ग्रामपंचायतीला मिळतो.
- **गौण खनिजे अनुदान :** ग्रामपंचायतीच्या कार्यक्षेत्रातील वाळू, दगड, माती इत्यादींची विक्री शासन करते. त्या विक्रीच्या २० टक्के रक्कम गौण खनिजे अनुदान म्हणून ग्रामपंचायतीला दिले जाते.

  न्यायालयाकडून काही विशिष्ट खटल्यांमध्ये दंड केले जातात. त्यापैकी काही हिस्सा ग्रामपंचायत फंडात जमा करण्यासाठी न्यायालय आदेश देते. दंडवसुली ज्या व्यक्तीकडून केली जाते, ती व्यक्ती ज्या ग्रामपंचायत हद्दीत राहते, त्या ग्रामपंचायतीला असे अनुदान दिले जाते.
- **मुद्रांक शुल्क अनुदान :** ग्रामपंचायत हद्दीत होणाऱ्या शेतजमिनीच्या खरेदी-विक्रीसाठी मुद्रांकाचा (स्टॅम्पचा) वापर केला जातो. त्या स्टॅम्पच्या विक्रीचा ५० टक्के हिस्सा ग्रामपंचायतीला मुद्रांक शुल्क (स्टॅम्प ड्युटी) म्हणून दिला जातो.

- **आदिवासी/मागासवर्गीय ग्रामपंचायत अनुदान :** ज्या ग्रामपंचायती आदिवासी किंवा मागासवर्गीय म्हणून कायद्याने ठरवण्यात आल्या आहेत त्यांना दरवर्षी ठराविक अनुदान मिळते.
- **सरपंच मानधन अनुदान :** राज्यशासन सरपंच मानधनाच्या ७५% अनुदान ग्राम पंचायतीस देते, तर कर्मचारी वेतन करवसुली व कर्मचाऱ्यांच्या मंजूर आकृतिबंधानुसार ५० ते ७५ टक्के देते.
- **वित्त आयोग अनुदान :** ७३व्या घटनादुरुस्तीनुसार वित्त आयोगाच्या शिफारशीनुसार हे अनुदान आहे. सध्या ग्रामपंचायतीचा हाच सर्वात मोठा उत्पन्नाचा मार्ग आहे. १४व्या वित्त आयोगाचे १००% अनुदान प्रत्येक ग्रामपंचायतीला व तेही थेट बँक खात्यात जमा होण्याची तरतूद आहे.

२. ग्रामपंचायतीचे कर

१९५८च्या मुंबई ग्रामपंचायत अधिनियमातील कलम १२४प्रमाणे ग्रामपंचायत पुढील कर आकारते

- **घरपट्टी :** इमारत व गावठाणातील मोकळ्या जमिनीवरील कर हे ग्रामपंचायतीच्या उत्पन्नाचे महत्त्वाचे साधन आहे.
- **ठोक अंशदान :** ग्रामपंचायत कायदा कलम १२५प्रमाणे ग्रामपंचायतीच्या कार्यक्षेत्रातील कारखान्याच्या इमारतीवरील कराऐवजी ठोक अंशदान.
- **दिवाबत्ती कर :** ग्रामपंचायत क्षेत्रात रस्त्यावर उजेड व्यवस्था केली असेल तर हा कर घेतात.
- **आरोग्य कर :** सामान्य आरोग्य रक्षण उपकर आणि विशेष आरोग्य रक्षण उपकर.
- **पाणीपट्टी :** सामान्य व विशेष पाणीपट्टी, घरपट्टी खालोखाल पाणीपट्टी हे उत्पन्नाचे महत्त्वाचे साधन आहे. (पाणीपुरवठा वीजदेयकाच्या ५०% रक्कम राज्यशासन देते.)
- **बाजार कर :** आठवडा व दैनिक बाजार असल्यास बाजारात बसणाऱ्या दुकानदाराकडून जागेवरील बाजार कर.
- **करमणूक कर :** सिनेमा, नाटक, लोकनाट्य, सर्कस इत्यावरील कर.
- **सार्वजनिक जागेचा भोगवटा कर :** रस्ते व मोकळ्या जागांचा मंडप व इतर कामासंबंधी तात्पुरता वापर करणारांकडून कर.
- **विहिरी व तलाव पाणीपट्टी :** ग्राम पंचायतीकडील विहिरी व तलावातील पाणी घरगुती कारणांव्यतिरिक्त इतर कारणांसाठी वापरल्याबद्दल वापरणाऱ्यांकडून कर.
- **सुधार आकार कर :** ग्रामनिधीतून केलेल्या प्रकल्प आणि योजनांमुळे ज्यांच्या जमिनींना फायदा झाला असेल त्यांच्या जमिनीच्या वाढलेल्या किंमतीवर हा कर बसवतात.

३. उत्पन्नाचे इतर मार्ग

- **इमारत भाडे :** ग्रामपंचायत तिच्या मालकीच्या इमारती लोकांना दुकानासाठी, राहण्यासाठी, कार्यालयासाठी, शाळा भरवण्यासाठी किंवा इतर कारणांसाठी भाड्याने देऊ शकते. त्याचे भाडे ग्रामपंचायतीला मिळते.
- **जागा भाडे :** ग्रामपंचायतीच्या मालकीच्या मोकळ्या जागा वरीलप्रमाणे भाड्याने दिल्या तर त्या जागांचा वापर करणाऱ्यांकडून भाडे घेण्यात येते.
- **कोंडवाडा फी व दंड :** कोंडवाड्यात घातलेल्या जनावरांच्या मालकाकडून फी व दंड घेतला जातो.

- **विक्रीचे उत्पन्न :** ग्रामपंचायतीच्या हद्दीतील सर्व केरकचरा, धूळ, घाण, जनावरांची प्रेते, गटाराचे पाणी इत्यादीच्या विक्रीचे तसेच ग्रामपंचायतीच्या मालकीच्या जमिनीवरील गवत, झाडांची फळे, वाळलेली झाडे, जमिनीवरील पिके, ग्रामपंचायतीच्या मालकीच्या तलावातील गाळ आणि मासे, ग्रामपंचायतीची रद्दी, ग्रामपंचायतीने सुरू केलेल्या उद्योगातील निर्माण होणारा माल इत्यादींची विक्री करून येणारे उत्पन्न.
- **फी आणि भाडे :** ग्रामपंचायतीच्या मालकीची ऑईल इंजिने, स्प्रे पंप, मळणी यंत्रे, नांगर इत्यादी शेतीची अवजारे, सतरंज्या, ताडपत्र्या, मंडप, लाऊड स्पीकर सिस्टीम, स्वयंपाकाची भांडी, पाणी साठवण्याची साधने इत्यादी भाड्याने देऊन ग्रामपंचायत उत्पन्न वाढवू शकते.
- **विमा एजन्सीचे उत्पन्न :** भारतीय आयुर्विमा महामंडळाच्या विमा योजना ग्रामपंचायतीने राबवल्यास मिळणारे उत्पन्न.
- **व्याज :** बँकेत ठेवलेल्या ग्रामपंचायतीच्या रकमा, घेतलेले शेअर्स आणि बचत सर्टिफिकेट इत्यादीवरील व्याजेचे उत्पन्न.
- **दान आणि देणग्या :** काही व्यक्ती, संस्था, न्यास, विश्वस्त निधी, रोटरी आणि लायन्स क्लबसारख्या संस्था ग्रामपंचायतीला दान, देणग्या / विशिष्ट कामांसाठी मदत देतात.
- **कर्ज :** ग्रामपंचायत निरनिराळ्या कामासाठी जिल्हा ग्रामविकास निधीतून कर्ज काढून कामे पूर्ण करू शकते.
- **लोकवर्गणी :** ग्रामपंचायत विशिष्ट हेतूने लोकवर्गणी काढून काही कामे पूर्ण करू शकते.
- **विशिष्ट योजनेसाठी अनुदाने :** बालवाड्यांच्या इमारती, प्राथमिक शाळांसाठी शाळागृहे, समाज मंदिरे, सार्वजनिक विहिरी, शौचकूप, गटारे, रस्त्यांचे डांबरीकरण इत्यादी योजना राबवण्यासाठी ग्रामपंचायतीला अनुदाने मिळतात. ज्या योजनेला अनुदान मिळाले असेल त्याच योजनेच्या कामासाठी ते खर्च करावे लागते. (त्याचा आराखडा आणि अंदाजपत्रक (प्लॅन अँड एस्टिमेट) स्वतंत्र करावे लागते.) ते इतर कामासाठी खर्च करता येत नाही.
- **दाखले व नक्कल फी :** ग्रामपंचायतीने दिलेल्या जन्म, मृत्यू इत्यादीसारख्या दाखल्यांची फी ग्रामपंचायतीला मिळते.
- ग्रामपंचायतीला आमदार व खासदार निधीतून करण्यासाठी कामे सुचवता येतात.

ग्रामनिधी म्हणजे काय ?

- अनुदाने, कर आणि इतर प्रकारचे जे उत्पन्न ग्रामपंचायतीला मिळते ते ग्रामपंचायतीच्या निधीत जमा होते, त्यास 'ग्रामनिधी' असे म्हणतात. हा निधी प्रथम बँकेत भरून त्यानंतर कामाकरिता जशी लागेल तशी रक्कम त्यातून काढता येते. हा निधी सध्या जिल्हा मध्यवर्ती सहकारी बँकेत किंवा पोस्टात वेगवेगळी खाते उघडून ठेवावा लागतो. खात्यावरील व्यवहार सरपंच व ग्रामसेवक दोघांच्या सहीने होतात.

- **ग्राम पाणी पुरवठा निधी :** हे खाते ग्रामपंचायतीच्या नावाने उघडावे लागते. त्यात सामान्य पाणीपट्टी, विशेष पाणीपट्टी, स्वतंत्र नळ घेण्यासाठी ग्राहकाने भरलेली अनामत रक्कम आणि महसूल

ग्रामपंचायतीच्या उत्पन्नातून प्राधान्याने करावयाची कामे	ग्रामपंचायतीच्या उत्पन्नातील किती खर्च करावा त्याचे प्रमाण
ग्रामपंचायतीचा सामान्य कारभार	जास्तीत जास्त २५ टक्केपर्यंत रक्कम
मागासवर्गीयांच्या कल्याणासाठी कामे	१५ टक्के रक्कम
महिला व बालविकासाची कामे	१० टक्के रक्कम
जिल्हा ग्रामविकास निधीची वर्गणी	०.२५ टक्के रक्कम
रस्त्यावरील दिवाबत्तीची देखभाल	आवश्यक तो खर्च भागवण्यासाठी लागणारी रक्कम
आरोग्य व स्वच्छता	आवश्यक तो खर्च भागवण्यासाठी लागणारी रक्कम
ग्रामपंचायतीच्या मालमत्तेची देखभाल	आवश्यक तो खर्च भागवण्यासाठी लागणारी रक्कम
राष्ट्रीय सण आणि समारंभ	आवश्यक तो खर्च भागवण्यासाठी लागणारी रक्कम
अतिथीचे आदरातिथ्य : (मंत्री, आमदार व पंचायत संस्थांमधील प्रमुख पदाधिकारी यांच्यासाठी)	२ टक्के रक्कम किंवा ६,०००/- रुपये यापैकी जी रक्कम कमी असेल ती रक्कम

अनुदानातील ३५% रक्कम ठेवतात. हे खाते जिल्हा बँकेत असते त्याचा व्यवहार सरपंच व ग्रामसेवक दोघेही पाहतात.

ग्रामपंचायतीची बँकेतील खाती

ग्रामपंचायतीला मिळणाऱ्या वित्त आयोगाच्या अनुदानासाठी व शासकीय योजनांसाठीची सर्व खाती राष्ट्रीयीकृत बँकेत असतात. या खात्यांचे व्यवहार सरपंच व ग्रामसेवक पाहतात.

ग्रामपंचायतीचे खर्चाचे अंदाजपत्रक

ग्रामपंचायतीला आपल्या खर्चाचे अंदाजपत्रक पंचायत समितीकडून मंजूर करून घ्यावे लागते. पंचायत समिती ज्या बाबींसाठी जेवढी रक्कम मंजूर करते त्याच बाबींवर तेवढीच रक्कम एकूण खर्च करता येते. पुढील आर्थिक वर्षाचे अंदाजपत्रक आदल्या वर्षीच्या ३१ डिसेंबरपूर्वी पंचायत समितीकडे मंजुरीसाठी सरपंचांनी पाठवावे लागते. सरपंचांनी ते पाठवले नाही तर ग्रामसेवकाला ते ३१ जानेवारीपूर्वी पाठवावे लागते. अंदाजपत्रक नेहमी शिलकीचे करावे लागते. ते तुटीचे करता येत नाही, तसा नियम आहे. अंदाजपत्रक मंजूर करून घेतले नाही तर खर्च करता येत नाही.

ग्रामपंचायतीने करावयाची कामे

ग्रामपंचायतीला निरनिराळ्या मार्गाने उत्पन्न मिळत असले तरी ग्रामपंचायतीने काढलेले कर्ज व जमा केलेल्या लोकवर्गण्या, ग्रामपंचायतीला मिळालेल्या देणग्या व मदत आणि विशिष्ट योजनेसाठी मिळालेली अनुदाने, ग्राम पाणीपुरवठा निधी व इतर सर्व उत्पन्नास ग्रामपंचायतीचे

उत्पन्न समजतात. ग्रामपंचायतीच्या उत्पन्नातून करावयाची ७९ कामे (परिशिष्ट पहा) १९५८च्या महाराष्ट्र ग्रामपंचायत अधिनियमाने आणि वेळोवेळी काढलेल्या सरकारी ठरावांनी ठरवून दिली आहेत. ती कामे ग्रामपंचायतीच्या उत्पन्नातून करता येतात. याशिवाय वित्त आयोगाने सुचवलेली कामे आहेत.

ग्रामपंचायतीच्या उत्पन्नातून प्राधान्याने कोणती कामे करावी लागतात ?

ग्रामपंचायतीच्या उत्पन्नातून जी कामे करावी लागतात, त्यांतील काही कामे प्राधान्याने, म्हणजे इतर कामांच्या अगोदर करावी लागतात. प्राधान्याने करावयाची कामे आणि त्यावर किती रक्कम खर्च करावी हे पुढील तक्त्यात दिले आहे.

ग्रामपंचायतीला मिळालेले उत्पन्न कशा प्रकारे खर्च करता येते ?

ग्रामपंचायतीने गावाच्या विकासाकरिता जी कामे करावयाची ठरवली असतील, ती कामे करण्याकरिता किती खर्च येईल, हे आदल्या वर्षी ठरवावे लागते.

खर्चाचा अंदाज करताना पुढील वर्षी ग्राम पंचायतीला किती उत्पन्न मिळू शकेल, हेही काढावे लागते. होणारा खर्च आणि त्याकरिता लागणारी रक्कम यांचा मेळ घालावा लागतो. त्याला पंचायत समितीची मान्यता घ्यावी लागते. अशी मान्यता घेतली नाही तर ग्रामपंचायत एकही पैसा खर्च करू शकत नाही.

'अंदाजपत्रक' म्हणजे काय आणि ते तयार करण्यासाठी महत्त्वाचे घटक कोणते?

उत्पन्नाचा आणि खर्चाचा अंदाज ठरवण्याला 'अंदाजपत्रक' तयार करणे असे म्हणतात. अंदाजपत्रक तयार करताना दोन बाबी लक्षात ठेवाव्या लागतात.

१. तुटीचे अंदाजपत्रक तयार करता येत नाही.

२. ग्रामपंचायतीच्या दैनंदिन कामाकरिता एक ते दोन महिन्यांच्या खर्चाला पुरेल इतकी रक्कम अंदाजपत्रकात शिल्लक ठेवण्याची प्रथा आहे. दैनंदिन खर्चात भांडवली खर्च समाविष्ट केला जात नाही.

अंदाजपत्रक कोणी तयार करावयाचे असते?

गावाच्या विकासाकरिता कोणकोणती कामे करावयाची हे सरपंच, उपसरपंच आणि सर्व सदस्य यांनी ठरवावयाचे असते. कामे कशा पद्धतीने करावयाची, त्यावर किती खर्च करायचा हेही या सर्वांनी ठरवायचे असते.

ग्रामसेवक हा ग्रामपंचायतीचा सचिव आहे. त्यामुळे त्याने अंदाजपत्रक तयार करण्यासाठी पूर्वीची अंदाजपत्रके उपलब्ध करणे, ग्राम पंचायतीच्या पूर्वीच्या उत्पन्नाची आणि खर्चाची माहिती (बाबींनुसार) उपलब्ध करून देणे, ग्रामसभेत लोकांनी केलेल्या सूचनांची यादी तयार करणे, पुढील वर्षी ग्रामपंचायतीला किती उत्पन्न मिळू शकेल याची (बाबींनुसार) माहिती लिहून काढणे, यापूर्वी गावाच्या विकासाची सुरू केलेली कामे पूर्ण झाली नसतील तर ती अपूर्ण का राहिली, ती पूर्ण करावयास किती खर्च येईल आणि त्यासाठी लागणारी रक्कम कोणाकडून व किती मिळू शकेल याची माहिती काढणे, पुढील वर्षी कोणती कामे घेता येतील त्यांची यादी करणे ही पूर्वतयारीची कामे ग्रामसेवकाची असतात.

अंदाजपत्रक तयार करण्याकरिता ग्रामपंचायतीच्या कायद्यातील तरतुदी काय आहेत, याची माहिती सदस्यांना देणे आणि सरकार, जिल्हा परिषद व पंचायत समिती यांनी केलेले ठराव, परिपत्रके, पत्रे इत्यादी कायदेशीर माहितीचे संकलन अंदाजपत्रक तयार करण्यापूर्वी

ग्रामसेवकाने केले पाहिजे. तसेच ग्रामपंचायतीने अंदाजपत्रक तयार केल्यावर त्याची पुढील कार्यवाहीसुद्धा ग्रामसेवकाने करायची असते.

'अंदाजपत्रक' पंचायतीकडे कोणी पाठवावे?

अंदाजपत्रक तयार करणे ही जबाबदारी ग्रामपंचायतीची आहे. ग्रामसेवक रजा, संप किंवा इतर कारणांमुळे हजर नसतील तर सरपंचसुद्धा अंदाजपत्रक तयार करून पंचायत समितीकडे पाठवू शकतात. नाही तर ग्रामपंचायतीला पुढे कामे करताना आर्थिक अडचणी येतील.

अंदाजपत्रक कुठल्या महिन्यात तयार करतात?

पुढील वर्षाचे अंदाजपत्रक आदल्या वर्षी नोव्हेंबर महिन्यात करण्याची पद्धत आहे. ग्रामसभेने केलेल्या सूचना विचारात घेऊन अंदाजपत्रकात दुरुस्ती करायला संधी मिळते आणि पंचायत समितीकडे ते वेळीच पाठवता येते.

अंदाजपत्रकाला पंचायत समितीची मंजुरी घ्यावी लागते का?

ग्रामपंचायतीचे अंदाजपत्रक मंजूर करण्याचा अधिकार पंचायत समितीला आहे. ग्राम पंचायतीने तयार केलेले अंदाजपत्रक नमुना १ मध्ये पंचायत समितीकडे पाठवावे. पंचायत समिती ग्रामपंचायतीकडून आलेले अंदाजपत्रक तपासते. याला अंदाजपत्रकाची छाननी करणे असे म्हणतात. अंदाजपत्रक नियमाप्रमाणे केले आहे का? विकास कामांचा विचार केला आहे का? उत्पन्नाच्या रकमा योग्य आहेत का? कामाचा खुलासा करणारी टिपणे जोडली आहेत का? अशी छाननी करण्यात येते. छाननी केलेली अंदाजपत्रके पंचायत समितीच्या सभेपुढे ठेवण्यात येतात.

सरपंच समितीचे आणि पंचायत समितीचे सदस्य ग्रामपंचायतीच्या अंदाजपत्रकांचा अभ्यास करून त्यावर चर्चा करतात. तसेच अंदाजपत्रकात आवश्यक त्या सुधारणा सुचवतात. याला अंदाजपत्रकात फेरफार करणे असेही म्हणतात. सदस्यांनी सुचवलेल्या सुधारणांची नोंद घेऊन ग्रामपंचायतीच्या अंदाजपत्रकाला पंचायत समिती मंजुरी देते. दुरुस्तीसह मंजूर झालेले अंदाजपत्रक ग्रामपंचायतीकडे पाठवण्यात येते. त्या अंदाजपत्रकाप्रमाणे पुढील आर्थिक वर्षातील कामांवर खर्च करता येतो.

पंचायत समितीकडून अंदाजपत्रक मंजूर होऊन आल्यावर ते ग्रामपंचायतीच्या सभेपुढे माहितीसाठी ठेवावे. तसेच ते आर्थिक वर्षातील पहिल्या ग्रामसभेपुढे ठेवून ग्रामसभेला वाचून दाखवावे.

अंदाजपत्रक पंचायत समितीकडे केव्हा पाठवावे? त्याला काही मुदत असते का?

ग्रामपंचायतीने पंचायत समितीकडे ३१ डिसेंबरपूर्वी अंदाजपत्रक पाठवावे असे बंधन आहे. ग्रामपंचायतीने मुदतीत अंदाजपत्रक पाठवले नाही तर ग्रामसेवकाने ते तयार करून ३१ जानेवारी पूर्वी पंचायत समितीकडे सादर करावे.

पंचायत समितीकडून अंदाजपत्रकाला किती दिवसांत मंजुरी मिळते?

मंजुरीकरिता पाठवलेले अंदाजपत्रक पंचायत समितीला मिळाल्यावर पंचायत समितीने ते दोन महिन्यांच्या आत मंजूर करून ग्रामपंचायतीला पाठवावे अशी ग्रामपंचायत कायद्यात तरतूद आहे.

अंदाजपत्रकावर कोणाचे नियंत्रण असते?

प्रत्येक कामावर किती खर्च करावा याला समितीची मंजुरी घेतल्यावर त्याप्रमाणे खर्च होत आहे का? ठरवलेल्या रकमेपेक्षा खर्च जास्त तर होत नाही ना? कामे ठरवलेल्या

मुदतीत होत आहेत का रेंगाळत आहेत? इत्यादी गोष्टींवर नियंत्रण कसे ठेवावे? खर्चावर नियंत्रण ठेवण्यासाठी आणि कामे मुदतीत होतात की नाहीत हे पाहण्यासाठी ग्रामपंचायतीच्या कायद्यात दोन तरतुदी केल्या आहेत. त्या अशा आहेत. खर्चाची प्रमाणपत्रे आणि ग्रामपंचायतीकडे जमा झालेल्या रकमांचे आणि ग्रामपंचायतीने खर्च केलेल्या रकमांचे वर्गीकरण केलेले नोंदणी पुस्तक.

खर्चाची प्रमाणके म्हणजे काय?

ग्रामपंचायतीने खर्च केलेल्या रकमांच्या पावत्यांना 'खर्चाची प्रमाणके' असे म्हणतात. या पावत्या ज्या फायलीत ठेवतात त्या फायलीला 'प्रमाणक फाईल' असे म्हणतात.

खर्चाची पावती घेताना पावतीवर चार गोष्टी लिहाव्या लागतात. अंदाजपत्रकात कामाच्या वाट्याला जी रक्कम आली ती 'वाटणीची रक्कम', कामावर चालू आर्थिक वर्षात झालेला 'पूर्वीचा खर्च', बिलात दाखवलेला खर्च, बिल दिल्यावर कामाच्या वाटणीच्या रकमेतील 'हाती राहणारी शिल्लक' त्यावरून प्रत्येक कामावर ठरवल्याप्रमाणे खर्च होतो आहे का जास्त होतो आहे हे समजते. म्हणून पावती लिहून घेतल्याशिवाय आणि पावतीवर दिलेल्या चार नोंदी केल्याशिवाय बिलाचे पैसे देऊ नयेत.

रकमांचे वर्गीकरण म्हणजे काय ? ते कसे करावे?

प्रत्येक कामावर झालेल्या खर्चाचा आढावा दरमहा घ्यावा, अशी कायद्यात तरतूद आहे. या आढाव्यात प्रत्येक कामाच्या वाटणीची अंदाजपत्रकातील रक्कम, प्रत्येक कामावर आढाव्याच्या महिन्यात अखेरपर्यंत झालेला एकूण खर्च यांच्या नोंदी असतात. त्यावरून कामे वेळच्या वेळी होत आहेत, की ती रेंगाळत चालली आहेत हे समजते. कामे रेंगाळत चालली असतील तर ती का रेंगाळली आहेत याची माहिती घ्यावी आणि रेंगाळण्याची कारणे दूर करून ठरलेल्या मुदतीत ती पूर्ण करण्याचे प्रयत्न करावेत. त्याचप्रमाणे वर्गीकरणात उत्पन्नाचा आढावाही घेण्यात येतो. ग्रामपंचायतीचे उत्पन्न अंदाज केल्याप्रमाणे वेळच्या वेळी ग्राम पंचायतीकडे जमा होत आहे का नाही? ते या मासिक वर्गीकरणावरून समजते. कधी करांची वसुली रेंगाळते तर कधी अनुदाने वेळेवर येत नाहीत. तेव्हा उत्पन्न वेळेवर जमा न होण्याच्या कारणांचा शोध घेऊन ते मिळवण्याचे प्रयत्न करावेत.

अंदाजपत्रकात बदल करता येतो का? तो करायचा झाल्यास कोणत्या गोष्टींची पूर्तता करावी लागते?

ग्रामपंचायतीच्या कामांच्या अंदाजपत्रकाला पंचायत समितीची मंजुरी घ्यावी लागते. तसेच अंदाजपत्रक आदल्या वर्षी तयार करून मंजुरीही आदल्या वर्षी घ्यावी लागेत. परंतु कामे करताना कधी कधी काही अडचणी येतात. उदाहरणार्थ,

१. पावसाळ्यात पुराच्या पाण्याने ग्रामपंचायतीच्या मालकीचा रस्ता किंवा त्यावरील पूल वाहून जातो.

२. नळपाणी - पुरवठ्याच्या योजनेची विजेची मोटर जळते किवा पाईप लाईन फुटते.

३. कामाकरिता लागणाऱ्या सिमेंट, वाळू, विटा, लोखंड किंवा यंत्रसामुग्री यांसारख्या मालाच्या किमती वाढतात आणि अंदाजपत्रकात गृहीत धरलेल्या रकमेत त्या मिळत नाहीत.

४. काम करताना लक्षात येते की एखाद्या बांधकामात वाढ करणे आवश्यक आहे.

५. कामगारांचे संप, नैसर्गिक आपत्तीमुळे

कामे करायला मिळालेला कमी वेळ आणि उत्पन्नाच्या रकमा वेळेवर न मिळाल्यामुळे काही कामे ठरवलेल्या मुदतीत पूर्ण होत नाहीत. त्याचप्रमाणे आर्थिक वर्ष सुरू झाल्यावर ग्रामपंचायतीच्या फायद्याच्या काही गोष्टी घडतात. उदाहरणार्थ :

- ग्रामपंचायतीला कुठल्या तरी कामासाठी खास अनुदान मिळते.
- काही कामांसाठी नव्या रकमा येतात.
- एखादे काम काही अनपेक्षित लाभामुळे कमी पैशांत पूर्ण होते आणि पैसे उरतात. आपत्तीमुळे निर्माण झालेली कामे व अडचणीत सापडलेली कामे लोकांच्या सोयीकरिता हाती घेऊन पूर्ण करावी लागतात. तसेच ग्रामपंचायतीला लाभलेली नवी कामे आणि रकमा सोडून चालत नाही. अशा वेळी काय करावे असा प्रश्न पडतो. अशा वेळी पुरवणी अंदाजपत्रक तयार करून किंवा सुधारित अंदाजपत्रक तयार करून कामे करावीत असा संकेत आहे.

पुरवणी अंदाजपत्रक म्हणजे काय ?

चालू आर्थिक वर्षात ग्रामपंचायतीला नव्या कामांकरिता खास अनुदान मिळाले तर त्याची माहिती ग्रामपंचायतीच्या मासिक सभेत सदस्यांना द्यावी आणि तेवढ्याच कामाचे नवे अंदाजपत्रक तयार करावे. हे अंदाजपत्रक मूळ अंदाजपत्रकाला जोडलेली पुरवणी आहे. याला पुरवणी अंदाजपत्रक म्हणतात.

ग्रामपंचायतीच्या मासिक सभेने त्याला ठराव करून मान्यता घ्यावी आणि खुलासेवार टिपणासह ते पंचायत समितीच्या मंजुरीसाठी पाठवावे. पंचायत समितीची मंजुरी आल्यावर ते काम करावे.

सुधारित अंदाजपत्रक म्हणजे काय ? ते कसे तयार करतात ?

अंदाजपत्रकात बरेच बदल केले तर मूळ अंदाजपत्रक विस्कटते. अशा वेळी मूळ अंदाजपत्रकात सुधारणा करून नवीन अंदाजपत्रक तयार केले तर ते समजायला सोपे जाते. या नवीन अंदाजपत्रकाला 'सुधारित अंदाजपत्रक' असे म्हणतात. मूळ अंदाजपत्रक ज्या पद्धतीने तयार करतात त्याच पद्धतीने सुधारित अंदाजपत्रक तयार करावे लागते. ते ग्रामपंचायतीच्या मासिक सभेपुढे ठेवून त्यावर चर्चा करून सदस्यांनी त्यास मान्यता द्यावी लागते. सुधारित अंदाजपत्रक, त्याच्या मान्यतेचा ठराव आणि सुधारित अंदाजपत्रक का करावे लागत आहे याचा खुलासा, अशी सर्व कागदपत्रे पंचायत समितीकडे मंजुरीला पाठवावी लागतात.

मॉडेल अकाऊंटिंग सिस्टीम

सन २०१३-१४ या आर्थिक वर्षापासून ग्राम पंचायतीत नमुना नंबर १ ते ८ मध्ये ग्रामपंचायतीचे मासिक व वार्षिक लेखे ठेवले जात आहेत. प्रत्येक ग्रामपंचायतीच्या मासिक लेख्यांचा अहवाल पंचायत समितीला सादर करण्याची आणि पंचायती समितीमार्फत तालुक्याची एकत्रित माहिती दर महिन्याला जिल्हा परिषदेकडे पाठवण्याची ही पद्धत आहे.

■ ■ ■

दैनंदिन आर्थिक व्यवहार

पैशांची पावती

ग्रामपंचायतीला कधी रोख पैसे मिळतात तर कधी धनादेशाने पैसे मिळतात. ग्रामपंचायतीला मिळणाऱ्या पैशाची पावती द्यावी लागते. पैसे रोख मिळालेले असोत अगर धनादेशाने मिळालेले असोत. पावतीशिवाय पैसा स्वीकारता येत नाही. पावत्यांचे नमुनेही कायद्याने ठरवून दिले आहेत. रक्कम ५००० रुपयांपेक्षा जास्त असल्यास पावतीवर १ रुपया किंमतीचे रेव्हेन्यू तिकीट लावावे लागते.

पैशांची नोंद कशी करतात ?

ग्रामपंचायतीकडे जमा झालेल्या पैशांची नोंद एका नोंदवहीत करतात, त्याला 'कीर्द' असे म्हणतात. इंग्रजीत त्याला 'डे बुक' म्हणतात. धनादेशाच्या रकमाही कीर्दीत नोंदवाव्या लागतात.

पैशांचा भरणा कुठे करायचा असतो ?

ग्रामपंचायतीकडे जमलेले रोख पैसे अगर चेक ग्रामपंचायतीत ठेवता येत नाहीत. ग्रामसेवक ते स्वत:कडे ठेवू शकत नाही, तसेच ते सरपंचाकडे ठेवता येत नाही. जमलेले पैसे परस्पर खर्च करता येत नाहीत. ते बँकेत ठेवावे लागतात.

बचत खाते कोणाच्या नावाने आणि कुठे उघडायचे?

ग्रामपंचायतीच्या नावाने बँकेत बचत खाते उघडून त्यात पैसे ठेवावे लागतात. जिल्हा मध्यवर्ती सहकारी बँकेत, राष्ट्रीयीकृत बँकेत आणि पोस्टात खाते उघडता येते. ग्रामनिधीचे पैसे ठेवण्याकरिता वेगळे खाते उघडावे लागते. एखाद्या योजनेचे पैसे ठेवण्याकरिता वेगळे खाते उघडावे लागते. मागासवर्गीयांच्या कल्याणकारी योजनांकरिता ग्रामपंचायतीच्या उत्पन्नातून बाजूला काढलेले पैसेही वेगळ्या खात्यात ठेवण्याची पद्धत आहे.

बचत खात्याचे व्यवहार कोण आणि कसे करू शकते?

ग्रामपंचायतीच्या नावाने बँकेत खाते उघडल्यावर बँक ग्रामपंचायतीच्या खात्याची नोंद बँकेच्या खातेपुस्तकात करते. ती नोंद ज्या क्रमांकावर केली जाते त्याला बँकेचा खाते क्रमांक म्हणतात. हा खाते क्रमांक लक्षात ठेवावा. खात्यात पैसे ठेवण्याचा आणि पैसे काढण्याचा व्यवहार कोण करणार हे बँकेला लिहून द्यावे लागते. हा व्यवहार एक जण किंवा दोघे जण करू शकतात. त्यांची नावे आणि सह्यांचे नमुने बँकेला द्यावे लागतात. त्यांना 'खातेदार' म्हणतात. बँकेत पैसे ठेवताना खातेदाराने ते ठेवावेत असे नाही. ते कोणाच्याही सहीने भरता येतात; परंतु पैसे काढताना ते खातेदारांनाच काढता येतात. बँक खातेदाराची सही बँकेतील त्याच्या सहीच्या नमुन्याशी पडताळून पाहते. सही बरोबर असल्याची खात्री झाल्यावर बँक पैसे देते. खाते दोघांच्या नावाने असेल, तर दोघांच्या सह्या जुळल्यावर पैसे मिळतात. ग्रामनिधीच्या खात्यावरील पैसे काढण्याचा अधिकार सरकारने आता ग्रामसेवक व सरपंच दोघांनाही दिला आहे. शिवाय इतर खात्यांवरही दोघांची सही असते.

खातेपुस्तक म्हणजे काय ?

बँकेत ठेवलेल्या पैशांची नोंद ग्रामपंचायतीच्या खात्यावर केली जाते. धनादेशाचे पैसे बँक परस्पर वसूल करते आणि मग ग्रामपंचायतीच्या खात्यावर नोंदवते. धनादेश वटला नाही तर बँक तो धनादेश ग्रामपंचायतीला परत देते. बँक ग्रामपंचायतीला एक पुस्तक देते. त्याला खाते पुस्तक किंवा पासबुक म्हणतात. ग्रामपंचायतीने भरलेल्या आणि काढलेल्या पैशांची नोंद बँक खातेपुस्तकात करून ते ग्रामपंचायतीला परत देते. हे पुस्तक जपून ठेवावे लागते. ते हरवले तर बँकेला लगेच लेखी कळवावे. बँक नवे पुस्तक देते. असे पुस्तक देताना बँक दंड घेते.

पैसे काढण्याची टिपणी कशी तयार करावी?

खर्चासाठी पैसे काढण्यापूर्वी सरपंचांकडून पैसे काढण्याची परवानगी काढावी लागते. त्यासाठी एक टिपणी करून द्यावी लागते. ज्या कामाकरिता पैसे काढावयाचे त्या कामाचे अंदाजपत्रकातील नाव किंवा बाब, अंदाजपत्रकात त्या बाबीवर केलेली तरतूद, त्या बाबींवर केलेल्या तरतुदीतून यापूर्वी झालेला खर्च, काढावयाची रक्कम, रक्कम काढण्याचे किंवा धनादेश देण्याचे कारण, रक्कम काढल्यावर त्या बाबींवर शिल्लक राहणारी रक्कम, ज्या कामाचे पैसे द्यायचे आहेत त्या कामाचा ग्रामपंचायतीच्या ठरावाचा क्रमांक इत्यादी तपशील त्या टिपणीत असावा. सरपंचांनी पैसे काढण्याची परवानगी दिल्यावर पैसे काढणे सुरक्षित असते.

खर्चाचे व्यवहार कसे केले जातात ?

ग्रामपंचायतीने करावयाची कामे कायद्याने ठरवून दिली आहेत. त्या कामांवर ग्रामपंचायतीला खर्च करता येतो. पिण्याच्या पाण्याचा पुरवठा, दिवाबत्ती, साफसफाई यावर खर्च करावा लागतो. ग्रामपंचायतीच्या नोकरांचे पगार द्यावे लागतात. या खर्चापैकी नोकरांच्या पगारासाठी रोख पैसे काढावे लागतात. तसेच किरकोळ खरेदी रोख पैसे देऊन करता येते. यासाठी बँकेतून रोख पैसे काढता येतात. याशिवाय खर्चाचे इतर सर्व व्यवहार रोख पैसे देऊन करता येत नाहीत.

धनादेश वापरताना कुठली काळजी घेतली पाहिजे?

ग्रामपंचायतीने रोख पैसे देऊन व्यवहार न करता धनादेश देऊन व्यवहार करावेत असे सरकारी आदेश आहेत. धनादेश म्हणजे चेक होय. धनादेशाचे दोन प्रकार आहेत. धारक धनादेश

आणि रेखांकित धनादेश. धारक धनादेशाचे पैसे बँकेत धनादेश नेऊन देणाऱ्यास रोख मिळतात, म्हणून धारक धनादेश कोणाला देऊ नये. रेखांकित धनादेशाचे पैसे धनादेशावर ज्याचे नाव असते त्या माणसाच्या बँकेतील खात्यावर जमा होतात. ते रोख मिळत नाहीत, म्हणून रेखांकित धनादेश द्यावा.

खातेदाराला बँक धनादेश पुस्तक देते. धनादेशावर तारीख, ज्याला रक्कम द्यावयाची त्याचे नाव आणि द्यावयाच्या रकमेची अक्षरात आणि अंकात नोंद करून खातेदाराने सही केली की धारक धनादेश तयार होतो. ह्या धनादेशावर वरच्या डाव्या कोपऱ्यात दोन समांतर रेघा मारल्या, की रेखांकित धनादेश तयार होतो. धनादेश देताना रेखांकित धनादेश काऊंटर फॉईलवर धनादेश स्वीकारणाराची सही घ्यावी. धनादेशावर जी तारीख असते त्या तारखेपासून तीन महिन्यांपर्यंत धनादेश वटवता येतो. बँकेत पैसे नसताना धनादेश दिला आणि तो वटला नाही तर तो फौजदारी गुन्हा होतो. त्याप्रमाणे धनादेश देणारास शिक्षा होते. धनादेश हरवला तर बँकेस ताबडतोब लेखी कळवावे. तसेच धनादेशाचे पुस्तक हरवले तरी ताबडतोब बँकेत लेखी कळवावे.

प्रमाणक म्हणजे काय ?

रोख किंवा धनादेशाने पैसे देताना पावती करून त्यावर पैसे घेणाऱ्याची सही घ्यावी लागते. ह्या पावतीला ‘प्रमाणक’ म्हणतात. ह्या पावतीचा नमुना कायद्याने ठरवून दिला आहे. त्यास नमुना नंबर १५ असे म्हणतात. प्रमाणक तयार करून त्याला बील जोडून रोख पैसे किंवा धनादेश स्वीकारणाऱ्याची सही प्रमाणकावर घ्यावी.

ग्रामपंचायतीने मासिक पगारावर व रोजंदारीवर नेलेल्या नोकरांची पगार बिले, रोजंदारीवर नेलेल्या नोकरांची बिले हजेरीपत्रकावर तयार करून त्यावरच पैसे मिळाल्याची सही घेतात. मासिक पगारावर नेलेल्या नोकरांची पगार बिले कायद्याने ठरवून दिलेल्या तक्त्यात किंवा तक्त्यांच्या बांधीव रजिस्टरात तयार करून त्यावर पैसे स्वीकारणाऱ्याची सही घेतात.

हातशिल्लक म्हणून किती पैसे ठेवता येतात?

आकस्मिक खर्चाकरिता ग्रामसेवकाकडे काही पैसे ठेवता येतात. त्याला हात शिल्लक म्हणतात. ग्रामपंचायतीने ठराव करून ग्रामसेवकाकडे आकस्मिक खर्चाकरिता हात शिल्लक ठेवण्यास परवानगी द्यावी. ग्रमसेवकाने ही रक्कम ग्राम पंचायतीच्या कार्यालयात कॅशबॉक्समध्ये ठेवून गरजेप्रमाणे खर्च करावी. सध्या ५०० रुपयांपर्यंत हात शिल्लक ठेवता येते. त्यापेक्षा जास्त रक्कम ठेवता येत नाही. मात्र ही रक्कम सात दिवसांत खर्च करावी लागते.

वस्तू खरेदीसाठी ठराव करावा लागतो का?

ग्रामपंचायतीला रस्त्यावरील उजेडाकरिता बल्ब व ट्यूब्ज, सफाईकरिता झाडू व टोपल्या, पाण्याच्या शुद्धीकरणाकरिता टी. सी. एल. पावडर, कार्यालयाकरिता स्टेशनरी, असे साहित्य विकत घ्यावे लागते. कधी कार्यालयाकरिता टेबले, कपाटे, पंखे यासारखे फर्निचर खरेदी करावे लागते. पिण्याच्या पाण्याची नळयोजना किंवा ट्यूबवेल यांची दुरुस्ती करावी लागते. ग्रामपंचायतीच्या मालकीच्या इमारतीची रंगरंगोटी आणि दुरुस्ती करावी लागते. ग्रामपंचायतीला अशा अनेक वस्तू खरेदी कराव्या लागतात. त्या वस्तू रास्त दराने घ्याव्या लागतात. या वस्तू घेण्यासाठी ग्रामपंचयतीला ठराव करावा लागतो.

हा ठराव कसा करतात ?

प्रत्येक महिन्यात ग्रामपंचायतीची सभा होते. पुढील महिन्यात करावयाची कामे आणि खरेदी यावर या सभेत विचार करतात. कामे व खरेदी करावयाच्या वस्तू यांची अंदाजपत्रकात तरतूद आहे की नाही हे पाहावे. तरतूद असेल तर किती रकमेपर्यंत तरतूद केली होती. त्यातील किती रक्कम खर्च झाली आणि किती शिल्लक आहे याचा विचार करून पुढील महिन्यात करावयाच्या कामांचा व खरेदीचा ठराव करावा. या ठरावाच्या आधारे मालाची खरेदी व विकासाची कामे करता येतात.

दरपत्रक कधी मागवावे लागते?

एखाद्या वस्तूची किंमत ५०० रुपयांपेक्षा जास्त असेल तर तिचे दरपत्रक (कोटेशन) मागवावे लागते. दरपत्रक मागवण्याकरिता ग्रामपंचायतीच्या सभेची परवानगी घ्यावी. त्या ठरावात दरपत्रके स्वीकारण्याचा व दरपत्रके मंजूर करण्याचा अधिकार ज्याला द्यावयाचा त्याचा हुद्दा घालावा. खरेदी करावयाच्या वस्तूचे वर्णन, खरेदी किती करावयाची आहे त्याची माहिती, किती तारखेच्या आत आणि कोठे माल पुरवावा लागेल; माल वर्षभर पुरवावा लागेल, की एकदाच पुरवावा लागेल. मालाचा नमुना पाठवावा लागेल का अशी माहिती लिहून आणि उत्तर किती तारखेच्या आत पाठवावे ते नमूद करून निरनिराळ्या दुकानदारांना पत्रे लिहावीत. त्यांच्याकडून सीलबंद पाकिटात दरपत्रके मागवावी. दरपत्रक आल्यावर ते पोहोचल्याची तारीख व वेळ त्यावर नोंदवावी. अशी दरपत्रके अधिकार दिलेल्या व्यक्तीच्या हाताने फोडून प्रत्येक दरपत्रकावर त्यांची सही, तारीख व फोडल्याची वेळ घालावी. सर्व दरांचा तुलनात्मक तक्ता तयार करावा. वस्तूचे वर्णन काळजीपूर्वक लिहावे. समान दर्जाच्या वस्तूंपैकी कमी दराची वस्तू खरेदी करण्याची शिफारस करावी.

मंजुरी देणाऱ्या व्यक्तीने वस्तूंचे नमुने पाहावेत. दरपत्रकांचा अभ्यास करून योग्य त्या वस्तूंची खरेदी करण्याबाबत स्पष्ट नमूद करावे. कमीत कमी किमतीऐवजी त्यातील जास्त दराच्या वस्तूची खरेदी करावयाचे ठरवले असेल तर त्याची कारणे लिहावीत व शेवटी सही करावी.

दरपत्रक मंजुरीचे अधिकार सरपंचांना दिले नसतील तर ग्रामपंचायतीच्या सभेत त्या दरपत्रकाचा ठराव करून मंजुरी घ्यावी. ज्यांचे दरपत्रक मंजूर झाले असेल त्यांच्याकडून रीतसर खरेदी करावी. वर्षभराचे दरपत्रक असेल तर संबंधितांस तसे कळवून ठरलेल्या दराने, ठरलेला माल वर्षभरात लागेल तसा खरेदी करावा.

काही दुकाने व संस्थांकडून माल घेण्यासाठी दरपत्रकाची आवश्यकता असते का?

काही दुकाने किंवा संस्थांकडून माल खरेदी करण्यास दरपत्रके घेण्याची जरुरी नाही. कारण अशा संस्थांकडून दरपत्रकाशिवाय माल खरेदी करण्यास सरकारी मान्यता आहे. उदाहरणार्थ, सरकारमान्य रास्त भावाची दुकाने, सरकारचे लेखन-सामग्री पुरवठा व शासकीय ग्रंथ भांडार, सरकारमान्य महामंडळांची दुकाने, बालभारती, सरकारी विभागामार्फत उत्पादित मालाची दुकाने, सरकारमान्य ग्राहक भांडारे, लघुउद्योग विकास महामंडळाची दुकाने, नोंदणीकृत सहकारी संस्थांची दुकाने. या दुकानात माल खरेदी करताना दुकानदाराकडे त्यांच्या दुकानातून दरपत्रकाशिवाय माल खरेदी करण्यासंबंधी सरकारी आदेशाची चौकशी करावी.

अशा आदेशाचा क्रमांक लिहून घ्यावा अगर तो क्रमांक पावतीवर छापला नसेल तर

लिहिण्याची विनंती करावी. अन्यथा अशा दुकानातून माल खरेदी करू नये.

निविदा म्हणजे काय? दरपत्रक आणि निविदेमध्ये काय फरक आहे?

ग्रामपंचायत आपल्या हद्दीत विकासाची अनेक कामे करते. त्यात रस्ते, बंधारे, इमारती इत्यादींची बांधकामे व दुरुस्तीची कामे असतात. विहिरी व गटारांची खोदाई आणि बांधकामे, पिण्याच्या पाण्याच्या नळपाणी पुरवठा योजनेच्या नळासाठी खोदाई व नळाची जोडणी, सामाजिक वनीकरणाची झाडे लावण्यासाठी खड्ड्यांची खोदाई अशीही अनेक प्रकारची कामे करावी लागतात. ही कामे ग्रामपंचायत स्वत: किंवा ठेकेदारांकडून करून घेऊ शकते. ग्रामपंचायत स्वत:च्या देखरेखीखाली कामे करू शकत नसेल तर ते ठेकेदारांकडून करून घेऊ शकते. ठेकेदाराला काम देताना कमीत कमी पैशात, आराखड्याप्रमाणे दर्जेदार काम, मुदतीस काम करणारा ठेकेदार शोधावा लागतो. त्यासाठी करावयाच्या कामाला प्रसिद्धी देऊन ठेकेदारांकडून अर्ज मागवतात. अशा कामाचे अर्ज ठराविक नमुन्यात करावे लागतात. कामाच्या अशा अर्जाला 'निविदा' (टेंडर) असे म्हणतात. या निविदा ग्राम पंचायत स्वत: छापू शकत नसेल तर जिल्हा परिषद ज्या नमुन्यात भरलेल्या निविदा स्वीकारू शकते त्या नमुन्यात ठेकेदार निविदा पाठवतात.

कामाचा आराखडा, अंदाजपत्रक कोण तयार करते? कामाला प्रसिद्धी कशी देतात ?

ग्रामपंचायतीने करावयास घेतलेल्या कामांची अंदाजपत्रके आणि आराखडे पंचायत समितीच्या कनिष्ठ अभियंत्याकडून करून घ्यावी लागतात. कामाचा आराखडा व अंदाजपत्रक ग्रामपंचायतीच्या सभेपुढे ठेवून त्याला ग्राम पंचायतीची ठरावाने मंजुरी घ्यावी लागते. काम ग्रामपंचायत करणार की ठेकेदारांकडून करून घेणार याचाही उल्लेख ठरावात करावा लागतो. काम ठेकेदारांकडून करून घ्यावयाचे ठरले तर त्या ठरावात निविदा मंजूर करण्याचा अधिकार सरपंचांना देण्यात आला आहे, की ग्रामपंचायतीने स्वत:कडे ठेवला आहे, याचाही उल्लेख करावा लागतो. काम ठेकेदारांकडून करून घ्यावयाचे ठरले तर त्या कामाला स्थानिक वर्तमानपत्रात जाहिरात देऊन किंवा ग्रामपंचायतीच्या फलकावर लेखी नोटीस अडकवून प्रसिद्धी द्यावी लागते. या प्रसिद्धीपत्रकात किंवा जाहिरातीत पुढील गोष्टींचा उल्लेख करणे आवश्यक असते - कामाचे नाव आणि वर्णन, कामाची अंदाजे रक्कम, ठेकेदाराने तारण म्हणून ठेवावयाची रक्कम व निविदा अर्जांची किंमत, कामाची मुदत, निविदा स्वीकारण्याची मुदत, कार्यालय, वेळ आणि निविदा स्वीकारणाऱ्याचा हुद्दा, निविदा स्वीकारण्याची अंतिम तारीख, निविदा कोणत्या तारखेला, कोणत्या वेळी, कोणत्या ठिकाणी, कोणा समक्ष उघडणार, त्यांचा हुद्दा.

निविदांचा स्वीकार आणि मंजुरीबाबत काय करणे आवश्यक आहे ?

सरपंचांनी बंद पाकिटात मुदतीत आलेल्या निविदा, त्यांना निविदा मिळाल्याची तारीख व वेळ बंद पाकिटावर घालून सही करुन स्वीकाराव्यात, बंद पाकीट उघडू नये आणि मुदतीनंतर आलेल्या निविदा स्वीकारू नयेत. दाखल करून घेतलेल्या निविदा ठरलेल्या ठिकाणी, ठरलेल्या दिवशी, ठरलेल्या वेळी ठेकेदारामसमोर उघडून त्यावर पुन्हा तारीख, वेळ घालून सह्या कराव्यात. नंतर त्या सर्व निविदांचा तुलनात्मक तक्ता तयार करून त्यावर तारीख, वेळ घालून सही करावी. निविदा मंजूर करताना, कामाच्या आराखड्याप्रमाणे, ठरलेल्या मुदतीत, कमीत कमी पैशात, दर्जेदार काम करून

मिळणारी निविदा स्वीकारता येते हे ध्यानात घ्यावे. अशी निविदा ठरवण्याचे अधिकार निविदा मंजूर करणाऱ्या व्यक्तीला असतात. ठेकेदारासंबंधीचा पूर्वानुभव लक्षात घेऊन वरील कसोटीत उतरणारी कोणतीही निविदा स्वीकारता येते. वरील कसोटीस न उतरणाऱ्या कमीत कमी खर्चाच्या निविदांऐवजी वरील कसोटीस उतरणारी जास्त खर्चाचीही निविदा योग्य वाटत असेल तर ती स्वीकारणे कसे योग्य आहे याची कारणे नमूद करून ती स्वीकारता येते. निविदा स्वीकारण्याचे अधिकार सरपंचांना दिलेले नसतील तर सर्व निविदा पंचायतीच्या सभेपुढे ठेवून वरीलप्रमाणे योग्य निविदा पंचायत सभेने ठराव करून स्वीकारावी. सरपंचांना निविदा स्वीकारण्याचा अधिकार दिला असेल, तर निविदा स्वीकारून नंतर त्यांनी केलेल्या कारवाईस पंचायतीचा ठराव करून मंजुरी घ्यावी.

कामाची कार्यवाही करताना कोणती काळजी घेणे आवश्यक असते ?

निविदा स्वीकारल्यावर रीतसर कार्यवाही सुरू करावी. प्रथम ठेकेदाराला पत्र द्यावे. ठेकेदाराची संमती घेऊन करार करावा व तारण स्वीकारावे. कामास सुरुवात केल्यानंतर देखरेख करावी. कामाच्या प्रकाराप्रमाणे विशिष्ट काम केल्यावर पंचायत समितीच्या कनिष्ठ अभियंत्यांकडून मूल्यमापन व मूल्यांकन करून ठेकेदाराला नियमाप्रमाणे काही रक्कम द्यावी. अशा बिलांना रनिंग बिले (आर. ए.) म्हणतात. ही रक्कम कामाच्या मूल्यापेक्षा अधिक देता येत नाही. काम संपेपर्यंत तीन ते चार वेळा मूल्यांकन करून रनिंग बिले देता येतात.

रनिंग बिले देताना आयकर कायद्याच्या नियमाप्रमाणे अडीच टक्के रक्कम ठेकेदाराच्या प्रत्येक रनिंग बिलातून कापून घेऊन आयकर खात्याकडे भरणा करावी. याबद्दल गटविकास अधिकारी यांच्याकडून माहिती घ्यावी व त्यांच्या मार्गदर्शनानुसार कार्यवाही करावी. कामाचे अंतिम बिल देण्यापूर्वी काम पूर्ण केल्याचा तसेच कामाच्या एकूण मूल्यांकनाचा दाखला घ्यावा आणि असे दाखले मिळाल्यावर अंतिम बिल देण्याची कारवाई करावी. अन्यथा नाहक भुर्दंड सहन करण्याचा प्रसंग येतो.

निविदा मागवण्याची सूट कोणाकोणाला देता येते?

सरकारी खाती व स्थानिक संस्था यांना निरनिराळ्या प्रकारचे बांधकाम करताना नोंदणीकृत कंत्राटदाराकडून टेंडर मागवावे लागते. परंतु मजूर सहकारी संस्थेस काम देताना निविदा मागवावी लागत नाही. मात्र बांधकामाची अंदाजित रक्कम किमान रु. ५०,०००/- व कमाल रु. २ लाख पर्यंत असेल तरच असे करता येते. मजूर संस्थेला जास्तीत जास्त तीन कामे देता येतात.

बाजार फी वसुलीचा लिलाव कसा केला जातो?

ग्रामपंचायत हद्दीत बाजार भरत असेल तर ग्रामपंचायत माल विकणाराकडून बाजार फी वसूल करू शकते. ग्रामपंचायत बाजार फी वसूल करण्यासाठी प्रासंगिक नोकर नेमून बाजार फी वसूल करू शकते. तो वसुलीची जबाबदारी स्वीकारणार नसेल तर ग्रामपंचायतीत ठराव करून ते काम ठेकेदाराला देऊ शकते. ठेकेदाराला काम देण्याची कारवाई करण्यापूर्वी विस्तार अधिकारी (पंचायत) यांच्याकडून माहिती घ्यावी. गटविकास अधिकारी यांच्याकडे पत्रव्यवहार करावा आणि त्यांच्या सल्ल्याप्रमाणे ठेकेदाराला बाजार फी वसुलीचा मक्ता देण्याची रीतसर कारवाई करावी.

ग्रामपंचायत कोणकोणत्या गोष्टींचा लिलाव करू शकते ?

ग्रामपंचायतीकडे असलेल्या जुन्या, टाकाऊ, अनावश्यक वस्तूंची आणि उत्पादित मालाची विक्री करून ग्रामपंचायत उत्पन्न मिळवू शकते. वर्तमानपत्राची रद्दी, केरकचरा, वठलेली झाडे, गायरानातील गवत, झाडावरील फळे इत्यादी वस्तूंची ठोक विक्री लिलावाने करतात. लिलाव बोलणाऱ्यांच्या चढाओढीमुळे ग्रामपंचायतीला अधिक उत्पन्न मिळावे.

ठराव

लिलाव करण्यापूर्वी ग्रामपंचायतीने लिलाव करावयाच्या वस्तूंचा व मालाचा खुलासा करून ठराव करावा. लिलावाच्या शर्ती ठरवून घ्याव्यात. लिलाव करण्याचे व लिलाव झाल्यावर तो मंजूर करण्याचे अधिकार ज्यांना द्यावयाचे असतील त्यांचे नाव, हुद्दा नमूद करून ठराव करावा. तसेच ज्या वस्तूंचा आणि मालाचा लिलाव करावयाचा असेल त्या वस्तूंची पंचांकरवी चालू बाजाराभावाने किंमत ठरवून घ्यावी.

दरसूची

राज्य सरकार व केंद्र सरकारने बांधकामाचे आणि बांधकामास लागणाऱ्या निरनिराळ्या साहित्याचे तसेच कार्यालयाकरिता घ्यावयाच्या साहित्याचे दर निर्धारित केलेले असतात. तसेच मजुरीचे दरही निश्चित केलेले असतात. या दरसूचीमध्ये दर दोन वर्षांनी सुधारणा करून अद्ययावत दर प्रसिद्ध केले जातात. एखाद्या कामाचा आराखडा व अंदाजपत्रक तयार करताना अशा दरसूचीतील दर विचारात घेतात. म्हणून अशा दरसूचींचा अभ्यास करावा आणि शक्य झाले तर दरसूची उपलब्ध करून स्थायी आदेश फाईलला लावून ठेवावेत.

स्वायत्त संस्थांचे दर

ग्रामपंचायती, पंचायत समिती, जिल्हा परिषदा आणि शासनाच्या निरनिराळ्या विभागांनी कार्यालयीन कामांसाठी लागणाऱ्या वस्तू शासनाने ३ जानेवारी १९९२ रोजी शासकीय जीआर अन्वये जाहीर केलेल्या संस्थांकडून खरेदी कराव्या असे कळवले आहे. त्या संस्था निर्मित वस्तूंची यादी व दरपत्रक त्या संस्थांकडून उपलब्ध होऊ शकेल. अशा संस्थांकडून वस्तू किंवा साहित्य खरेदी करताना निविदा मागवावी लागत नाही. त्या पत्राप्रमाणे खादी ग्रामोद्योग, सहकारी संस्था, कारागृह, उघुउद्योग महामंडळ इत्यादी संस्थांच्या निविदा मागवाव्या लागत नाही.

■ ■ ■

ग्रामपंचायतीची मालमत्ता

ग्रामपंचायतीची स्थावर मालमत्ता कोणत्या प्रकारची असते?

ग्रामपंचायतीस सार्वजनिक हिताच्या दृष्टीने स्थावर मालमत्ता संपादन करण्याचा तसेच स्थावर मालमत्ता निर्माण करण्याचा कायद्यानुसार अधिकार आहे. विकास योजनांतून निर्माण झालेली मालमत्ता ही ग्रामपंचायतीची मालमत्ता समजण्यात येते. या मालमत्तेची विक्री ग्राम पंचायत करू शकत नाही. अशा योजनांतून निर्माण झालेल्या मालमत्तेपासून ग्रामपंचायतीस भाडेरूपाने उत्पन्न मिळवता येते.

महाराष्ट्र ग्रामपंचायत अधिनियम १९५८चे कलम ५१प्रमाणे राज्य सरकार ग्रामपंचायत क्षेत्रात असलेली सरकारी मालमत्ता ग्राम पंचायतीकडे वर्ग करू शकते. अशा मालमत्तेमध्ये सरकारी इमारती, खुल्या जागा, पडिक किंवा रिकाम्या जमिनी, गायराने, सार्वजनिक रस्ते, पूल, बांध, विहिरी, तळी, नदीच्या पात्रातील जागा, ओढे, नाले, कालवे, जलप्रवाह, झाडे किंवा इतर मालमत्ता यांचा समावेश होतो. सरकारने ग्रामपंचायतीच्या ताब्यात दिलेल्या मालमत्तेचा वापर सरकार ठरवून देईल त्या अटीप्रमाणे ग्रामपंचायतीला करावा लागतो.

मालमत्तेच्या नोंदी कशा ठेवाव्यात?

ग्रामपंचायतीने स्वत: संपादन केलेल्या, विकास योजनांतून निर्माण झालेल्या तसेच कलम ५१ व ५६ प्रमाणे सरकार आणि जिल्हा परिषदेकडून ग्रामपंचायतीच्या ताब्यात मिळालेल्या सर्व प्रकारच्या मालमत्तांची नोंद मुंबई ग्रामपंचायत अधिनियमानुसार ठरवून दिलेल्या नमुन्यातील नोंदवहीत ठेवावी लागते. त्यासाठी संस्था निर्मित वस्तूंची यादी व दरपत्रक त्या संस्थांकडून उपलब्ध होऊ शकेल. अशा संस्थांकडून वस्तू किंवा साहित्य खरेदी करताना निविदा मागवावी लागत नाही. त्या पत्राप्रमाणे खादी ग्रामोद्योग, सहकारी संस्था, कारागृह, उघुउद्योग महामंडळ

इत्यादी संस्थांच्या निविदा मागवाव्या लागत नाही.

स्थावर मिळकतीची नोंदवही (नमुना क्र. २५), मोकळ्या जागा व जमिनीची नोंदवही (नमुना क्र. २७) आणि रस्ते नोंदणी नोंदवही (नमुना क्र.२६) अशी नोंदणी पुस्तके ठेवली जातात. ग्रामपंचायतीकडून अशा मालमत्तेवर केलेला खर्च, झालेले फेरबदल, मालमत्तेची विल्हेवाट व त्या संबंधात झालेले आदेश इत्यादी बाबींचा या नोंदीत समावेश आहे.

जंगम मालमत्ता म्हणजे काय? त्यात कोणत्या गोष्टींचा अंतर्भाव होतो?

ग्रामपंचायतीला कार्यालयासाठी, सदस्यांच्या सभांसाठी, नागरिकांच्या सोयीसाठी आणि वेगवेगळ्या योजनांच्या कार्यवाहीसाठी अनेक प्रकारचे साहित्य लागते.

कार्यालयासाठी साहित्य

कार्यालयाकरिता टेबले, खुर्च्या, स्टुल, बाके, कपाटे, घड्याळे, रोख पेटी इत्यादी साहित्य लागते. पिण्याचे पाणी आणण्यासाठी व साठविण्यासाठी बादल्या, पिंपे, तांब्या -भांडे व पेले लागतात. ग्रामपंचायतीच्या नावाचा फलक, जन्म-मृत्यू नोंदणीचा फलक, सदस्यांच्या नावाचा फलक, आदर्श गावाची माहिती लिहिलेला फलक, सूचना फलक, वार्ताफलक असे साहित्य घ्यावे लागते. काही ग्रामपंचायतींकडे दूरध्वनीही असतात.

गावाच्या साफसफाईसाठी व आरोग्य रक्षणासाठी साहित्य

गावाची साफसफाई करण्याकरिता आणि गटारे वाहती ठेवण्याकरिता टिकाव, फावडी, कुदळी, गज, पहार, घमेली इत्यादी साहित्य घ्यावे लागते. काही ग्रामपंचायती टेम्पो, टॅक्टर व ट्रॉलीही खरेदी करतात. तसेच उंदीर मारण्याकरिता पिंजरे खरेदी करतात.

पिण्याच्या पाण्याचा पुरवठा करण्यासाठी साहित्य

काही ग्रामपंचायतींमध्ये नळाने पाणी पुरवठा केला जातो. त्यासाठी लागणारे पाईप खरेदी करावे लागतात. काही ग्रामपंचायती कूपनलिकेवर सबमर्सिबल पंप बसवतात. कोणी कूपननलिकेवर हातपंप बसवतात. काही ग्रामपंचायतींकडे विहिरीतील किंवा आडातील पाणी खेचण्याकरिता लोखंडी रहाट असतील. सार्वजनिक उपयोगांसाठी पाणी साठवण्यासाठी लोखंडी पिंपेही घेतली जातात. पिण्याचे पाणी निर्जंतुक करण्यासाठी टी.सी.एल. टाकली जाते. त्यासाठी बादल्या व टी.सी.एल. मिसळण्याकरिता साहित्य खरेदी केले जाते.

विशेष योजनांच्या प्रसारासाठी साहित्य

अपारंपरिक उर्जा निर्मितीसाठी सौरशक्तीवर चालणाऱ्या बॅटऱ्या, सौर संयंत्रे, सौरचुली, सौरदिवे आणि पवनचक्क्या असे साहित्य त्या योजनेतून ग्रामपंचायतीकडे येते. निर्धूर चुलीच्या प्रात्यक्षिकासाठी निरनिराळ्या चुली, स्टोव्ह, शेगड्या आणि कंदील देण्यात आले आहेत. काही ग्रामपंचायतींनी पर्जन्यमापक यंत्रेही खरेदी केलेली असतात किंवा संस्थांनी दिलेली असतात.

याप्रमाणे ग्रामपंचायतीकडे अनेक प्रकारचे साहित्य असते. यातील काही साहित्य शासनाने दिलेले असते. काही साहित्य योजनांच्या प्रात्यक्षिकांसाठी व कार्यवाहीसाठी दिलेले असते. काही साहित्य देणगीदारांनी दिलेले असते. बरेच साहित्य ग्रामपंचायत खरेदी करते. तसेच काही साहित्य ग्रामपंचायतीने खरेदी करून

आरोग्य संस्था, शैक्षणिक संस्था, सामाजिक संस्था आणि लाभार्थी यांना वाटलेले असते. या सर्व साहित्याला ग्रामपंचायतीची जंगम मालमत्ता म्हणतात आणि त्याची मालकी ग्रामपंचायतीकडे असते.

जंगम मालमत्ता नोंदणीच्या नोंदवह्या कोणकोणत्या असतात?

हे सर्व साहित्य ग्रामपंचायतीने स्वत: खरेदी केलेले असो, स्वत: खरेदी करून वाटलेले असो, शासनाकडून मिळालेले असो, योजनेच्या प्रात्यक्षिकासाठी व प्रसारासाठी मिळालेले असो किंवा देणगीदाराने दिलेले असो प्रत्येक साहित्याची नोंद ग्रामपंचायतीने त्यासाठी असलेल्या पुस्तके व नकाशा नोंदवहीत (नमुना क्र. १८) करावी लागते. निरूपयोगी वस्तूंची नोंदवही (नमुना क्र. १९) मध्ये पुस्तके आणि नकाशे याशिवाय ग्रामपंचायतीच्या मालकीची वर वर्णन केलेली सर्व जंगम मालमत्ता नोंदवतात.

दस्तऐवज म्हणजे काय?

ग्रामपंचायतीची स्थावर मालमत्ता ही ग्राम पंचायतीच्या क्षेत्रात विखुरलेली असते. या मालमत्तेची खरेदीखते, बक्षिसपत्रे, सरकारकडून वर्ग झालेल्या मालमत्तेची कागदपत्रे, जमिनीच्या ७/७ अ/१२ चे उतारे, ८ अ व ८ ड चे उतारे, इमारतीच्या भूमापन विभागाकडील सनदा, बांधकामांची अंदाजपत्रके, नकाशे, मूल्यांकन दाखले, कामाच्या पूर्णत्वाचे दाखले, मालमत्तेत झालेल्या फेरबदलाचे आदेश, जमिनीचे फेरफार दाखले इत्यादी कागदपत्रांना दस्तऐवज म्हणतात. हे दस्तऐवज ग्रामपंचायत दफ्तरी कायम ठेवावयाचे असतात. त्यांचा नाश करावयाचा नसतो. म्हणून ते विशिष्ट फाईलीत काळजीपूर्वक ठेवावेत. कोणी या दस्तऐवजाच्या छायाप्रतीही काढून ठेवतात. छायाप्रती काढल्या तरी मूळ दस्तऐवज महत्त्वाचे असल्याने त्यांची विशेष काळजी घ्यावयाची असते.

ग्रामपंचायतीकडील महत्त्वाचे दस्तऐवज कोणते?

महाराष्ट्र ग्रामपंचायत अधिनियम १९५८चे कलम ५१ अन्वये शासनाकडून ग्रामपंचायतीकडे वर्ग झालेले रस्ते, पूल, ओढे-नाले, ओसाड जमिनी, गायराने, बखळी, डोंगर व टेकड्या, झाडे, स्मशान भूमी, गावकूळ व वेशी, नदी किनाऱ्यालगतच्या जमिनी, चावड्या नदीवरील घाट, धर्मशाळा, विहिरी, तळी, पाझर तलाव, बांधारे, कोंडवाडे, इत्यादी मालमत्ता वर्ग केल्याची कागदपत्रे. महाराष्ट्र ग्रामपंचायत अधिनियम १९५८ चे कलम ५१ अन्वये जिल्हा परिषदेकडून ग्रामपंचायतीकडे वर्ग झालेल्या मिळकती आणि मालमत्तेची कागदपत्रे उदाहरणार्थ, शाळागृह, इमारती, दवाखान्याच्या इमारती, विहिरी, पाणी पिण्याचे आड, बारवा, जनावरांना पाणी पिण्याचे हौद, रस्ते, पूल, चावड्या, कार्यालयाच्या इमारती, धर्मशाळा, बखळ जागा, कोंडवाडे, ग्रंथालयाच्या इमारती, शेती बेसिक शाळांच्या जमिनी व इतर जमिनी, शाळांची क्रीडांगणे, झाडे इत्यादी वर्ग केल्याची कागदपत्रे.

प्राथमिक आरोग्य केंद्रे, उपकेंद्रे व पथके यांच्या इमारती बांधण्यासाठी, प्राथमिक शाळा, बालवाड्या, समाजमंदिरे यांच्या बांधकामाकरिता, रस्ते आणि विहिरी यांचेकरिता, बेघरांसाठी घरकुल बांधण्याकरिता १) ताब्यात घेतलेल्या जमिनी वर्ग केल्याचे सरकारी आदेश २) विकत घेतलेल्या जमिनीची खरेदीखते आणि बक्षीस मिळालेल्या जमिनीची बक्षीसपत्रे.

विकास कामातून निर्माण झालेल्या मालमत्तेची मंजूर झालेली अंदाजपत्रके व नकाशे,

मूल्यांकन दाखले, पूर्णत्वाचे दाखले, ताब्यात घेतल्याचे आणि ताब्यात दिल्याचे दाखले.

बांधकामे आणि विकासकामे जर शेतजमिनीवर झाली असतील तर अशा जमिनी बिगरशेती वर्गीकरण केल्याचे आदेश. ग्रामपंचायतीकडील जमिनी, बखळी, विहिरी, निरनिराळी बांधकामे यांचे मोजणीखात्याकडून उपलब्ध केलेले नकाशे, ग्रामपंचायतीने स्वत:च्या निधीतून अगर विकासकामांतून निर्माण केलेली मालमत्ता, बालवाड्या, प्राथमिक शाळा, दवाखाने इत्यादींना मोफत वापरण्याकरिता अगर भाड्याने दिली असल्यास त्याची करारपत्रे व ताबे पावत्या.

ग्रामपंचायतीच्या स्थावर मालमत्तेचे मुलकी खात्याकडून वेळोवेळी घेतलेले ७/७अ/१२, ८अ, ८ ड इत्यादी उतारे. ग्रामपंचायतींनी खरेदी केलेली मुदतीची अल्पबचत प्रमाणपत्रे, इंदिरा विकासपत्रे, युनिट ट्रस्ट प्रमाणपत्रे, कारखान्यांचे शेअर्स, बँकेत ठेवलेली अल्पमुदतीच्या ठेवीची कागदपत्रे, ग्रामपंचायतींनी इतरत्र गुंतवणूक केली असेल तर त्यासंबंधी कागदपत्रे हे महत्त्वाचे दस्तऐवज आहेत. ग्रामपंचायतीला अगर ग्राम पंचायतीच्या सरपंचांना व सदस्यांना चांगले काम केल्याबद्दल प्रशस्तीपत्रे, मानपत्रे, ढाली, करंडक अशी बक्षिसे मिळतात. खरे तर ही ग्राम पंचायतीच्या कामाची समाजाने किंवा शासनाने घेतलेली नोंद आहे. त्यामुळे ही कागदपत्रे, मानपत्रे, मानचिन्हे सर्व काळजीपूर्वक जपून ठेवावी लागतात.

■ ■ ■

ग्रामपंचायतीचे दप्तर

ग्रामपंचायतीचे दप्तर म्हणजे काय ?

ग्रामपंचायत ही स्थानिक स्वराज्य संस्था आहे. तिचा कारभार लोकशाही पद्धतीने चालतो. गावाच्या विकासावर चर्चा होऊन त्यावर अंमलबजावणी केली जाते. ग्रामपंचायतीचे निर्णय, निर्णयांची अंमलबजावणी, अंमलबजावणीकरिता झालेला खर्च यांच्या नोंदी ठेवाव्या लागतात. या नोंदीच्या दस्तऐवजांना ग्रामपंचायतीचे दप्तर म्हणतात.

दप्तराचे प्रकार

१. प्रशासकीय दप्तर २. सभांचे दप्तर

३. आर्थिक व्यवहाराचे दप्तर व इतर

सर्वच दप्तराला सामान्यपणे 'अभिलेख' असे म्हणतात, तर पैशांच्या हिशोबाच्या दप्तराला 'लेखा' असे म्हणतात.

दप्तराचे जतन कसे, किती काळ?

ग्रामपंचायतीला सर्व प्रकारच्या दप्तरांचे जतन करावे लागते. कोणत्या अभिलेखांचे किती वर्षे जतन करावे हेसुद्धा कायद्याने ठरवून दिले आहे. त्याकरिता अभिलेखांचे प्रकार केले आहेत. याला अभिलेखांचे वर्गीकरण असे म्हणतात. हे वर्गीकरण अ, ब, क, क-१ आणि ड या पाच प्रकारांत केले आहे. प्रत्येक प्रकारातील नोंदवह्यांची, फायलींची आणि लेख्यांची जतन करण्याची मुदत ठरवून दिली आहे. ही मुदत प्रकारांप्रमाणे पुढीलप्रमाणे आहे :

अभिलेख वर्ग	जतन करून ठेवण्याची मुदत
अ	
ब	३० वर्षे
क	१० वर्षे
क - १	५ वर्षे
ड	ज्या विषयांचा असेल, तो विषय संपूर्णपणे संपेपर्यंत

प्रशासकीय दप्तर

ग्रामपंचायतीच्या प्रशासकीय दप्तरात अनेक नोंदवह्या आणि फायली आहेत. ज्या रजिस्टरांच्या आणि फायलींच्या नावांवरून त्यात कशाच्या नोंदी आहेत हे समजते, त्यांची फक्त नावे लिहिली आहेत.

नोकरवर्गाची हजेरी, आवक तसेच जावक नोंदवही, लेखा परीक्षण अहवाल, बांधकाम परवाना, दाखले, जन्म नोंदणी, मृत्यूनोंदणी, उपजत मृत्यू, विवाह नोंदणी वगैरे. मिळकतीच्या फेरफाराचे रजिस्टर हे त्यापैकी महत्त्वाचे. कारण ग्रामपंचायतीच्या हद्दीतील सर्व इमारती आणि गावठाणातील मोकळ्या जागा (बखळी) यांची नोंद ग्रामपंचायतीच्या कर आकारणी यादीत असते. त्यामध्ये मालकाचे तसेच भोगवटा करणाराचे नाव असते.

या नावामध्ये बदल करावयाचा असल्यास संबंधितांचे अर्ज, पुरावे याआधारे चौकशी करून फेरफार रजिस्टरमध्ये नोंद करावी लागते. केलेल्या फेरफारास ग्रामपंचायतीने ठरावाद्वारे मंजुरी दिल्यानंतर कर आकारणी यादीत दुरुस्ती करून तसा शेरा देऊन सरपंचांनी त्यावर सही करायची असते.

प्रशासकीय कामासाठी कोणत्या फायली असतात?

प्रशासकीय कारभारासंबंधी पुढील फायली ग्राम पंचायतीत असतात. फायलीला 'नस्ती' असेही म्हणतात.

स्थायी आदेश, तात्पुरते आदेश, परिपत्रके, बांधकाम परवाना अर्ज आणि आदेश, मालमत्ता संपादन आणि विक्रीसंबंधी दस्तऐवज व कागदपत्रे, लेखापरीक्षण अहवाल व त्यांची पूर्तता मंजुरी, नोकरांची नेमणूक व बढती, शासकीय अनुदान, पाणीपुरवठा व जलनि:सारण, रस्ते दुरूस्ती, आरोग्य, शेती, तपासणी अहवाल, इतर किरकोळ पत्रव्यवहार वगैरे. काही ग्रामपंचायती कारभाराच्या सोयीकरिता स्वत: काही फायली ठेवतात. उदाहरणार्थ वर्तमानपत्रे, मासिके व नियतकालिकांची फाईल, सार्वजनिक सुट्ट्यांच्या यादीची फाईल इत्यादी.

सभांचे दप्तर म्हणजे काय?

ग्रामपंचायतीचा कारभार लोकशाही पद्धतीने चालतो. ग्रामपंचायतीचे सदस्य सभेत निर्णय घेऊन सभेच्या निर्णयानुसार ग्रामपंचायतीचे काम चालते. सभेत घेतलेले निर्णय नोंदवून ठेवण्यात येतात. याला 'सभांचे दप्तर' असे म्हणतात. या दप्तरामध्ये सभेच्या सूचना, सभावृत्तांत, ग्राम पंचायत सभा व ग्रामसभा यांची हजेरी इत्यादी फायलींचा समावेश असतो.

आर्थिक व्यवहाराचे दप्तर

ग्रामपंचायत ही एक सार्वजनिक संस्था आहे. ग्रामपंचायतीमध्ये जे आर्थिक व्यवहार होतात त्या व्यवहारांच्या नोंदी कराव्या लागतात. या नोंदी पंचायत समितीकडे पाठवाव्या लागतात. ग्रामपंचायतीच्या लेखा परीक्षणाच्या वेळी आणि कार्यालयीन तपासणीच्या वेळी त्या तपासणी अधिकाऱ्यांना दाखवाव्या लागतात. ग्रामपंचायतीच्या कामाचा आढावा घेताना आणि नवीन आर्थिक वर्षाची अंदाजपत्रके तयार करताना पूर्वीच्या आर्थिक व्यवहाराच्या नोंदी उपयोगी पडतात.

कायद्याच्या पुस्तकात नमूद केलेले दप्तराचे नमुने-आर्थिक व्यवहाराच्या नोंदी ठेवण्यासाठी ग्रामपंचायतीच्या कायद्याच्या पुस्तकात निरनिराळे तक्ते आणि रजिस्टरे यांचे नमुने दिले आहेत. तसेच काही पावत्यांचे नमुनेही सांगितले आहेत. कायद्याच्या पुस्तकात आर्थिक

व्यवहारासंबंधी दिलेले तक्ते, पावत्या आणि रजिस्टरे यांची संख्या २७ आहे. (ही यादी परिशिष्टात दिली आहे)

ग्रामपंचायतीने आर्थिक व्यवहारासंबंधी कोणती रजिस्टर्स आणि कागदपत्रे ठेवणे गरजेचे असते?

आर्थिक व्यवहारासंबंधी कायद्याने ठेवाव्या लागणाऱ्या फायली व रजिस्टरांशिवाय ग्राम पंचायतीने तशाच प्रकारच्या व्यवहाराच्या खालील फायली रजिस्टरे ठेवावीत.

१. बँकेच्या व्यवहाराची धनादेश पुस्तके
२. बँकेची पासबुके
३. धनादेश रजिस्टर - यात ग्रामपंचायतीला मिळालेले व ग्रामपंचायतीने दिलेले धनादेश नोंदवतात.
४. बँकेत भरणा केलेल्या रकमांची चलने - यात ग्रामपंचायतीला मिळालेले चेक व ग्रामपंचायतीने दिलेले धनादेश नोंदवतात.
५. बँकेच्या खात्यातील रकमांची ताळमेळ पत्रके
६. पोस्टातील बचत खात्याचे पासबुक
७. ग्रामपंचायतीच्या करांच्या दैनंदिन वसुलीची पोट-कीर्द आणि बाजार करवसुलीची पोट कीर्द
८. बाजार पावती बुके
९. ग्रामपंचायतीच्या नोकरवर्गाची भविष्य निर्वाह निधीची खातेवही किंवा पासबुके
१०. भविष्यनिर्वाह निधीचे ब, क, ड नमुने
११. अंशदान नोंदवही
१२. ग्रामपंचायतीने केलेल्या गुंतवणुकीची नोंदवही हे बांधीव रजिस्टर आहे.
    ग्रामपंचायत अल्पबचत प्रमाणपत्रे, सरकार पुरस्कृत कर्जरोखे, सरकार पुरस्कृत ठेवी यात पैसे गुंतवू शकते. या गुंतवणुकीच्या नोंदी या रजिस्टरात करतात.
१३. ग्रामपंचायतीच्या नोकरवर्गाची सेवानोंद पुस्तके.

ग्रामपंचायतीचे दस्तऐवज कोणकोणते ?

बांधकामाकरिता ग्रामपंचायतीला बक्षीसपत्राने जमिनी मिळतात. बांधकाम किंवा अन्य कामांकरिता ग्रामपंचायत कधी कधी जमीन खरेदी करते. ग्रामपंचायतीकडे सरकारने, जिल्हा परिषदेने, पंचायत समितीने किंवा दानशूर व्यक्तीने काही शर्तीवर स्थावर जंगम मालमत्ता, जमिनी, रस्ते, दिलेले असतात. त्या सर्वांचे करारनामे असतात. तसेच ग्रामपंचायतीने शेजारच्या ग्रामपंचायतीशी, नगर परिषदांशी, छावणी मंडळांशी करार केलेले असतात. ग्रामपंचायत कधी सरकारमान्य विविध ठिकाणी पैसे गुंतवते. बक्षीसपत्रे, खरेदी खते, करारनामे, देणगीपत्रे, गुंतवणुकीची बचत पत्रे, ठेवीच्या पावत्या, मोजणीचे नकाशे असे अनेक प्रकारचे दस्तऐवज ग्रामपंचायतीच्या ताब्यात असतात. त्यांची यादी करून एखाद्या रजिस्टरात ती नोंदवली तर पुढील काळातील सरपंच, सदस्य आणि ग्रामसेवक यांनी त्यांची माहिती सहज होऊ शकते. नाही तर काही काळाने हे दस्तऐवज कोणाच्याच लक्षात न येण्याची शक्यता असते. (ग्रामसेवकांच्या पदभार यादीत या सर्वांची नोंद असते.) असे दस्तऐवज आता लॅमिनेशन करून ठेवण्याची सोय झाली आहे. तसेच दस्तऐवजाच्या छायाप्रती आणि सूक्ष्म छायाप्रती काढण्याची सोय मोठ्या शहरांत उपलब्ध आहे. यापैकी काही करता आले नाही तर अशा दस्तऐवजांवर वाळवी प्रतिबंधक औषधे फवारून त्यांचे आयुष्य वाढवता येणे शक्य झाले आहे.

■ ■ ■

माहितीचा अधिकार

ता. २६ जानेवारी १९५० रोजी आम्ही देशात पहिला प्रजासत्ताक दिन साजरा केला. त्याच दिवशी भारतामध्ये लोकशाही आली. आमच्या देशामध्ये गणराज्य, प्रजातंत्र, स्वातंत्र्य आले असे आम्ही म्हणायला लागलो. याच दिवशी मतदार जनता या देशाची मालक झाली.

सरकारच्या तिजोरीत विविध करांच्या रूपाने जमा होणारा पैसा हा जनतेचा पैसा आहे. त्या तिजोरीचे योग्य नियोजन करण्यासाठी जनतेने आपले प्रतिनिधी म्हणून आमदार-खासदारांना राज्य आणि केंद्रामध्ये पाठवले आहे. मतदारांनी आपले प्रतिनिधी, विश्वस्त म्हणून त्यांना पाठवले असल्याने त्यांचा दर्जा मतदारांपेक्षा दुय्यम आहे.

लोकशाहीमध्ये सर्वोच्च स्थान मतदारांचे असल्याने आमच्या तिजोरीतील पैशांचे नियोजन काय केले? हे विचारण्याचा मतदार नागरिकांचा मूलभूत हक्कच आहे. त्यामुळे मतदार कोणतीही माहिती घेऊ शकतो. मतदार मालक असल्याने माहिती घेणे त्यांचा हक्क आहे आणि लोकप्रतिनिधी व अधिकारी जनतेचे सेवक असल्याने माहिती देणे त्यांचे कर्तव्य आहे.

अशा प्रकारचा हक्क जनतेला मिळावा यासाठी जनतेला शासनाशी दीर्घकाळ संघर्ष करावा लागला व त्याचेच फलित म्हणजे भारत सरकारने माहितीचा अधिकार अधिनियम २००५ या नावाने दिलेला माहिती मिळवण्याचा अधिकार होय. या माहितीच्या अधिकाराचा वापर लोक मोठ्या प्रमाणावर करू लागले तर सरकारच्या सगळ्या कामांमध्ये पारदर्शकता राहील. त्यामुळे भ्रष्टाचाराला मोठ्या प्रमाणावर आळा बसून विविध विकास योजना लाभधारकांपर्यंत पोहोचण्यास मदत होईल. कामाचा दर्जा सुधारेल. लोकांचा सहभाग वाढेल. या कायद्याची काही महत्त्वाची वैशिष्ट्ये अशी आहेत

- सर्व राज्यांशी (जम्मू-काश्मीर वगळता) संबंधित केंद्र सरकारच्या अखत्यारीतील सरकारी कागदपत्रे नागरिक पाहू शकतात व त्याची प्रतही मिळवू शकतात. कागदपत्रे मागवण्यासाठीचे शुल्क भरणे बंधनकारक आहे. कोणत्याही व्यक्तीच्या जीविताच्या सुरक्षेशी संबंधित माहिती ४८ तासांच्या आत पुरवणे बंधनकारक आहे.
- एखाद्या विषयाची माहिती नाकारल्यास अर्जदार नागरिक संबंधित खात्यातील वरिष्ठ अधिकाऱ्यांकडे ३० दिवसांच्या आत पहिले अपील करू शकतो. त्यानंतर समाधान न झाल्यास ९० दिवसांच्या आत दुसरे अपील राज्य माहिती आयुक्तांकडे करता येईल. त्यानंतरही उच्च न्यायालयात या प्रकरणाची सुनावणी होऊ शकते. माहिती न देणे, ती खोटी देणे याबद्दल अर्जदार अधिकाऱ्याची तक्रार माहिती आयोगाकडे करू शकतो. त्याबद्दल माहिती अधिकाऱ्याची खातेनिहाय चौकशी करण्याची तरतूद आहे. अधिकारी दोषी आढल्यास २५ हजार रुपयांचा दंड होऊ शकतो.
- केंद्रीय मंत्रीमंडळाशी संबंधित कागदपत्रे व मंत्रीमंडळाने घेतलेले निर्णय नागरिकांना या अधिकाराचा वापर करून पाहता येतील. याच्या प्रतीदेखील (फोटो कॉफी) मिळवता येतील.

'माहिती' म्हणजे काय ?

- 'माहिती' या शब्दाची व्याप्ती अधिक आहे. या कायद्यातील तरतुदींनुसार पुढील प्रकारची माहिती मिळू शकेल - नोंदी, कागदपत्र, मसेज, ई-मेल्स, मतप्रदर्शन, सल्ला, वृत्तपत्रीय प्रसिद्धी, परिपत्रके, नमुने, आदेश, लॉग बुक्स, कॉन्ट्रॅक्टस्, अहवाल, प्रतिकृती इत्यादी

या कायद्याच्या नियंत्रणाखाली येणाऱ्या संस्था

- शासकीय खाती, सार्वजनिक संस्था, नोंदणीकृत सहकारी संस्था, सार्वजनिक विश्वस्त संस्था, ट्रेड युनियन्स, शासकीय मदत घेणाऱ्या संस्था, ज्या संस्थांवर शासनाचे प्रतिनिधी नियुक्त आहेत. अशा सर्व संस्था इत्यादी
- यामध्ये ज्या खाजगी संस्थांची माहिती सार्वजनिक अधिकारी घेऊ शकतात, त्या संस्थाही समाविष्ट केल्या आहेत.

माहिती अधिकारी

- जिल्हा स्तरापर्यंत माहिती अधिकारी व त्या स्तराखाली साहाय्यक माहिती अधिकारी नियुक्त आहे. साहाय्यक माहिती अधिकारी हा फक्त माहिती अधिकाऱ्यास माहिती पुरवेल. तो थेट माहिती विचारणाऱ्याला माहिती देण्यास बांधील नाही.
- साहाय्यक माहिती अधिकाऱ्याकडून माहिती अधिकाऱ्यास माहिती मिळवण्यासाठी जादा पाच दिवसांची मुदत देण्यात आली आहे.

वेळेचे बंधन

- कॅलेंडरच्या ३० दिवसांची मुदत. मुदतीला सवलत नाही. त्रयस्थाकडून माहिती मिळवण्यासाठी जादा दहा दिवस.

अर्जाचा नमुना

- विशिष्ट नमुन्यात व योग्य त्या शुल्काची कोर्ट फी तिकीटे लावून अर्ज करायचा आहे. मूळ अर्जासोबत रु.१० व अपीलासोबत रु.२०ची कोर्ट फी तिकीटे लावणे आवश्यक. (अर्ज नमुना परिशिष्टात दिला आहे.)
- दारिद्र्यरेषेखालील अर्जदारास मात्र फी माफ आहे.

माहिती मागण्याचा हेतू

हेतू सांगण्याची अजिबात गरज नाही, असा स्पष्ट उल्लेख आहे.

माहितीचा खर्च

- प्रत्यक्ष येणाऱ्या खर्चापेक्षा जादा शुल्क आकारता येणार नाही. एखाद्या खात्याने प्रत तयार करण्याचे दर निश्चित केले असतील तर ते आकारता येतील.
- महत्त्वाचे कलम म्हणजे जर ३० दिवसांनंतर माहिती देण्यात आली तर ती माहिती मोफत देण्याची व्यवस्था आहे.

त्रयस्थाबद्दलची माहिती

त्रयस्थाबद्दलची माहिती देण्यासाठी खास तरतूद आहेत. उदाहरणार्थ, त्रयस्थाची तोंडी अगर लेखी संमती आवश्यक आहे. त्यासाठी दहा दिवसांची जादा मुदत देण्यात आली आहे.

पहिले अपील अधिकारी

माहिती अधिकाऱ्याच्या वरचा (वरिष्ठ) अधिकारी हाच अपील अधिकारी असेल.

दुसरे व अंतिम अपील

- अपिलासाठी माहिती कमिशन असेल. त्यांनी नियुक्त केलेला माहिती आयुक्त अंतिम निर्णय देईल. (दहा उपायुक्तही असतील.) या माहिती आयोगास बरेच अधिकार देण्यात आले आहेत.

  अ. विशिष्ट तक्त्यात माहिती देणे

  ब. माहिती अधिकारी नेमणे

  क. माहिती जाहीर करणे

  ड. माहिती सांभाळणे, देणे अथवा नष्ट करणे यासंबंधीचे अधिकार

  इ. अधिकाऱ्यांना माहिती अधिकाराच्या कायद्यांबद्दल प्रशिक्षण देणे

  फ. १. या कायद्याबद्दलचे वार्षिक अहवाल प्रसिद्ध करणे. २. तक्रारदाराला भरपाई मिळवून देणे. ३. माहिती अधिकाऱ्याला दंड करणे. ४. माहितीचा अर्ज नाकारणे.

■ ■ ■

परिशिष्टे

१. ग्रामपंचायतीच्या हद्दीतील मिळकतींवर कर आकारणी वसुली व नोंदी

महाराष्ट्र ग्रामपंचायत अधिनियम कलम १२४ व त्याअंतर्गत महाराष्ट्र ग्रामपंचायत कर व फी (शुल्क) नियम १९६० यांमधील तरतुदींनुसार ग्रामपंचायत हद्दीतील इमारती (मग त्या कृषी आकारणीस पात्र असोत वा नसोत) व जमिनी (ज्या कृषी आकारणीस पात्र नाहीत) या मिळकतींवर ग्रामपंचायतीस कर बसवण्याचा अधिकार आहे. तसेच या मिळकतींच्या नोंदी ग्रामपंचायत नमुना नं. ८ या कर आकारणी नोंदवहीमध्ये करण्याबाबत तरतूद आहे.

ग्रामपंचायत हद्दीतील इमारतींनी बांधकाम परवानगी घेतलेली असो अथवा नसो, तरीही या इमारतींची कर आकारणी वसूल करून त्यांची नमुना नं. ८ मध्ये नोंद करण्यात यावी. तसेच अशा इमारतींची नमुना नं. ८ मध्ये नोंद घेतल्यामुळे त्या अनाधिकृत / अतिक्रमित / अवैध इमारतींचे बांधकाम अधिकृत होत नाही याचीही नोंद घेण्यात यावी, असे शासनाने दिनांक १८ जुलै २०१६ रोजी काढलेल्या परिपत्रकात म्हटलेले आहे. या निर्णयामुळे पंचायतराज संस्थांमधील कर्मचाऱ्यांमध्ये व लोकांमध्ये देखील निर्माण झालेला संभ्रम दूर झाला असून यामुळे ग्रामपंचायतींच्या उत्पन्नातही वाढ होण्यास मदत होणार आहे.

२. घर बांधणी परवानगी देताना ग्रामपंचायतीने काय दक्षता घ्यावी? महाराष्ट्र ग्रा. पं. अधि. १९५८ कलम ५२

- बांधकाम ज्या क्षेत्रावर करावयाचे आहे, त्या क्षेत्रावर अर्जदाराचा निर्वेध हक्क आहे काय? याची पुराव्यानिशी खात्री करणे.
- सार्वजनिक रस्ते व जागा यावर अतिक्रमण होणार नाही याची खात्री करणे.
- शेजारचे हिस्सेदार / हक्कदार यांची हरकत आहे काय व असल्यास ती योग्य आहे काय याची खात्री करणे.
- अर्जदाराने परवानगी मागताना शौचालय व सांडपाण्याची योग्य ती व्यवस्था केली आहे काय त्याची खात्री करणे.
- गावठाणाबाहेरच्या जागेबाबत अकृषिक परवानगी (एन.ए.) असल्याबाबत खात्री करणे.
- बांधकामाचा भूखंड महामार्गालगत असल्यास संबंधित यंत्रणेचे ना हरकत प्रमाणपत्र पाहणे.
- इमारत बांधकामाचा नकाशा व प्रस्तावित बांधकामासाठी असणारी पाणी पुरवठा, वाहतूक सांडपाणी इत्यादी व्यवस्था असल्याची खात्री करणे.
- कोणत्याही व्यक्तीने पंचायतीच्या पूर्व परवानगीशिवाय गावाच्या हद्दीत बांधकाम करता कामा नये.
- परवानगीसाठी अर्जास अनुसरून दोन महिन्यांच्या आत पंचायतीने आपली परवानगी दिल्याबद्दल किंवा नाकारल्याबद्दल कळवले नाही, तर परवानगी देण्यात आलेली आहे, असे गृहीत धरण्याची

तरतूद असल्याने ग्रामपंचायतींनी याबाबत वेळेत निर्णय घेणे गरजेचे आहे.

- इमारत बांधकाम परवानगीचे अर्ज मासिक सभेपुढे ठेवले पाहिजेत.

३. ग्रामपंचायतीने अतिक्रमण काढण्यासाठी काय करावे? महाराष्ट्र ग्रा पं. अधि. १९५८ कलम ५३

- सार्वजनिक रस्ते व खुल्या जागा यावर अतिक्रमण केल्याचे सिद्ध झाल्यास प्रथम संबंधितांस रु. ५०/- पर्यंत दंडाची तरतूद करणे.
- त्यावरही संबंधिताने अतिक्रमण न काढल्यास दररोज रु. ५/- दंडाची तरतूद करता येते.
- यानंतर पंचायतीला अतिक्रमण काढून त्याबाबतचा झालेला खर्च संबंधितांकडून कर वसुलीच्या पद्धतीने वसूल करण्याचा अधिकार आहे.
- अतिक्रमण शासकीय जागेत असल्यास अतिक्रमण काढण्यापूर्वी संबंधित शासकीय विभागाची परवानगी घेणे आवश्यक आहे.
- ग्रामपंचायतीने अतिक्रमण काढणेबाबत तातडीने कार्यवाही करणे आवश्यक आहे.
- ६ महिन्यांवरील अतिक्रमण काढून टाकण्याचा अधिकार मा. जिल्हाधिकारी यांना आहे.
- याबाबत मा. विभागीय आयुक्ताकडे अपिलाची तरतूद उपलब्ध आहे.
- अशाच प्रकारची तरतूद गावठाणातील बांधकामाबाबतही लागू आहे.
- खेळती हवा, स्वच्छ सूर्यप्रकाश यांची उपलब्धता होते.
- गावातील वातावरण प्रसन्न राहते.
- गाव अंतर्गत दळणवळण सुलभ होते.
- जागेबाबतचे तंटे कमी होतात.

सार्वजनिक जागेचे संरक्षण होते व भविष्यात विकास कामासाठी जागा उपलब्ध होते.

४. आपले सरकार सेवा केंद्र

महाराष्ट्रात सन २०११ ते २०१५ या कालावधीत ई-पंचायत प्रकल्पांतर्गत 'संग्राम' नावाने कार्यक्रम राबवण्यात आला. आता या प्रकल्पाचा पुढील टप्पा राज्यशासनाने 'आपले सरकार सेवा केंद्र (ASSK)' या नावाने राबवण्याचे ठरवले असून ग्रामपंचायतीमध्ये असे केंद्र स्थापन केले जाणार आहे. या केंद्राच्या माध्यमातून केंद्र शासनाचा ई-पंचायत प्रकल्प (11 NIC आज्ञावली), ग्रामपंचायत लेखासंहिता २०११चे १ ते ३३ रजिस्टर डिजिटलाईज्ड व ऑनलाईन करणे, ग्रामपंचायतीद्वारे दिल्या जाणाऱ्या सेवा ऑनलाईन करणे इत्यादी कामकाज करण्यात येईल. आपले सरकार सेवा केंद्रातून पुढीलप्रमाणे सेवा दिल्या जातील.

अ) दाखले/प्रमाणपत्रे

- जन्म नोंदणी व प्रमाणपत्र
- मृत्यू नोंदणी व प्रमाणपत्र
- विवाहाचा दाखला

- नोकरी-व्यवसायासाठी नाहरकत प्रमाणपत्र
- मालमत्ता फेरफार प्रमाणपत्र
- मालमत्ता आकारणी प्रमाणपत्र
- नादेय प्रमाणपत्र
- बेरोजगार प्रमाणपत्र
- रहिवासाचा दाखला व प्रमाणपत्र
- विजेच्या जोडणीसाठी नाहरकत प्रमाणपत्र
- कोणत्याही योजनेचा फायदा घेतला नसल्याचे प्रमाणपत्र
- शौचालय दाखला
- जॉब कार्ड
- बांधकामासाठी अनुमतीपत्र
- नळजोडणीसाठी अनुमतीपत्र
- चारित्र्याचा दाखला
- निराधार योजनेसाठी दाखला
- दारिद्र्यरेषेखालील प्रमाणपत्र
- हयातीचा दाखला

ब) याशिवाय रेल्वे, बस आरक्षण, डीटीएच रिचार्ज, बँकिंग सेवा, आर्थिक समावेशन, ई-कॉमर्स, पॅनकार्ड, आधार नोंदणी, विमा हप्ते भरणे, पासपोर्ट, वीज बील भरणे, पोस्ट विभागाच्या सेवा इ. सर्व बाबी आपले सरकार सेवा केंद्राद्वारे राबविण्यात येतील.

५. ग्रामपंचायतीचे आर्थिक व्यवहारांचे दप्तर

१) नमुना नं. १ : अंदाजपत्रक

ग्रामपंचायतीचे अंदाजपत्रक विहित नमुना नं. १ मध्येच तयार केले पाहिजे.

२) नमुना नं. २ : पुनर्विनियोजन
सुधारित/पुरवणी अर्थसंकल्प

- बजेट तरतूद नसताना एखादे काम करावे लागल्यास सुधारित अथवा पुरवणी अंदाजपत्रक करता येते.
- वित्तीय वर्षात केव्हाही असे अंदाजपत्रक करता येते.

३) नमुना नं. ३ : जमाबाब पत्रक

आर्थिक वर्षात प्रत्येक बाबीबर जमा झालेल्या रकमांचा हिशेब या पत्रकात असतो.

४) नमुना नं. ४ : खर्चाबाबत पत्रक

आर्थिक वर्षात प्रत्येक बाबीवर खर्च झालेल्या रकमांचा हिशेब या पत्रकात असतो.

५) नमुना नं. ५ : कॅशबुक

या नोंदवहीत दैनंदिन जमा व खर्चाच्या नोंदी घेतल्या जातात.

६) नमुना नं. ६ : वर्गीकरण रजिस्टर

वर्गीकरण रजिस्टरमधील महिना अखेर काढलेली शिल्लक व सामान्य किर्द मध्ये महिना अखेर असलेली शिल्लक यांचा मेळ असल्यास कॅशबुक व वर्गीकरण नोंदवही बरोबर आहे असे समजावे.

७) नमुना नं. ७ : सामान्य पावती पुस्तक

ग्रामपंचायत कराशिवाय अन्य रकमा जमा करताना सदर पावती पुस्तकाचा वापर करावा.

८) नमुना नं. ८ : कर आकारणी रजिस्टर

- ग्रामपंचायत कार्यक्षेत्रात असणाऱ्या करपत्रात इमारतींची नोंद या रजिस्टरमध्ये करतात. इमारतीची नोंद करताना ग्रामपंचायत कर व फी नियम १९६० व कलम १२४ व १२५ ला अधीन राहून नोंदी कराव्यात.
- ग्रामपंचायतीचे कराचे उत्पन्नात वाढ करणे व आकारणी यादी अद्ययावत करणेकरीता दर चार वर्षांनी फेर आकारणी करणे आवश्यक आहे.

९) नमुना नं. ९ : कर मागणी – वसुलीचे रजिस्टर

या नोंदवहीमध्ये कर देण्यास पात्र असलेल्या प्रत्येक खातेदारनिहाय कराची मागणी व वसुली यांची नोंद असते.

१०) नमुना नं. १० : कर वसुलीचे पावती पुस्तक

या पावती पुस्तकाचा उपयोग नमुना ९ मधील कराचे मागणीनुसार रक्कम वसूल करण्यासाठी करावा.

११) नमुना नं. ११ : किरकोळ मागणी रजिस्टर

ग्रामपंचायतीकडे कराशिवाय जमा होणाऱ्या रकमांच्या नोंदी घेण्यासाठी या नोंद वहीचा वापर करतात.

(नमुना नं. १२, १३ व १४ वगळण्यात आले आहेत.)

१२) नमुना नं. १५ : प्रमाणक

नमुना नं. १५ हा अत्यंत महत्त्वाचा आहे. सदर दाखला हा प्रत्येक प्रमाणकासोबत जोडणे आवश्यक आहे.

१३) नमुना नं. १६ : नोकरांचे पगाराचे स्केल रजिस्टर

ग्रामपंचायतीचे मासिक वेतनावरील सर्व कर्मचाऱ्यांची नोंद या रजिस्टरमध्ये घेणे आवश्यक आहे.

१४) नमुना नं. १७ : स्टॅम्प रजिस्टर

ग्रामपंचायतीने आवश्यकतेनुसार पोस्टाची तिकीटे, पाकीटे व पोष्ट कार्ड तसेच पावती तिकीटे खरेदी करून त्याच्या नोंदी या रजिस्टरमध्ये ठेवाव्यात.

१५) नमुना नं. १८ : साठा रजिस्टर

ग्रामपंचायत दैनंदिन वापरासाठी लागणाऱ्या साहित्याच्या नोंदी या रजिस्टरमध्ये घेतल्या पाहिजेत. उदाहरणार्थ विविध प्रकारच्या नोंदवह्या, कर वसुलीचे पावती पुस्तक, स्टेशनरी, पाणीपुरवठा योजना दुरुस्तीचे साहित्य, नोकर ड्रेस, शाळेतील मुलांना गणवेश, भांडी वाटप इत्यादी या सर्व साहित्याचा विनियोग व शिल्लक साठा याचा मेळ घेऊन साठा तपासल्याबाबत सरपंचांचा दाखला घ्यावा (आर्थिक वर्षाअखेर).

१६) नमुना १९ : डेड स्टॉक रजिस्टर (जड संग्रह नोंद वही)

ग्रामपंचायतीमध्ये दीर्घकाळ/कायमस्वरूपी असणाऱ्या (जंगम मालमत्ता) वस्तू व साहित्याची नोंद या रजिस्टरमध्ये घेण्यात येते. टेबल, खुर्ची, कपाट, फॅन, टी.व्ही., फोटो, नळ पाणी पुरवठा योजनेच्या विजेवरच्या मोटारी, रेडिओ, सतरंजी, कॉट, गादी, कुलूप, शिक्के, ध्वज इत्यादी वस्तूंच्या नोंदी करताना खरेदीच्या किमतींसह नोंदी कराव्यात.

१७) नमुना २० : ॲडव्हान्स (अग्रिम) व डिपॉझिट (अनामत) रजिस्टर

ग्रामपंचायत दैनंदिन कामकाज करताना काही वेळा एखाद्या कामासाठी ॲडव्हान्स देते. तसेच काही प्रसंगी (उदाहरणार्थ, करार करताना) अन्य व्यक्ती किंवा संस्थेकडून अनामत जमा करते. याशिवाय याच्या नोंदी या रजिस्टरमध्ये ठेवून प्रत्येक वेळी देणे-घेणेचा ताळमेळ घातला पाहिजे.

१८) नमुना २१ : किरकोळ रकमेचे कॅशबुक (पेटी कॅश बुक)

ग्रामसेवकाने स्वत:कडील रोख स्वरूपातील हातशिलकेतून केलेले व धनादेशाद्वारे केलेले व्यवहार यांची नोंद या कॅशबुकमध्ये करावी.

१९) नमुना नं. २२ : हजेरी पट

ग्रामपंचायतीने रोजंदारीवर लावलेल्या मजुरांची हजेरी नोंदवून त्यानुसार मजुरी अदा केली पाहिजे. यामध्ये कामाचे स्वरूप, कामासाठी केलेली तरतूद, ग्रामपंचायतीचा ठराव इत्यादी नोंदी ठेवणे आवश्यक आहे.

२०) नमुना २३ : कामाचे अंदाजपत्रकाचे नोंदणी पुस्तक

ग्रामपंचायतीने वरीलप्रमाणे मजूर लावून अथवा ठेकेदारामार्फत केलेल्या कामाची मोजमापे या नोंदवहीत घेण्यात येतात.

२१) नमुना २४ : नोकरवर्गाच्या पगाराबाबतचे रजिस्टर

ग्रामपंचायत नमुना नं. १६ प्रमाणे जे कर्मचारी मासिक पगारी नोकर आहेत त्यांना मासिक पगार देताना त्यांच्या नोंदी या रजिस्टरमध्ये कराव्यात.

२२) नमुना नं. २५ : स्थावर मालमत्तेची नोंदवही

या नोंदवहीत अनुदानातून तसेच ग्रामपंचायत निधीतून अथवा कर्ज घेऊन बांधलेल्या सर्व इमारती, गटारे, सार्वजनिक शौचालये, पाणीपुरवठा विहिरी, टाकी, तळी, स्मशानभूमी, झाडे, सार्वजनिक ओटे

इत्यादी नोंदी असतात. ग्रामपंचायतीकडे शासन व जिल्हा परिषदेने हस्तांतरीत केलेल्या स्थावर मिळकतीची देखील नोंद घेतली पाहिजे.

२३) नमुना २६ : ग्रामपंचायतीकडे स्वाधीन असलेल्या रस्त्यांची नोंदवही

या नोंदवहीत ग्रामपंचायतीच्या ताब्यात असलेल्या सर्व रस्त्यांच्या (त्यांची लांबी, रुंदी व अन्य वर्णनासह) नोंदी असतात. रस्ता दुरुस्तीवर झालेल्या खर्चाच्या नोंदी ज्या रस्त्यावर खर्च केला आहे त्याप्रमाणे कराव्यात.

२४) नमुना २७ : जमीन व बखळ जागेची नोंदवही

या नोंदवहीत मुंबई ग्रामपंचायत अधिनियम १९५८मधील कलम ५१अन्वये शासन व जिल्हा परिषदेकडून वहिवाटीसाठी मिळालेल्या तसेच कलम ५५ व ५६नुसार ग्रामपंचायतीने स्वत: संपादित केलेल्या जमिनी व मोकळ्या जागांचे भाडेपट्टा व विक्री किंवा हस्तांतरण झाले असल्यास अथवा त्यावर अतिक्रमण झाले असल्यास त्यांच्या नोंदी घ्याव्यात.

६. ग्रामपंचायतीची गाव-विकासाची कामे (ग्रामसूची) ७९ कामे

भारत खेड्यांचा देश आहे. खेड्यात शेतकरी राहतात. शेतकरी सुधारला तर, खेडी सुधारतील आणि खेडी सुधारली तर शेतकरी सुधारेल. तसेच शेती सुधारली तर शेतकरी सुधारेल आणि शेतकरी सुधारला तर, शेती सुधारेल या न्यायाने खेड्यात शेतीच्या आणि शेतकऱ्याच्या विकासाला प्राधान्य देऊन ग्रामपंचायत कायद्याने गावाच्या विकासाची पुढील कामे ग्रामपंचायतीवर सोपवली आहेत. (मुंबई ग्रामपंचायत अधिनियम १९५८ चे कलम ४५अन्वये) ७३व्या घटनादुरुस्तीने २९ प्रकारची कामे सुचवली असली तरी मूळ कामांच्या स्वरूपात काहीच बदल केला नाही. ग्रामपंचायतीच्या कामाचे विषय (विकासविषयक कामे धरून) गावाच्या विकासाच्या कामांची १२ भागांत विभागणी केली आहे. ते विभाग आणि कामे अशी आहेत.

कृषी

- जमिनी आणि गावातील इतर साधनसंपत्ती यांची सहकारी व्यवस्थापनासाठी व्यवस्था करणे, सामुदायिक सहकारी शेतीची संघटना करणे.
- शेतीची सुधारणा (अवजारे आणि भांडार यांची तरतूद धरून) आणि आदर्श कृषिक्षेत्रांची स्थापना करणे.
- शासनाने पंचायतीकडे निहित केलेल्या पडीक आणि ओसाड जमिनी लागवडीखाली आणणे.
- सुधारलेल्या बी-बियाण्यांचे उत्पादन करण्याकरिता रोपमळ्यांची स्थापना करणे आणि त्यांची व्यवस्था ठेवणे, तसेच सुधारलेल्या बी-बियाण्यांच्या उपयोगास उत्तेजन देणे.
- पिकासंबंधी प्रयोग, पीकसंरक्षण
- खतांची साधनसंपत्ती सुरक्षित ठेवणे, मिश्रखत तयार करणे आणि खतांची विक्री करणे.

- कृषि उत्पादन वाढवण्याच्या दृष्टीने गावामध्ये लागवडीचे किमान प्रमाण ठरवणे.
- जमीन सुधारणा योजना कार्यान्वित करण्यास साहाय्य करणे.

पशुसंवर्धन

- गुरांची आणि त्यांच्या पैदशीची सुधारणा करणे आणि पशुधनाची सर्वसामान्य काळजी घेणे.

वने

- ग्राम वन आणि गायराने वाढवणे, त्यांचे जतन करणे, त्यांत सुधारणा करणे आणि त्यांच्या उपयोगाचे नियमन करणे आणि त्यात भारतीय वन अधिनियम १९२७, कलम २८ अन्वये नेमून दिलेल्या जमिनींचा समावेश होईल.

समाजकल्याण

- अपंग, निराश्रित आणि आजारी असलेल्यांना साहाय्य देणे.
- गावाचे सामाजिक व नैतिक कल्याण यांची वाढ करणे, यात दारुबंदीला उत्तेजन देणे, अस्पृश्यता निवारण, मागासवर्गाची स्थिती सुधारणे, लाचलुचपतीचे उच्चाटन करणे आणि जुगार व कायदेविषयक निरर्थक वादास आळा घालणे या गोष्टींचाही समावेश होतो.
- महिलांच्या आणि मुलांच्या संघटना आणि त्यांचे कल्याण.

शिक्षण

- शिक्षणाचा प्रसार करणे.
- इतर शैक्षणिक व सांस्कृतिक उद्देश
- त्या-त्या वेळी जिल्हा परिषदेकडे निहित असलेल्या प्राथमिक शाळांच्या इमारतींची व्यवस्था ठेवणे व दुरुस्ती करणे.
- शाळांकरता सामग्री आणि क्रीडांगणे यांची तरतूद करणे.
- प्रौढ साक्षरता केंद्रे, ग्रंथालये व वाचनालये काढणे.
- ग्रामीण विमा काढण्यास प्रवृत्त करणे.

वैद्यकीय आणि आरोग्य

- वैद्यकीय मदतीची तरतूद करणे.
- प्रसूती आणि शिशुकल्याण
- आरोग्यरक्षण व सुधारणा
- कोणत्याही संक्रमक रोगाचा उद्रेक, फैलाव किंवा पुनरुद्भव होण्यास प्रतिबंध करण्यासाठी उपायोजना करणे.
- माणसांना आणि प्राण्यांना देवीप्रतिबंधक लस टोचण्यास उत्तेजन देणे.
- चहा, कॉफी आणि दुधाच्या दुकानांचे लायसेन्सद्वारे किंवा अन्यथा नियमन करणे.
- कत्तलखाने बांधणे, ते सुस्थितीत ठेवणे किंवा त्यांवर नियंत्रण ठेवणे.
- सार्वजनिक रस्ते, गटारे, बांध, (जलसिंचनासाठी वापरण्यात येणारी तळी व विहिरी सोडून) तळी, विहिरी आणि इतर सार्वजनिक जागा किंवा बांधकामे स्वच्छ करणे.

- आरोग्यविघातक वस्त्यांची सुधारणा करणे.
- केरकचरा, माजलेले रान, काटेरी निवडुंग काढून टाकणे, वापरात नसलेल्या विहिरी, आरोग्यास अपायकारक तळी, डबकी, खंदक, खड्डे, खाचखळगे भरून काढणे, पाटबंधाऱ्यांच्या क्षेत्रात पाणी साचण्यास प्रतिबंध करणे अणि इतर आरोग्यरक्षणविषयक सुधारणा करणे.
- सार्वजनिक शौचकूप बांधणे व ते सुस्थितीत राखणे.
- स्वच्छता, साफसफाई, अस्वच्छतेचा उपद्रव होऊ न देणे व तो कमी करणे, बेवारशी प्रेतांची व मेलेल्या जनावरांची विल्हेवाट लावणे.
- घरगुती उपयोगासाठी व जनावरांसाठी पाण्याचा पुरवठा करणे.
- गुरांना पाणीपुरवठा करण्याकरता तळी खणणे, ती स्वच्छ व सुस्थितीत राखणे.
- ज्यांची कोणत्याही प्राधिकरणाकडून व्यवस्था ठेवण्यात येत नसेल अशा स्नानाच्या व धुण्याच्या घाटांची व्यवस्था ठेवणे व त्यांवर नियंत्रण ठेवणे.
- दहनभूमी व दफनभूमी यांची तरतूद करणे, त्या सुस्थितीत राखणे व त्यांचे नियमन करणे.

इमारती व दळणवळण

- सार्वजनिक इमारती, पंचायतीमध्ये निहित असलेली किंवा पंचायतीच्या नियंत्रणाखाली असलेली (जलसिंचनासाठी वापरण्यात येत असलेली तळी व विहिरी यांच्याव्यतिरिक्त इतर) तळी व विहिरी सुस्थितीत राखणे व त्यांच्या उपयोगाचे नियमन करणे.
- सार्वजनिक रस्ते किंवा जागा व खासगी मालमत्ता सर्व लोकांस वापरण्याची मुभा असेल अशा जागा - मग अशा जागा पंचायतीमध्ये निहित असोत किंवा सरकारच्या मालकीच्या असोत - यातील अडथळे व पुढे आलेले भाग (खाजगी मालमत्ता) काढून टाकणे.
- सार्वजनिक रस्ते किंवा जागा व खाजगी मालमत्ता सर्व लोकांस वापरण्याची मुभा असेल अशा जागा - मग अशा जागा पंचायतीमध्ये निहित असोत किंवा सरकारच्या मालकीच्या असोत - यातील अडथळे पुढे आलेले भाग काढून टाकणे.
- सार्वजनिक रस्ते. गटारे, बांध व पूल बांधणे, ते सुस्थितीत राखणे व दुरुस्त करणे, परंतु असे रस्ते, गटारे, बांध व पूल इतर कोणत्याही सार्वजनिक प्राधिकरणाकडे निहित असतील तर, त्या प्राधिकरणाच्या संमतीवाचून अशी कामे हाती घेतली जाणार नाहीत.
- रस्त्याच्या बाजूस, बाजारांच्या जागांत, तसेच इतर सार्वजनिक जागांत झाडे लावणे, त्यांची जोपासना व रक्षण करणे.
- क्रीडांगणे, सार्वजनिक उपवने व तळ देण्यासाठी जागेची तरतूद करणे व ती सुस्थितीत राखणे.
- धर्मशाळा बांधणे व त्या सुस्थितीत राखणे.
- भूमिहीन मजूर आणि अनुसूचित जाती व जमाती, भटक्या जाती आणि इतर मागासवर्ग यांतील व्यक्ती यांच्यासाठी झोपड्या आणि घरे बांधणे.
- गावठाणांचा विस्तार आणि विहित करण्यात येतील अशा तत्त्वांनुसार इमारतींचे नियमन करणे.
- गावात दिवाबत्ती करणे.
- लहान पाटबंधारे

उद्योगधंदे व कुटीर उद्योग

- कुटीर उद्योग व ग्रामोद्योग यांचे संवर्धन करणे, त्यांच्या सुधारणा करणे व त्यांना उत्तेजन देणे.

सहकार

- पतसंस्था आणि बहुउद्देशीय सहकारी संस्थांची संघटना करणे.
- सहकारी शेतीचे संवर्धन करणे.

स्वसंरक्षण व ग्रामसंरक्षण

- गावात राखण व पहारा देणे राखण व पहाऱ्यासाठी होणारा खर्च विहित करण्यात येईल अशा गावातील व्यक्तीवर व अशा रितीने पंचायत आकारील व तो त्यांच्याकडून वसूल करील.
- ग्रामस्वयंसेवक दल आणि संरक्षण कामगार बँक.
- आगी विझवण्यासाठी साहाय्य देणे, आग लागली असता जीवित व मालमत्ता यांचे संरक्षण करणे.
- उपद्रवकारक किंवा धोकादायक व्यवसाय किंवा व्यापार यांचे नियमन करणे, त्यांस आळा घालणे, त्यांचे उपशमन करणे.

सामान्य प्रशासन

- पंचायतीचे अभिलेख तयार करणे, सुस्थितीत ठेवणे व त्यांची निगा ठेवणे. जागांना क्रमांक देणे.
- सरकार सामान्य किंवा विशेष आदेशाद्वारे या संबंधात विहित करील व अशा रीतीने व नमुन्यात विवाहाची नोंद ठेवणे.
- कलम १६९ अन्वये (जेव्हा राज्य सरकारने सोपवले असेल तेव्हा) जमीन महसूल वसूल करणे.
- जमीन महसुलीसंबंधीच्या कोणत्याही विधीअन्वये वेळोवेळी विहित करण्यात येईल अशा रितीने नमुन्यात जमीन महसुलीसंबंधी गावाचे अभिलेख सुस्थितीत ठेवणे.
- ग्रामविकासासाठी योजना तयार करणे.
- गावातील कृषि उत्पादन व कृषीतर उत्पादन वाढवण्यासाठी कार्यक्रम आखणे.
- ग्रामविकास योजना अंमलात आणण्याकरिता आवश्यक पुरवठा व वित्तव्यवस्था दर्शवणारी विवरणपत्रे तयार करणे.
- कोंडवाडे स्थापन करणे., त्यावर नियंत्रण ठेवणे व त्यांची व्यवस्था पाहणे.
- भटक्या व बेवारशी कुत्र्यांचा आणि डुकरांचा बंदोबस्त करणे.
- साफसफाई करणाऱ्या पंचायतीच्या सेवकवर्गासाठी घरे बांधणे व ती सुस्थितीत राखणे.
- गावातील ज्या तक्रारी पंचायतीकडून दूर करण्याजोग्या नसतील त्या योग्य प्राधिकाऱ्यांना कळवणे.
- भू-मापन करणे.
- कोणत्याही प्रयोजनासाठी केंद्र सरकारने किंवा राज्य सरकारने दिलेले साहाय्य ज्याच्याद्वारा गावापर्यंत पोहोचू शकेल असे माध्यम म्हणून कार्य करणे.
- जत्रा, यात्रा व उत्सव सुरू करणे, चालू ठेवणे व त्यांचे नियमन करणे.
- बाजार स्थापून ते सुस्थितीत राखणे, परंतु जिल्हा परिषदेची पूर्वपरवानगी घेतल्याशिवाय बाजार स्थापन करता कामा नये.

- जत्रा, बाजार व गाडीतळ यावर नियंत्रण ठेवणे.
- वखारी स्थापन करणे व त्या सुस्थितीत राखणे.
- टंचाईच्या काळात कामे सुरू करणे व ती चालू ठेवणे किंवा लोकांना रोजगार पुरवणे.
- पंचायतीनेहातीघेतलेल्याकिंवास्वीकारलेल्याकिंवापंचायतीकडेहस्तांतरितकेलेल्याकोणत्याही रोजगार हमी योजनेखालील शारीरिक श्रमाचे काम शोधणाऱ्या गरजू स्थानिक लोकांना रोजगार पुरवणे.
- पंचायतीने हाती घेतलेल्या किंवा स्वीकारलेल्या किंवा पंचायतीकडे हस्तांतरित केलेल्या कोणत्याही रोजगार हमी योजनेखालील शारीरिक श्रमाचे काम शोधणाऱ्या गरजू स्थानिक लोकांना रोजगार पुरवणे.
- बेकारीबाबत आकडेवारी तयार करणे.
- कोणतीही नैसर्गिक आपत्ती आली असता रहिवाशांना साहाय्य देणे.
- सामुदायिक कामांसाठी आणि ग्रामोद्धाराच्या कार्यासाठी श्रमदानाची कामे आयोजित करणे.
- रास्त भावाची दुकाने उघडणे.
- जनावरे थांबण्याच्या जागा, खळी, गायराने व सामुदायिक जमिनी यावर नियंत्रण ठेवणे.

याशिवाय शासनाने सुचवलेल्या कामांची यादी ग्रामसेवकाकडे मिळू शकेल.

■ ■ ■

७. सरपंच व उपसरपंच पदाची निवड प्रक्रिया :

महाराष्ट्र ग्रामपंचायत अधिनियम १९५८ कलम ३० व ३१ नुसार ग्रामपंचायतीच्या सरपंच व कलम ३० अ नुसार उपसरपंच पदासाठी निवडणुक घेतली जाते.

ग्रामपंचायतीची निवडणुक झाल्यानंतर होणाऱ्या पहिल्या सभेत ग्रामपंचायतीच्या निवडून आलेल्या सदस्यांमधून सरपंच व उपसरपंचाची निवड केली जाते. यासाठी सदस्यांना किमान सात दिवस आधी ग्रामसेवकांच्या स्वाक्षरीने या सभेचे सूचनापत्र अर्थात अजेंडा दिला जातो. याही निवडणुकीची प्रक्रिया पार पाडण्यासाठी जिल्हाधिकाऱ्यांच्या मान्यतेने तहसीलदारांच्या वतीने एका निवडणुक निर्णय अधिकाऱ्यांची नियुक्ती केली जाते. सरपंच व उपसरपंच पदासाठी या अधिकाऱ्यांने निश्चित केलेल्या वेळेनुसार या पदासाठी अर्ज भरणे , छाननी , माघार , व मतदान ही प्रक्रिया पार पाडली जाते. सरपंच पद अनुसूचित जाती जमाती किंवा मागासवर्गीय प्रवर्गासाठी राखीव असल्यास या पदासाठी अर्ज भरताना जात वैधता प्रमाणपत्र जोडणे सक्तीचे करण्यात आले आहे. या दोन्ही पदासाठी जर एकमेव अर्ज दाखल झाल्यास त्या व्यक्तीची बिनविरोध निवडून झाली असे निवडणुक निर्णय अधिकारी जाहीर करतात. मतदान घेण्याची वेळ आल्यास हात उंचावून या दोन्ही पदासाठी निवडणूक घेतली जाते. या पदासाठी अर्ज भरलेल्या उमेदवाराला समान मते पडल्यास या निवडणुक अधिकाऱ्यांच्या समक्ष शक्यतो लहान मुलांच्या हस्ते चिठ्ठी काढून निवड केली जाते. याच दरम्यान या निवडीबाबत होणारे सर्व कामकाज इतिवृत्ताच्या अर्थात ठरावाच्या स्वरूपात लिहण्याचे काम ग्रामसेवकामार्फत केले जाते. ते इतिवृत्त लिहून पूर्ण झाल्यानंतर त्यावर तहसीलदाराने नियुक्त केलेल्या निवडणुक निर्णय अधिकाऱ्यांची व ग्रामसेवकांची स्वाक्षरी असते.

सरपंच व उपसरपंच पदाच्या निवडणुकीविषयी काही वाद निर्माण झाल्यास अथवा अन्याय झाल्यास संबंधितांना निवडीच्या दिनांकापासून पंधरा दिवसाच्या आत आत जिल्हाधिकाऱ्यांकडे आपील दाखल करता येते. तेथेही समाधान न झाल्यास जिल्हाधिकाऱ्यांनी निर्णय दिलेल्या तारखेपासून १५ दिवसाच्या आत विभागीय आयुक्तांकडे अपील करता येते.

■ ■ ■

८. पंचायत समिती

त्रिस्तरीय स्थानिक स्वराज्य संस्थेतील दुसरा स्तर म्हणजे पंचायत समिती होय. तसेच ग्रामपंचायत व जिल्हा परिषद यांना जोडणारा सर्वांत महत्त्वाचा दुवा म्हणून ओळखला जातो. महाराष्ट्र जिल्हा परिषद व पंचायत समिती अधिनियमन १९६१मधील कलम ५६ अन्वये राज्यात प्रत्येक गटासाठी (तालुक्यासाठी) एक पंचायत समिती स्थापन केली जाते व कलम ५७ अनुसार रचना स्पष्ट केली आहे.

बलवंतराय मेहता समितीने आपल्या अहवालात पंचायत समितीस जास्त अधिकार देण्याची शिफारस केली होती. परंतु महाराष्ट्रात वसंतराव नाईक समितीने जिल्हा परिषदेला अधिक महत्त्व दिले. साधारणपणे ७५ ते १७५ खेड्यांचा एक तालुका असतो व प्रत्येक तालुक्यांसाठी पंचायत समिती स्थापन केली जाते. सध्या महाराष्ट्रामध्ये ३५८ तालुके आहेत. परंतु ३५१ पंचायत समित्या अस्तित्वात आहेत.

वेगवेगळ्या पंचायत समितीची नावे :

राज्य	पंचायत समितीचे नाव
उत्तर प्रदेश	क्षेत्रसमिती
मध्य प्रदेश	जनपद पंचायत
अरुणाचल प्रदेश	अंचल समिती
आसाम	आंचालिक पंचायत
आंध्र प्रदेश	मंडल पंचायत
गुजरात	तालुका परिषद
केरळ	ब्लॉक पंचायत
तमिळनाडू	युनियन कौन्सिल

पंचायत समितीची रचना :

१) पंचायत समितीची सदस्य संख्या १२ ते २५ इतकी असते. (अपवादात्मक किमान संख्या चारसुद्धा आहे.)

२) पंचायत समितीचा मतदार संघाला 'गण' म्हणतात.

३) सर्वसाधारणपणे २०,००० लोकसंख्येमागे पंचायत समितीचा एक प्रतिनिधी (सदस्य) निवडला जातो.

४) पंचायत समितीची सदस्य संख्या ठरविण्याचा अधिकार राज्य सरकारला असतो.

सदस्यांची पात्रता

१) तो भारताचा नागरिक असावा.

२) जिल्ह्याच्या मतदार यादीमध्ये नाव असणे आवश्यक.

३) पंचायत समितीच्या मतदार यादीत त्याचे नाव असावे.

४) ती व्यक्ती कोणत्याही शासकीय सेवेत नसावी.

५) १२ सप्टेंबर २००१नंतर तिसरे अपत्य असू नये.

६) स्वतःच्या राहत्या घरी स्वच्छतागृह असणे आवश्यक.

सदस्यांची अपात्रता

१) दिनांक १२ सप्टेंबर २००१नंतर तिसरे अपत्य असलेली व्यक्ती

२) राज्य निवडणूक आयोगाने वेळोवेळी निर्धारित केलेल्या अटी पूर्ण न केल्यास

३) स्वतःच्या राहत्या घरी शौचालय नसल्यास

४) सदस्य मुका किंवा अविमुक्त दिवाळखोर असल्यास

५) वयाची २१ पूर्ण नसल्यास

६) अस्पृश्यता कायदा १९५८ व महाराष्ट्र दारूबंदी कायदा १९४९ किंवा निवडणूक भ्रष्टाचार कायद्याने दोषी ठरवलेली व्यक्ती

७) कोणत्याही ग्रामपंचायतीची सदस्य असल्यास

८) संसद किंवा विधिमंडळ सदस्य असल्यास

९) भारतातील न्यायालयाने तिला कोणत्याही अपराधाबद्दल दोषी ठरवून कमीत कमी एक वर्ष कैदेची शिक्षा दिली असेल आणि ती कैदेतून सुटल्यापासून राज्य निर्वाचन आयुक्ताने ठरवून दिलेला विशिष्ट कालावधी लोटला नसेल तर

१०) ती व्यक्ती दिवाळखोर किंवा जिल्हा परिषदेच्या करांचा थकबाकीदार असल्यास

११) ती व्यक्ती केंद्र-राज्य अथवा स्थानिक शासनाचा शासकीय नोकर असल्यास

१२) राखीव प्रवर्गात राखून ठेवलेल्या जागेवर निवडून आलेल्या सदस्यांचे जातीविषयक प्रमाणपत्र जात पडताळणी समितीने किंवा जात प्रमाणपत्र छाननी समितीने अपात्र ठरविलेला व्यक्ती

अनामत रक्कम

सर्वसाधारण उमेदवारांसाठी ७५०/- रुपये
अनु. जाती/जमाती उमेदवारांसाठी ५००/- रुपये

निवडणूक खर्च मर्यादा

जुनी खर्च मर्यादा ४०,०००/- रुपये
सुधारित खर्च मर्यादा २,००,०००/- रुपये

आरक्षण

१) महिलांसाठी ५० टक्के जागा राखीव असतात. (सन २०११पासून)

२) इतर मागासवर्गीयांना २७ टक्के जागा राखीव (१९९२च्या ७३व्या घटना दुरुस्तीनुसार)

३) अनुसूचित जाती व जमाती यांना लोकसंख्येच्या प्रमाणात जागा राखीव असतात.

४) आरक्षणाच्या जागा निर्धारित करण्याचा अधिकार राज्य सरकारला असतो.

बैठका (सभा) :

१) १ वर्षात पंचायत समितीच्या १२ बैठका (सभा) घेणे बंधनकारक असते.

२) पंचायत समितीच्या २ बैठकांमधील अंतर १ महिन्याचे असते.

३) पंचायत समितीच्या पहिल्या बैठकीचे अध्यक्ष जिल्हाधिकारी असतात.

४) पहिली बैठक सभापती व उपसभापती यांच्या निवडीसाठी घेतली जाते.

कार्यकाळ :

१) पंचायत समिती व पंचायत समितीच्या सदस्यांचा कार्यकाळ पाच वर्षांचा असतो.

२) राज्य सरकार हा कार्यकाळ कमी अधिक करू शकते.

३) मुदतपूर्व पंचायत समिती बरखास्त केल्यास ६ महिन्यांच्या आत निवडणुका घेणे बंधनकारक आहे.

सदस्यांची बडतर्फी :

१) पंचायत समिती सदस्य सलग ६ महिने गैरहजर असल्यास त्याचे सदस्यत्व रद्द होते.

२) काही विशिष्ट परिस्थितीमध्ये राज्य शासन सदस्यांना बडतर्फ करू शकते.

३) १/३ सदस्यांनी ठराव मांडून २/३ बहुमताने पारित केल्यास व महिला असल्यास ३/४ मतांनी पारित करणे आवश्यक. (नेमणुका झाल्यापासून ६ महिन्यांपर्यंत असा प्रस्ताव मांडता येत नाही.)

पंचायत समितीचे अधिकार व कार्य

महाराष्ट्र जिल्हा परिषद व पंचायत समिती अधिनियम १९६१मधील कलम १०८मध्ये पंचायत समितीच्या कार्याचे वर्णन करण्यात आले आहे. पंचायत समितीकडे एकूण ७४ विषय सोपविण्यात आले आहेत.

१) जिल्हा परिषदेस आपल्या विकास योजना तयार करता याव्या म्हणून आपल्या कार्यक्षेत्रातील आवश्यक असलेल्या विकास कार्याचा संपूर्ण आराखडा जिल्हापरिषदेला सादर करणे.

२) जिल्हा परिषदेच्या विविध योजनांची तालुका स्तरावर अंमलबजावणी करणे.

३) ग्रामपंचायतीला विकास कार्यामध्ये मदत करणे.

४) गटाशी संबंधित जिल्हा परिषदेने सोपविलेले कार्य पार पडणे.

५) गटासाठी मिळणाऱ्या अनुदानातून हाती घ्यावयाच्या विकासकामांची योजना तयार करणे.

६) विविध उद्योगविषयक व शेतीविषयक कार्ये पार पाडणे.

७) कर व कर्ज वसुली करणे.

८) जलसिंचनाच्या सोयी उपलब्ध करून देणे व पशुसंवर्धनाचा विकास करणे.

९) दर तीन महिन्यांनी आपल्या कामाचा अहवाल जिल्हा परिषदेला सादर करणे.

१०) गटविकास अधिकाऱ्याच्या कार्यावर देखरेख व नियंत्रण ठेवणे.

पंचायत समिती – सभापती व उपसभापती

महाराष्ट्र जिल्हा परिषद व पंचायत समिती अधिनियम १९६१मधील कलम ६४मध्ये सभापती व उपसभापती या पदाची तरतूद करण्यात आली आहे. पंचायत समिती सदस्य आपल्यामधूनच एकाची सभापती व एकाची उपसभापती म्हणून निवड करतात. पंचायत समितीच्या निवडणुकीनंतर जिल्हाधिकारी किंवा जिल्हाधिकाऱ्याने प्राधिकृत केलेले अधिकारी पंचायत समितीची पहिली बैठक बोलावतात व त्यामध्ये सभापती व उपसभापती यांची निवड केली जाते.

ज्या गटात अनुसूचित जाती/जमातीची लोकसंख्या ५० टक्क्यांपेक्षा अधिक असते त्या गटातील सभापती व उपसभापती ही पदे कायम अनुसूचित जाती व जमाती यांना जातात. दोन उमेदवारांना समान मते पडल्यास चिठ्ठ्यांद्वारे निवड केली जाते. सभापती हे पंचायत समितीचे कार्यकारी व राजकीय प्रमुख असतात.

निवडणुकीबाबत वाद उद्‌भवल्यास :

१) सभापती व उपसभापती यांच्या निवड प्रक्रियांमध्ये काही वाद उद्‌भवल्यास त्याच्या निवडणुकीपासून ३० दिवसांच्या आत विभागीय आयुक्ताकडे तक्रार करता येते.

२) विभागीय आयुक्ताचा निर्णय मान्य नसल्यास त्यांच्या निर्णयापासून ३० दिवसांच्या आत राज्य शासनाकडे अपील करता येते.

पात्रता :

१) वयाची २१ वर्षे पूर्ण केलेली असावी.

२) पंचायत समितीचा सदस्य असावा.

३) १२ सप्टेंबर २००१नंतर तिसरे अपत्य असता कामा नये.

आरक्षण :

१) महिलांना ५० टक्के राखीव जागा (२०११ पासून)

२) इतर मागासवर्गीय (OBC) २७ टक्के राखीव जागा.

३) अनुसूचित जाती/जमाती (SC/ST) यांना लोकसंख्येच्या प्रमाणात.

४) आरक्षण हे रोटेशन (फिरत्या) पद्धतीनुसार देण्यात येते.

कार्यकाळ :

१) सभापती व उपसभापती यांचा कार्यकाळ अडीच वर्षांचा असतो. (सन २०००पासून)

मानधन :

सुधारित (२०१२)

१) सभापती १०,०००/- रु.दरमहा

२) उपसभापती ८,०००/- रु. दरमहा

रजा :

१) सभापतीला एका वर्षात ३० दिवसांची विनापरवानगी रजा मिळते.

२) ९० दिवसांपर्यंतच्या रजा मंजुरीचा अधिकार पंचायत समितीला असतो.

३) १८० दिवसांपर्यंतच्या रजा मंजुरीचा अधिकार जिल्हा परिषदेच्या स्थायी समितीला आहे.

४) एका वर्षात १८० दिवसांपेक्षा जास्त रजा घेता येत नाही.

अविश्वासाचा ठराव :

१) एकूण सदस्यांपैकी १/३ सदस्यांनी मागणी केल्यास सभापती व उपसभापती यांच्या विरोधात अविश्वास ठराव मांडता येतो.

२) ठराव मांडल्यापासून ३० दिवसांच्या आत जिल्हाधिकारी खास सभा बोलावतात व या सभेमध्ये २/३ बहुमताने ठराव पारित झाल्यास पदमुक्त केले जाते. महिला सभापती असल्यास ३/४ बहुमत लागते.

३) निवड झाल्यापासून ६ महिन्यांपर्यंत असा ठराव मांडता येत नाही.

४) एकदा फेटाळलेला अविश्वास ठराव एका वर्षातून पुन्हा मांडता येत नाही.

सभापती व उपसभापती यांची कार्ये :

महाराष्ट्र जिल्हापरिषद व पंचायत समिती अधिनियम १९६१मधील कलम ७६ अनुसार अधिकार व कार्ये स्पष्ट केली आहेत.

१) पंचायत समितीच्या बैठका बोलावणे व अध्यक्षस्थान स्वीकारणे.

२) पंचायत समितीच्या बैठकांचे नियंत्रण करणे व मार्गदर्शन करणे.

३) बैठकांमध्ये विविध योजना मांडून त्या योजनांना मंजुरी मिळवून देणे.

४) पंचायत समितीने पास केलेले ठराव व निर्णय यांची अंमलबजावणी करणे.

५) पंचायत समितीच्या विविध अधिकाऱ्यांकडून आवश्यक ती माहिती, तक्ते, आराखडे मागविणे व तपासणे.

६) विविध योजना राबविण्यासाठी मालमत्ता संपादन व हस्तांतरण करणे.

७) वरील सर्व कामे सभापती गैरहजर असल्यास उपसभापती पार पाडतात.

(**टीप :** पंचायत समिती सदस्य व पदाधिकारी यांच्यासाठी पांढऱ्या रंगाचे ओळखपत्र दिले जाते. सदस्य व पदाधिकाऱ्यांस आपला कार्यकाळ संपल्यावर आपले ओळखपत्र CEO यांच्याकडे जमा करणे बंधनकारक आहे.)

गट विकास अधिकारी (BDO)

महाराष्ट्र जिल्हा परिषद पंचायत समिती अधिनियम १९६१मधील कलम ९७मध्ये गटविकास अधिकारी यांची तरतूद कार्यात आली आहे व कलम ९८मध्ये त्यांच्या कार्याचा उल्लेख करण्यात आला आहे. भारतामध्ये गट विकास अधिकारी हे पद १९५२मध्ये निर्माण करण्यात आले. गट विकास अधिकारी पंचायत समितीचे पदसिद्ध सचिव व प्रशासकीय प्रमुख असतात.

गटविकास अधिकाऱ्यांचे अधिकार व कार्य

१) पंचायत समितीचा प्रशासकीय प्रमुख म्हणून

कामकाज पाहणे.

२) पंचायत समितीच्या सभांचे, कामांचे नियम तयार करणे व सभांचे इतिवृत्तान्त लिहिणे.

३) पंचायत समितीच्या वतीने पत्रव्यवहार करणे.

४) पंचायत समितीच्या वर्ग ३ व वर्ग ४च्या कर्मचाऱ्यांची रजा मंजूर करणे.

५) पंचायत समितीच्या सभापतींच्या मार्गदर्शनानुसार पंचायत समितीच्या कर्मचाऱ्यांवर देखरेख ठेवणे.

६) पंचायत समितीला मिळणाऱ्या अनुदानातून रक्कम काढणे व त्या विकास कामावर खर्च करणे.

७) शासनाच्या आदेशानुसार विकास योजनांची अंमलबजावणी करण्यासाठी मालमत्ता मिळवणे, मालमत्तेची विक्री व हस्तांतरण करणे.

८) पंचायत समितीचा अर्थसंकल्प तयार करून मंजुरीसाठी जिल्हा परिषदेकडे सादर करणे.

९) पंचायत समितीचे अभिलेख (रेकॉर्ड) नोंदणी पुस्तके सांभाळणे.

१०) पंचायत समितीचा अहवाल मुख्य कार्यकारी अधिकारी यांना पाठविणे.

११) ग्रामसेवकास किरकोळ रजा देणे.

सरपंच समिती

तालुक्यातील ग्रामपंचायत व ग्रामपंचायतीशी योग्य समन्वय राहावा यासाठी सरपंच समितीची स्थापना केली जावी अशी शिफारस १९७०च्या ल.ना. बोंगीरवार समितीने केली होती. सरपंच समिती ही सल्लागार स्वरूपाची समिती आहे.

सदस्य संख्या : १५ (१/५ सरपंचाची निवड पंचायत समिती क्षेत्रामधून या समितीवर होते फिरत्या पद्धतीने)

कार्यकाळ : १ वर्ष

पदसिद्ध अध्यक्ष :
पंचायत समितीचे उपसभापती

पदसिद्ध सचिव :
पंचायत समितीचे विस्तार अधिकार

बैठका (सभा) :
दरमहा एक बैठक (एकूण १२ बैठका)

सरपंच समितीची कार्ये :

१) ग्रामपंचायतीच्या कार्यात सुसूत्रता आणणे.

२) ग्रामपंचायत व पंचायत समितीमध्ये समन्वय साधणे.

३) ग्रामपंचायतीच्या कार्यावर देखरेख व नियंत्रण ठेवणे.

४) तालुका स्तरावर विकास योजना राबविताना जिल्हा परिषदेला शिफारशी करणे.

पंचायत समितीची आमसभा

पंचायत समितीच्या विकास कामाचा वार्षिक आढावा घेण्यासाठी पंचायत समितीचे सभापती आमसभा बोलावतात.

अध्यक्ष : तालुक्यातील ज्येष्ठ आमदार

सचिव : तहसीलदार

बैठका : एका वंशात किमान दोन बैठका घेतल्या जातात व या बैठकीला पंचायत समितीचे पदाधिकारी, ग्रामसेवक, सामाजिक कार्यकर्ते, शिक्षक, मुख्याध्यापक व प्राध्यापक यांनाही आमंत्रित केले जाते. पंचायत समितीने आपली आमसभा जिल्हा परिषदेच्या आमसभेपूर्वी एक महिना अगोदर घेतली पाहिजे.

कार्य :

१) तालुक्यातील विकास योजनांचा आढावा घेऊन जनतेला माहिती देणे.

२) आमसभेत घेतलेल्या निर्णयाची माहिती जिल्हा परिषदेला देणे.

■ ■ ■

९. जिल्हा परिषद

त्रिस्तरीय स्थानिक स्वराज्य संस्थेतील तिसरा आणि वरिष्ठ स्तर म्हणजे जिल्हा परिषद होय. जिल्हा पातळीवर कार्य करणारी महत्त्वाची संस्था. महाराष्ट्र जिल्हा परिषद व पंचायत समिती अधिनियम १९६१मधील कलम ६ अनुसार महाराष्ट्रातील प्रत्येक जिल्ह्यात एक जिल्हा परिषद असावी अशी तरतूद करण्यात आली आहे.

- १ मे १९६२पासून महाराष्ट्रात जिल्हा परिषद कार्यरत आहे.
- सध्या महाराष्ट्रामध्ये ३६ जिल्हे आहेत, परंतु ३४ जिल्हा परिषदा अस्तित्वात आहेत.
- महाराष्ट्रातील मुंबई व मुंबई उपनगर या दोन जिल्ह्यांमध्ये जिल्हा परिषद अस्तित्वात नाही.
- महाराष्ट्रातील वसंतराव नाईक समितीने जिल्हा परिषदेला सर्वाधिक महत्त्व दिले.
- क्षेत्रफळाच्या बाबतीत महाराष्ट्रातील सर्वांत मोठा जिल्हा अहमदनगर तर दुसऱ्या क्रमांकाचा जिल्हा पुणे आहे.
- क्षेत्रफळाच्या दृष्टीने महाराष्ट्रातील सर्वांत लहान जिल्हा मुंबई शहर आहे.
- जिल्हा परिषद निर्माण करण्याचा अधिकार राज्य शासनाला असतो.
- महाराष्ट्रातील ३६वा जिल्हा पालघर (१ ऑगस्ट २०१४पासून) आहे.

विविध राज्यातील जिल्हा परिषदांची नावे :

राज्य	जिल्हा परिषदांची नावे
महाराष्ट्र	जिल्हा परिषद
आसाम	महाकमा परिषद
कर्नाटक	जिल्हा विकास परिषद
गुजरात	जिल्हा परिषद
पश्चिम बंगाल	जिल्हा परिषद
तमिळनाडू	जिल्हा विकास परिषद
बिहार	जिल्हा परिषद

जिल्हा परिषदेची रचना :

१) महाराष्ट्रात जिल्हा परिषदेची सदस्य संख्या ५० ते ७५ इतकी आहे.

२) जिल्हा परिषदेच्या मतदार संघाला 'गट' म्हणतात.

३) जिल्हा परिषदेचा एक प्रतिनिधी साधारणपणे ४०,००० लोकसंख्येमागे निवडला जातो.

४) जिल्हा परिषदेच्या सदस्यांची निवड प्रत्यक्ष प्रौढ व गुप्त मतदान पद्धतीच्या आधारे जनतेमार्फत केली जाते.

५) जिल्हा परिषद क्षेत्रातील पंचायत समितीचे सभापती जिल्हा परिषदेचे पदसिद्ध सदस्य असतात. मात्र त्यांना मतदानाचा अधिकार नसतो.

६) जिल्हा परिषदेच्या निवडणुका राज्य निवडणूक आयोगामार्फत घेतल्या जातात.

७) जिल्हा परिषद सदस्य संख्या ठरविण्याचा अधिकार राज्य सरकारला असतो.

८) उपमुख्यकार्यकारी अधिकारी हा जिल्हा परिषदेचा पदसिद्ध सचिव असतो.

सभासदांची पात्रता : जिल्हा परिषदांसाठी पात्रतेचे व अपात्रतेचे निकष पंचायत समिती निकषाप्रमाणेच आहेत.

अनामत रक्कम :

सर्वसाधारण उमेदवारासाठी १,००० रु.

अनु.जाती/जमातीच्या उमेदवारासाठी ७५० रु.

खर्च मर्यादा :

जुनी खर्च मर्यादा ६० हजार रु.

सुधारित खर्च मर्यादा ३ लाख रु.

निवडणुका :

जिल्हा परिषदेचा १ सदस्य ४० हजार लोकसंख्येमागे निवडला जातो. सदस्यांची निवड प्रत्यक्ष, प्रौढ व गुप्त मतदान पद्धतीनुसार करण्यात येते.

आरक्षण :

१) महिलांना : ५० टक्के राखीव जागा (२०११पासून)
२) इतर मागासवर्गीय : २७ टक्के राखीव जागा.
३) अनु. जाती/जमाती : लोकसंख्येच्या प्रमाणात राखीव जागा.
४) आरक्षणाच्या जागा निर्धारित करण्याचा अधिकार राज्य शासनाला असतो.

बैठका (सभा) :

१) जिल्हा परिषदेच्या एका वर्षाला ४ बैठका घेणे बंधनकारक आहे.
२) जिल्हा परिषदेच्या दोन बैठकांमधील अंतर ३ महिन्यांचे असते.
३) जिल्हा परिषदेची पहिली बैठक जिल्हाधिकारी बोलवतात. या बैठकीत अध्यक्ष व उपाध्यक्ष यांची निवड केली जाते. (अध्यक्ष : जिल्हाधिकारी)
४) जिल्हा परिषदेची पहिली बैठकीची नोटीस किमान १५ दिवस अगोदर काढावी लागते.

कार्यकाळ :

१) जिल्हा परिषद व सदस्यांचा कार्यकाळ ५ वर्षांचा असतो.
२) विशिष्ट परिस्थितीत राज्य शासन जिल्हा परिषदेचा कार्यकाळ कमीअधिक करू शकतात. (वेळेवर निवडणुका न झाल्यास राज्य शासन ६ महिन्यांचा कार्यकाळ वाढवू शकते.)
३) जिल्हा परिषदेचे विसर्जन झाल्यास ६ महिन्यांच्या आत निवडणूक घेणे बंधनकारक राहील.

सदस्यांची बडतर्फी :

१) सदस्य सतत ६ महिने गैरहजर असल्यास त्याचे सदस्यत्व रद्द होते.
२) काही विशिष्ट कारणास्तव राज्य शासन जिल्हा परिषद सदस्याला बडतर्फ करू शकतात.
३) १/३ सदस्यांनी ठराव मांडून २/३ बहुमतांनी पारित केल्यास व महिला सदस्य असल्यास ३/४ बहुमत असल्यास बडतर्फ केले जाते.
४) निवड झाल्यापासून ६ महिन्यांपर्यंत अविश्वास ठराव मांडता येत नाही. एकदा फेटाळला गेलेला ठराव पुन्हा १ वर्षापर्यंत मांडता येत नाही.

निवडणुकीबाबत वाद उद्‌भवल्यास :

१) दोन उमेदवारास समान मते पडल्यास चिठ्ठ्या टाकून उमेदवार निवडला जातो.
२) निवडणुकीमध्ये गैरव्यवहार झाल्यास निकाल जाहीर झाल्यापासून १५ दिवसांच्या आत जिल्हाधिकारी यांच्याकडे तक्रार करता येते.
३) जिल्हाधिकाऱ्यांचा निर्णय मान्य नसल्यास त्या निर्णयाविरुद्ध १५ दिवसांच्या आत राज्य शासनाकडे अपील करता येते.

जिल्हा परिषदेच्या उत्पन्नाची साधने

१) राज्य सरकार प्रत्येक जिल्हा परिषदेस विकास कार्यासाठी ७५ टक्के अनुदान देते.
२) जिल्हा परिषद क्षेत्रातील महसूल उत्पन्नाच्या ७० टक्के अनुदान जिल्हा परिषदेला मिळते.
३) जिल्ह्यातील विविध करांद्वारे उत्पन्न मिळते. (पाणीपट्टी, मनोरंजन, यात्राकर, घरपट्टी, बाजार यापासून)
४) राज्य शासन एकूण जमीन महसुलाच्या ७० टक्के रक्कम जिल्हा परिषदेला देते.

जिल्हा परिषदेचे अधिकार व कार्य :

महाराष्ट्र जिल्हा परिषद व पंचायत समिती अधिनियम १९६१मधील कलम १००मध्ये जिल्हा परिषदेच्या अधिकार व कार्याचे वर्णन करण्यात आले आहे. जिल्हा परिषदेकडे सुरुवातीला १२९ विषय सोपविण्यात आले होते. परंतु सध्या परिषदेकडे १२८ विषय आहेत.

१) कृषी, पशुसंवर्धन व दुग्धविकास, जलसिंचन यांविषयीची योजना राबविणे.
२) शेती संबंधित नवनवीन तंत्रज्ञान व बी-बियाणे शेतकऱ्यांपर्यंत पोहोचविणे.
३) सामाजिकदृष्ट्या व आर्थिकदृष्ट्या मागासलेल्या व्यक्तींना शैक्षणिक सुविधा पुरविणे.
४) जिल्ह्यातील विविध विकास योजनांना मंजुरी देणे.
५) जिल्ह्याच्या नियोजनबद्ध विकासासाठी स्थानिक साधनसामग्रीची उपयोगिता वाढविणे.
६) जिल्हा परिषदेच्या विविध अधिकाऱ्यांवर व कर्मचाऱ्यांवर देखरेख व नियंत्रण ठेवणे.
७) सार्वजनिक आरोग्य राखण्याचा दृष्टीने प्रतिबंधात्मक उपाययोजना करणे व प्राथमिक आरोग्यकेंद्राची स्थापना करणे.
८) जिल्हा स्तरावर विविध साथीच्या रोगांवर प्रतिबंधासाठी लसीकरण कार्यक्रम राबविणे.
९) ग्रामीण भागातील रस्ते व दळणवळण विषयक सुविधा उपलब्ध करून देणे.
१०) आदिवासी लोकांना विकासाच्या प्रवाहामध्ये आणण्यासाठी आश्रमशाळा, मोफत वाचनालय व वसतिगृह यांची व्यवस्था करणे.
११) ग्रामीण भागातील लघु व कुटीर उद्योगांना प्रोत्साहन देणे.
१२) राज्य सरकारने वेळोवेळी सोपवलेली कार्ये पार पाडणे.
१३) पंचायत समिती व ग्रामपंचायत यांच्या कार्यावर नियंत्रण ठेवणे.

(**टीप :** जिल्हा परिषद सदस्य, पदाधिकारी यांना पिवळ्या रंगाचे ओळखपत्र दिले जाते. कार्यकाळ संपल्यानंतर ओळखपत्र मुख्य कार्यकारी अधिकारी (CEO) यांच्याकडे जमा करणे बंधनकारक आहे.)

जिल्हा परिषदेची आमसभा

जिल्ह्यातील विविध विकास योजनेचा आढावा घेऊन त्यावर योग्य ती चर्चा करण्यासाठी प्रत्येक वर्षाला जिल्हा परिषदेचे मुख्य कार्यकारी अधिकारी आमसभा बोलावतात. तसेच या सभेमध्ये जिल्हा परिषदेच्या अंदाजपत्रकावरही प्राथमिक स्वरूपाची चर्चा करण्यात येते.

बैठका – एका वर्षाला दोन घेतल्या जातात.

अध्यक्ष – जिल्ह्याचे पालकमंत्री

सचिव – जिल्हाधिकारी

सदस्य –
- खासदार, आमदार, जिल्हा परिषद सदस्य, पंचायत समिती सदस्य व सभापती, उपसभापती.
- जिल्हा परिषदेच्या एकूण सदस्यांपैकी १/५ सदस्यांनी मागणी केल्यास जिल्हा परिषदेची विशेष सभा बोलावली जाते.
- जिल्हा परिषदेची मतदार संघाला अंतिम मंजुरी विभागीय आयुक्त देतात व जिल्हाधिकारी अंतिम माहिती प्रसिद्ध करतात.

जिल्हा परिषदेच्या समित्या

- जिल्हा परिषदेचे कामकाज सुरळितपणे चालविण्यासाठी समित्यांची स्थापना केली

जाते.

- जिल्हा परिषदेच्या एकूण दहा समित्या आहेत.
- सामान्यपणे जिल्हा परिषदेची पहिली सभा झाल्यानंतर एका महिन्याच्या आत समित्यांची रचना केली जाते.
- जिल्हा परिषदेची सर्वात महत्त्वाची समिती स्थायी समिती आहे.

१) स्थायी समिती :

एकूण सदस्य - १५
सभापती - जिल्हा परिषद अध्यक्ष
सचिव - उपमुख्य कार्यकारी अधिकारी (Dy.CEO)

कार्ये :

१) जिल्हा परिषदेच्या अंदाजपत्रकाला अंतिम मंजुरी देणे.
२) जिल्हा परिषदेच्या उत्पन्नाची व मासिक हिशोबाची तपासणी करणे.
३) मुख्य कार्यकारी अधिकाऱ्यास एक महिन्यापर्यंत रजा देणे.
४) जिल्हा परिषदेच्या सर्व कामांच्या प्रगतीने नियमन व कालावधी यांचे पुनर्विलोकन करणे.
५) जिल्हा निधीच्या गुंतवणुकीची व्यवस्था आणि विनिमय करणे.
६) जिल्हा परिषदेच्या जमा-खर्चाचे मासिक हिशोब तपासणे.

२) कृषी समिती :

सदस्य संख्या - ११
सभापती - सदस्यांपैकी एक
सचिव - जिल्हा कृषी अधिकारी

३) समाज कल्याण समिती :

सदस्य संख्या - ११
सभापती - हे पद मागासवर्गीय व्यक्तीकडे दिले जाते
महिला आरक्षण - ३० टक्के बंधनकारक
सचिव - समाज कल्याण अधिकारी

४) पशुसंवर्धन व दूधव्यवसाय समिती :

सदस्य संख्या - १०
सभापती - सदस्यांपैकी एकाकडे
सचिव - जिल्हा पशुसंवर्धन अधिकारी

५) अर्थ समिती :

सदस्य संख्या - ८
सभापती - जिल्हा परिषद उपाध्यक्ष
सचिव - मुख्य लेखापाल

६) बांधकाम समिती :

सदस्य संख्या - ८
सभापती - जिल्हा परिषद उपाध्यक्ष
सचिव - कार्यकारी अभियंता

७) शिक्षण समिती :

सदस्य संख्या - ८
सभापती - जिल्हा परिषद उपाध्यक्ष
सचिव - जिल्हा शिक्षण अधिकारी

८) आरोग्य समिती :

सदस्य संख्या - ८
सभापती - जिल्हा परिषद उपाध्यक्ष
सचिव - जिल्हा आरोग्य अधिकारी

९) महिला व बालकल्याण समिती :

सदस्य संख्या - ८
(७० टक्के महिला बंधनकारक)
सभापती - महिला बंधनकारक
सचिव - उपमुख्य कार्यकारी अधिकारी
सुरुवात - १९९२पासून कार्यरत

१०) जलसंधारण व पेयजल पुरवठा समिती

सदस्य संख्या - ८
सभापती - जिल्हा परिषद अध्यक्ष
सचिव - कार्यकारी अभियंता
सुरुवात - १९९३पासून कार्यरत

- सर्व समित्यांच्या सभापतींचा कार्यकाळ अडीच वर्षांचा असतो.
- सर्व सभापतींना दरमहा १२,००० रु. मानधन दिले जाते.

- जिल्हा परिषद अध्यक्ष हे स्थायी समिती व जलसंधारण व पेयजल पुरवठा समितीचे पदसिद्ध सभापती असतात.
- कृषी समिती व पशुसंवर्धन व दुग्ध विकास समिती या दोन्ही समितीचे सभापतिपद एकाच व्यक्तीकडे असते.
- एखादा सदस्य सतत ६ महिने गैरहजर असल्यास त्याचे सभासदत्व रद्द होते.
- आरोग्य समिती, वित्त समिती, शिक्षण समिती, बांधकाम समिती या चारही समितींचे सभापतिपद जिल्हा परिषद उपाध्यक्षाकडे असते. काही जिल्हा परिषदांमध्ये यात बदल केलेले दिसून येतात.
- सन २०००ला नागपूर अधिवेशनात जिल्हा परिषद अध्यक्ष, उपाध्यक्ष व सर्व समित्यांच्या सभापतींचा कार्यकाळ अडीच वर्षांचा करण्यात आला.

जिल्हा परिषद अध्यक्ष व उपाध्यक्ष

महाराष्ट्र जिल्हा परिषद व पंचायत समिती अधिनियम १९६१मधील कलम ४२ अनुसार प्रत्येक जिल्हा परिषदेसाठी एक अध्यक्ष निवडला जातो व कलम ६४मध्ये त्यांचा कार्याचा उल्लेख केला आहे. जिल्हा परिषदेची सार्वत्रिक निवडणूक झाल्यानंतर जिल्हाधिकारी सर्व सदस्यांची पहिली बैठक बोलावतात व त्या बैठकीमध्ये सदस्यांमार्फत एकाची उपाध्यक्ष म्हणून निवड केली जाते. ज्या जिल्ह्याची लोकसंख्या ५० टक्क्यांपेक्षा अधिक अनुसूचित जाती-जमातींची असते, त्या जिल्ह्याचे जिल्हा परिषद कायम अनुसूचित जाती व जमाती यांना जाते. दोन उमेदवारांना समान मते पडल्यास चिठ्ठ्या टाकून अध्यक्ष व उपाध्यक्ष निवडले जातात.

- अध्यक्षपदाच्या आरक्षणाच्या जागा निर्धारित करण्याचा अधिकार राज्य सरकारला असतो.
- महाराष्ट्रामध्ये जिल्हा परिषद अध्यक्षपद फक्त दोनच वेळा उपभोगता येते.
- महाराष्ट्रामध्ये जिल्हा परिषद अध्यक्षाला राज्यमंत्र्यांचा दर्जा देण्यात आलेला आहे. (सन १९९५पासून)

निवडीबाबत वाद :

जिल्हा परिषद अध्यक्ष व उपाध्यक्ष यांच्या निवडीबाबत काही वाद निर्माण झाल्यास निवडीनंतर ३० दिवसांच्या आत विभागीय आयुक्तांकडे तक्रार करता येते. विभागीय आयुक्तांच्या निर्णयाविरुद्ध राज्य शासनाकडे ३० दिवसांच्या आत अपील करता येते. (अंतिम निर्णय राज्य शासनाचा असतो).

पात्रता व आरक्षण पंचायत समिती निकषाप्रमाणेच आहे.

कार्यकाळ :

जिल्हा परिषद अध्यक्ष व उपाध्यक्ष यांचा कार्यकाळ अडीच वर्षांचा असतो.

राजीनामा :

कोण	**कोणाकडे**
सदस्य	जि. प. अध्यक्षांकडे
उपाध्यक्ष	जि. प. अध्यक्षांकडे
जि. प. अध्यक्ष	विभागीय आयुक्तांकडे
स्थायी समिती सभापती	विभागीय आयुक्तांकडे
सर्व समित्यांचे सभापती	जि. प. अध्यक्षांकडे

रजा :

१) अध्यक्ष वर्षातून जास्तीत जास्त ३० दिवस विनापरवानगी गैरहजर राहू शकतो.

२) ९० दिवसांपर्यंत जिल्हा परिषद अध्यक्षास स्थायी समिती रजा देऊ शकतो.

३) ९० दिवसापेक्षा अधिक रजा हवी असल्यास राज्य शासन देते.

४) एका वर्षात अध्यक्षांना जास्तीत जास्त १८० दिवस रजा मिळते. त्यापेक्षा अधिक रजा दिली जात नाही.

■ ■ ■

१०. नगर पंचायत

महाराष्ट्र नगरपालिका, नगरपंचायती व औद्योगिक नगरी अधिनियम १९६५ अनुसार नगरपंचायत स्थापन केली आहे. जो भाग पूर्णपणे ग्रामीण नसतो व शहरीसुद्धा नसतो अशा भागासाठी नगरपंचायत स्थापन करण्याचा अधिकार राज्य शासनाला आहे. सन १९९२-९३मध्ये झालेल्या ७४व्या घटनादुरुस्तीमुळे नगरपंचायतीला घटनात्मक दर्जा प्राप्त होऊन भारतीय राज्यघटनेच्या कलम २४३मध्ये तशी तरतूद करण्यात आली आहे.

नगरपंचायत स्थापनेचे निकष

१. संबंधित गावाची लोकसंख्या १० ते २५ हजार असावी.

२. संबंधित गावातील बिगर कृषी व्यवसाय करण्याचे प्रमाण ५० टक्क्यांपेक्षा अधिक असावे.

३. संबंधित गाव महानगरपालिकेपासून २० ते २५ किलोमीटर अंतरावर असावे. नगरपंचायतीच्या मतदार संघास 'प्रभाग' असे म्हणतात.

सदस्य संख्या

१. नगरपंचायतीची सदस्य संख्या १७ ते २३ असते.

२. राज्य शासनाद्वारे दोन तज्ज्ञ सदस्य नियुक्त केले जातात.

३. संबंधित क्षेत्रातील आमदार व खासदार नगरपंचायतीचे सदस्य असतात.

४. नगरपंचायतीच्या सदस्याला 'नगरसेवक' म्हणतात.

सदस्याची पात्रता

१. तो भारताचा नागरिक असावा.

२. त्याने वयाची २१ वर्षे पूर्ण केलेली असावीत.

३. नगरपंचायतीच्या क्षेत्रातील मतदार यादीत त्याचे नाव असावे.

४. राखीव जागेसाठी उमेदवार त्याच संवर्गातील असावा.

५. कोणत्याही कारणास्तव उमेदवाराला दोन वर्षांपेक्षा अधिक कारावासाची शिक्षा झालेली नसावी. एखाद्या व्यक्तीस अशी शिक्षा झाली असल्यास शिक्षेचा कालावधी संपल्यानंतर पाच वर्षांचा कालावधी लोटलेला असावा.

६. न्यायालयाने त्यास विकल मनाचा म्हणून घोषित केलेले नसावे.

७. तो सरकारी किंवा स्थानिक स्वराज्य संस्थेचा कर्मचारी नसावा.

८. नगरपंचायतीच्या कराचा थकबाकीदार नसावा.

सदस्याची अपात्रता

१. १२ सप्टेंबर २००१नंतर तिसरे अपत्य असल्यास...

२. न्यायालयाने वेडा म्हणून घोषित केलेली व्यक्ती

३. नगरपंचायतीचा ठेकेदार असल्यास...

४. वरील पात्रतेच्या विरुद्ध स्थिती असल्यास...

अनामत रक्कम

खुला वर्ग १,००० रुपये

अनु. जाती/जमाती ५०० रुपये

खर्च मर्यादा

जुनी खर्च मर्यादा ७५,००० रुपये

नवीन खर्च मर्यादा १,५०,००० रुपये

आरक्षण

१. महिलांना ५० टक्के राखीव जागा.

२. अनुसूचित जाती/जमातींना लोकसंख्येच्या

प्रमाणात राखीव
३. इतर मागासवर्गीय २७ टक्के राखीव
४. आरक्षणाची जागा निर्धारित करण्याचा अधिकार राज्य शासनाला आहे.

कार्यकाळ

१. नगरपंचायतीचा व सदस्यांचा कार्यकाळ ५ वर्षांचा असतो.
२. राज्य सरकार नगरपंचायतीचा कार्यकाळ पूर्ण होण्याआधीच नगरपंचायत बरखास्त करू शकते.
३. नगरपंचायत बरखास्त केल्यापासून सहा महिन्यांच्या आत निवडणूक घेणे बंधनकारक आहे.

सदस्यांची बडतर्फी

गैरवर्तणूक, अकार्यक्षमता, भ्रष्टाचार इत्यादी कारणांवरून राज्य शासन नगरपंचायत सदस्यांची बडतर्फी करू शकते.

बैठका (सभा)

१. नगरपंचायतीची पहिली बैठक जिल्हाधिकारी आपल्या अध्यक्षतेखाली बोलावतात.
२. दरमहा एक या प्रमाणे नगरपंचायतीच्या वर्षाला १२ बैठका होतात.

नगरपंचायतीचे अधिकार व कार्ये

१. संबंधित गावामध्ये पिण्याच्या पाण्याची व्यवस्था करणे.
२. गावातील सांडपाण्याची व दिवाबत्तीची व्यवस्था करणे.
३. सार्वजनिक आरोग्याची व्यवस्था करणे.
४. संबंधित गावातील जन्म-मृत्यू, विवाह यांच्या नोंदी ठेवणे.
५. गावात मनोरंजनाची व्यवस्था करणे. (उद्याने, नाट्यगृहे इ.)
६. सार्वजनिक रस्त्यांचे बांधकाम करणे.
७. प्राथमिक शिक्षणाची व्यवस्था करणे.
८. राज्यशासनाने वेळोवेळी सोपविलेले कार्य पार पाडणे.

एक सदस्यीय प्रभाग पद्धतीचा अवलंब

नगरपरिषद / नगरपंचायतीमध्ये बहुसदस्य प्रभाग पद्धतीऐवजी एक सदस्यीय प्रभाग पद्धतीचा अवलंब करण्यास १५ जानेवारी २०२० रोजीच्या मंत्री मंडळ बैठकीत मान्यता देण्यात आली.

(नगरपरिषदेचा / नगरपंचायतीचा वर्ग विचारात घेऊन शहराची विभागणी करण्याचे अधिकार विभागीय आयुक्तांना आहेत.)

नगराध्यक्ष व उप-नगराध्यक्ष

नगरपंचायतीच्या सार्वजनिक निवडणुका झाल्यानंतर जिल्हाधिकारी सर्व सदस्यांची बैठक बोलावतात व त्या बैठकीमध्ये सदस्यांमार्फत उप-नगराध्यक्षांची निवड करतात. महाराष्ट्रामध्ये नगराध्यक्ष हा प्रत्यक्ष जनतेतून निवडला जातो. **नगराध्यक्ष हा शहराचा प्रथम नागरिक व नगरपंचायतीचा राजकीय प्रमुख असतो.**

कार्यकाळ

नगराध्यक्ष व उप-नगराध्यक्ष यांचा कार्यकाळ अडीच वर्षांचा असतो. परंतु हा कार्यकाळ कमी-अधिक करण्याचा अधिकार राज्य शासनाला आहे.

अविश्वास ठराव

१. ५० टक्क्यांपेक्षा अधिक नगरसेवकांनी जिल्हाधिकाऱ्यांकडे लेखी मागणी करणे आवश्यक असते.
२. १/३ सदस्यांनी ठराव मांडून २/३ सदस्यांनी पारित करणे आवश्यक व महिला नगराध्यक्ष असल्यास ३/४ बहुमत आवश्यक असते.
३. नगराध्यक्ष व उप-नगराध्यक्ष सलग ६ महिने गैरहजर राहिल्यास त्यांचे सदस्यत्व रद्द होते.

नगराध्यक्ष व उप-नगराध्यक्ष : अधिकार व कर्तव्ये

१. नगरपंचायतीच्या बैठका बोलावणे व त्यांचे अध्यक्षस्थान स्वीकारणे.
२. कार्यकारी व वित्तीय प्रशासनावर नियंत्रण ठेवणे.
३. मुख्याधिकाऱ्याच्या कार्यावर देखरेख ठेवणे.
४. संबंधित शहरासाठी विविध विकासात्मक योजना तयार करणे.
५. शहरातील विविध कामांवर देखरेख व नियंत्रण ठेवणे.
६. नगरपंचायतीच्या कार्यावर व कर्मचाऱ्यांवर देखरेख व नियंत्रण ठेवणे.
७. राज्यशासनाने वेळोवेळी सोपविलेली कार्ये पार पाडणे.
८. जिल्हाधिकारी व राज्य शासन यांना वेळोवेळी अहवाल व माहिती देणे.

(नगराध्यक्षाच्या अनुपस्थितीत उप-नगराध्यक्ष त्यांची कर्तव्ये पार पाडतात.)

मुख्याधिकारी : अधिकार व कर्तव्ये

नगरपंचायतीचे प्रशासकीय कामकाज मुख्याधिकारी पाहतात. ते नगरपंचायतीचे पदसिद्ध सचिव असतात.

१. नगरपंचायतीने घेतलेल्या निर्णयांची अंमलबजावणी करणे.
२. अधिकारी व कर्मचाऱ्यांवर नियंत्रण ठेवणे.
३. नगरपंचायतीचा अर्थसंकल्प तयार करून नगरपंचायतीच्या स्थायी समितीला सादर करणे.
४. अभिलेख, अहवाल व नोंदणी पुस्तके सांभाळणे.
५. विकास निधीचा शहराच्या विकास कामांवर खर्च करणे व विविध विकास कामांवर नियंत्रण ठेवणे.
६. सर्वसाधारण सभेची नोटीस काढणे.
७. नगरपंचायतीच्या आर्थिक परिस्थितीत सुधारणा घडवून आणणे.
८. राज्यशासनाने वेळोवेळी सोपविलेल्या कामांची अंमलबजावणी करणे.

■ ■ ■

११. 'स्मार्ट ग्राम' योजना

शासन निर्णय :

१. राज्यातील सर्व भागांतील सामाजिक व आर्थिक परिस्थिती विचारात घेऊन पर्यावरण संतुलित समृद्ध ग्राम योजनेच्या निकषात व स्वरूपात बदल करून राज्यातील प्रत्येक ग्राम पंचायतीस योजनेत सहभागी होण्याची समान संधी उपलब्ध होईल अशा पद्धतीने 'स्मार्ट ग्राम' या नावाने योजना राबविण्याचा शासन निर्णय घेण्यात येत आहे.

२. या योजनेकरिता निवडण्यात येणारी ग्राम पंचायत शासनाकडून देण्यात आलेल्या निकषांच्या आधारे गुणांकन पद्धतीने पारदर्शकता ठेवून निवडली जाणार असून, याकरिता गावांची विभागणी खालीलप्रमाणे करण्यात आलेली आहे.

१) मोठ्या ग्रामपंचायती (५,०००पेक्षा जास्त लोकसंख्या असणारी)

२) शहरालगत असणाऱ्या ग्रामपंचायती

३) पुरस्कार प्राप्त ग्रामपंचायती (अगोदर कार्यक्रमात सहभागी झालेली)

४) आदिवासी/पेसा ग्रामपंचायती

५) उर्वरित ग्रामपंचायती

३. मोठी ग्रामपंचायत, आदिवासी ग्रामपंचायत, शहरालगत असणारी ग्रामपंचायत व पुरस्कार प्राप्त ग्रामपंचायत यांच्यामध्ये सामाजिक, सांस्कृतिक व आर्थिक दृष्टिकोनांतून खूप मोठी तफावत दिसून येते. याकरिता सदरील ग्रामपंचायतींना त्यांच्या क्षमतेनुसार गुणांकन देण्यात आले आहे. स्वच्छता (Sanitation), व्यवस्थापन (Management), दायित्व (Accountability), अपारंपरिक ऊर्जा व पर्यावरण (Renewable Energy & Environment) आणि पारदर्शकता व तंत्रज्ञानाचा वापर (Transparency & Technology), संक्षिप्तमध्ये "SMART' या आधारावर ही गुणांकन पद्धत आधारित असून याकरिता एकूण १०० गुण ठेवण्यात आले आहे. गुण देण्य करिता आवश्यक निकषांची यादी परिशिष्ट 'अ'प्रमाणे आहे.

निवडीची पद्धत :

(अ) प्रथम स्तरावर ग्रामपंचायत निवडीची कार्यपद्धती (तालुका स्तर)

जिल्हास्तरावरून स्मार्ट ग्राम योजनेची प्रसिद्धी करावी. जिल्ह्यातील सर्व ग्रामपंचायतींना योजनेत सहभागी होण्याचे आवाहन करून, ग्रामपंचायतींनी 'परिशिष्ट-अ' येथील नमूद निकषांनुसार स्व-मूल्यांकन करून गुणांकन देण्याबाबत प्रसिद्धी करावी. सदर प्रसिद्धीनंतर सदर योजनेत सहभाग घेऊ इच्छिणाऱ्या संबंधित जिल्ह्यातील सर्व तालुक्यातील ग्रामपंचायती स्व-मूल्यांकन करून त्यांचे प्रस्ताव संबंधित पंचायत समिती कार्यालयांस पाठवतील. संबंधित तालुक्यातील प्राप्त झालेल्या ग्रामपंचायतींच्या एकूण स्व-मूल्यांकन प्रस्तावांपैकी अधिक गुण प्राप्त २५% ग्रामपंचायतीची तालुका तपासणी समिती तपासणी करून त्यांना गुणांकन देतील. सदर तपासणीकरिता प्रत्येक तालुकास्तर वर तालुका तपासणी समिती संबंधित जिल्ह्याचे मुख्य कार्यकारी अधिकारी, जिल्हा परिषद गठित करतील. सदर समितीची रचना व कार्यकक्षा पुढीलप्रमाणे असेल.

गट विकास अधिकारी/साहाय्यक गट विकास अधिकारी : अध्यक्ष

विस्तार अधिकारी (आरोग्य) : सदस्य

विस्तार अधिकारी (कृषी) : सदस्य

कनिष्ठ अभियंता (पाणी पुरवठा) : सदस्य

साहाय्यक लेखा अधिकारी : सदस्य

तालुका विस्तार अधिकारी (पंचायत) : सदस्य सचिव

वरीलप्रमाणे गठित करण्यात आलेली तालुका

तपासणी समिती स्वतःच्या तालुक्यात तपासणी न करता जिल्ह्यातील इतर तालुक्यांत तपासणी (Cross-Verification) करेल. संबंधित जिल्ह्याचे मुख्य कार्यकारी अधिकारी, जिल्हा परिषद हे जिल्ह्यातील सर्व तालुक्यांमध्ये प्रत्येक समित्यांना तपासणीसाठी कार्यकक्षा निर्धारित करून देतील.

समितीची कार्यकक्षा :

I. मुख्य कार्यकारी अधिकारी यांनी नेमून दिलेल्या तालुक्यातील सहभागी ग्रामपंचायतीपैकी स्व-मूल्यांकनात सर्वाधिक गुण प्राप्त केलेल्या २५% ग्रामपंचायतींची प्रत्यक्ष क्षेत्रीय स्तरावर तपासणी करून वस्तुस्थितीवर आधारित गुणांकन देणे.

II. सदर ग्रामपंचायतींना देण्यात आलेले गुणांकन पंचायत समिती कार्यालयांत नोटीस बोर्डवर लावून, सदर गुणांकनांना पुरेशी प्रसिद्धी देणे व याबाबत संबंधित ग्रामपंचायतींना कळविणे.

III. गुणांकनावर प्राप्त हरकती जिल्हा तपासणी समितीकडे अंतिम निर्णयासाठी पाठविणे.

(ब) द्वितीय स्तरावरून ग्रामपंचायत निवडीची कार्यपद्धती (जिल्हा स्तर) तालुका स्तरावरील सर्वाधिक गुण प्राप्त झालेली ग्रामपंचायत तालुका स्मार्ट ग्राम असेल. सादर ग्रामपंचायत जिल्हा स्तरावरील द्वितीय स्पर्धेकरिता पात्र असेल. संबंधित जिल्ह्याचे मुख्य कार्यकारी अधिकारी, जिल्हा परिषद यांच्या अध्यक्षतेखाली खालीलप्रमाणे जिल्हा तपासणी समिती तथा स्थानिक देखरेख समिती असेल.

मुख्य कार्यकारी अधिकारी,
जिल्हा परिषद : अध्यक्ष
जिल्हा आरोग्य अधिकारी : सदस्य
जिल्हा कृषी विकास अधिकारी : सदस्य
कार्यकारी अभियंता (पाणी पुरवठा) : सदस्य
कार्यकारी अभियंता (बांधकाम) : सदस्य
मुख्य लेखा व वित्त अधिकारी,
जिल्हा परिषद : सदस्य
उप मुख्य कार्यकारी
अधिकारी (ग्रा. पं.) : सदस्य सचिव

समितीची कार्यकक्षा :

I. तालुका स्तरावर तालुका तपासणी समितीने दिलेल्या गुणांकनावर हरकती आल्यास, आवश्यकता वाटल्यास स्थळपाहणी करून अंतिम निर्णय घेणे.

II. सदर अंतिम निर्णयानंतर संबंधित तालुक्यांतून सर्वाधिक गुण प्राप्त ग्रामपंचायतीस तालुका स्मार्ट ग्राम ग्रामपंचायत म्हणून घोषित करणे.

III. संबंधित जिल्ह्यातील सर्व तालुका स्मार्ट ग्राम यांचे सर्वसाधारणपणे तीन महिन्यांनंतर पुनर्मूल्यांकन करणे. सदर पुनर्मूल्यांकनामध्ये संबंधित ग्रामपंचायतीने तीन महिन्यांच्या कालावधीत 'परिशिष्ट-अ'मधील निकषांमध्ये यापूर्वी तालुका तपासणी समितीने केलेल्या तपासणीच्या अनुषंगाने प्रगती केली असेल, तर त्यास त्या प्रमाणात गुण देणे. सदर पुनर्मूल्यांकनामधून सर्वाधिक गुण मिळालेल्या ग्रामपंचायतीस जिल्हा स्मार्ट ग्राम म्हणून घोषित करणे.

IV) अंतिम निवड करण्यात आलेल्या तालुका स्मार्ट ग्राम व जिल्हा स्मार्ट ग्राम यांना सार्वजनिक कार्यक्रमांत पारितोषिक वितरण करणे.

V) जिल्हा स्मार्ट ग्राम व तालुका स्मार्ट ग्राम यांना वितरित करण्यात आलेल्या पारितोषिक रकमेतून शासनाने निर्धारित केलेल्या नाविन्यपूर्ण कामाची निवड व त्याकरिता देण्यात आलेल्या निधीचा विनियोग संबंधित ग्रामपंचायत योग्य पद्धतीने करत आहे किंवा कसे यावर देखरेख ठेवणे.

५. बक्षीस रकमांचे वितरण व विनियोग व

त्याबाबतची मार्गदर्शक तत्त्वे :

- प्रथम स्तरावर निवडण्यात येणाऱ्या ग्रामपंचायतीकरिता देण्यात येणाऱ्या पारितोषिकाची एकूण रक्कम रु. १०,००,००० X ३५१ तालुके = रु. ३५.१० कोटी राहील.
- द्वितीय स्तरावर निवडण्यात येणाऱ्या ग्रामपंचायतीकरिता देण्यात येणाऱ्या पारितोषिकाची एकूण रक्कम रु. ४०,००,००० X ३४ जिल्हे = रु. १३.६० कोटी राहील. सदर ग्रामपंचायतीस यापूर्वी तालुकास्तरावरील प्राप्त झालेल्या रु. १०.०० लक्ष रोख पारितोषिकाव्यतिरिक्त, रु. ४०.०० लक्ष रोख या स्वरूपात पारितोषिक दिले जाईल. त्यामुळे जिल्हास्तरावर स्मार्ट ग्राम म्हणून निवड झालेल्या ग्रामपंचायतीस एकूण रु. ५०.०० लक्ष इतके पारितोषिक प्राप्त होईल.
- प्रथम स्तरावर तालुका स्मार्ट ग्राम म्हणून घोषित करण्यात आलेल्या ग्रामपंचायतींना प्रजासत्ताक दिनी व द्वितीय स्तरावर जिल्हा स्मार्ट ग्राम म्हणून घोषित ग्रामपंचायतींना महाराष्ट्र दिनी पारितोषिक वितरण करण्यात येईल. प्रथम स्तरावर व द्वितीय स्तरावर निवडण्यात आलेल्या ग्रामपंचायतींनी शासनाने निर्धारित केलेल्या नाविन्यपूर्ण कामांमधूनच (उदा. घनकचरा व्यवस्थापन व त्यापासून खतनिर्मिती, RO PLANT, सौर पथदिवे, बायोमास गॅसिफायर इ.) निवड करणे आवश्यक आहे. अशा प्रकारच्या नाविन्यपूर्ण कामांबाबत ग्रामविकास विभागामार्फत स्वतंत्र सूचना निर्गमित करण्यात येतील.

६. योजनेचे सनियंत्रण :

स्मार्ट ग्राम योजनेच्या अंमलबजावणीसाठी व सनियंत्रणासाठी खालीलप्रमाणे राज्यस्तरावर संनियंत्रण समिती स्थापन करण्यात येत आहे.

राज्यस्तरीय सनियंत्रण समिती :

१. मा. मंत्री, ग्राम विकास : अध्यक्ष

२. मा. राज्यमंत्री, ग्राम विकास : उपाध्यक्ष

३. सचिव, ग्राम विकास : सदस्य

४. उपायुक्त (विकास) (सर्व) : सदस्य

५. उपसचिव (योजना) ग्राम विकास : सदस्य सचिव

समितीची कार्यकक्षा :

१. सदर योजनेचा वेळोवेळी आढावा घेणे.

२. सदर योजनेच्या अंमलबजावणीच्या अनुषंगाने बदल करावयाचे आवश्यक वाटल्यास त्याप्रमाणे धोरणात्मक निर्णय घेणे.

३. सदर योजनेमध्ये स्मार्ट ग्राम निवडीकरिता निर्धारित केलेल्या निकषांत आवश्यक वाटल्यास बदल करणे.

४. स्मार्ट ग्राम ग्रामपंचायतींना बक्षीस रकमेतून घ्यावयाची कामे व प्रशाकीय खर्चाचे निकष निर्धारित करणे.

७. योजनेचा आराखडा :

स्मार्ट ग्राम योजनेमध्ये जास्तीत जास्त ग्रामपंचायतींना सहभाग घेण्यासाठी जिल्हास्तरावरून व्यापक प्रसिद्धी देऊन हाती घ्यावयाच्या कार्यक्रमांचा निश्चित कालमर्यादेत अंमलबजावणी करण्याकरिताच आराखडा 'परिशिष्ट ब'प्रमाणे आहे.

प्रशासकीय खर्च, अभ्यास दौरा, प्रशिक्षण व सल्लागार नेमणूक : या योजनेअंतर्गत सहभागी होणाऱ्या ग्रामपंचायतींना अभ्यास दौरा आयोजित करण्यात येईल. तसेच स्मार्ट ग्राम म्हणून निवडलेल्या ग्रामपंचायतींचे प्रशिक्षण विविध स्तरांवर राज्य ग्रामीण विकास संस्था व शासकीय अधिकारी इत्यादींमार्फत घेण्यात येईल. तसेच स्मार्ट ग्राम म्हणून निवडलेल्या ग्रामपंचायतींना विकास कामांसाठी सल्लागार नेमण्याची मुभा राहील.

■ ■ ■

परिशिष्ट – अ

(शासन निर्णय क्रमांक :- स्माग्रायो-२०१५/प्र. क्र. १५१-अ/योजना-१,

दिनांक २१ नोव्हेंबर, २०१६ सोबतचे परिशिष्ट - अ)

स्मार्ट-ग्राम निवडीसाठीचे निकष व गुणांकन

	निकष	गुण
स्वच्छता SANITATION	१. वैयक्तिक शौचालय सुविधा व वापर २. सार्वजनिक इमारतींमधील शौचालय सुविधा व वापर ३. पाणी गुणवत्ता तपासणी ४. सांडपाणी व्यवस्थापन ५. घनकचरा व्यवस्थापन	२० २०
व्यवस्थापन MANAGEMENT	१. पायाभूत सुविधांचा विकास २. आरोग्यविषयक व शिक्षणविषयक सुविधा ३. केंद्र/राज्य पुरस्कृत योजनांची प्रभावी अंमलबजावणी ४. बचत गट ५. प्लास्टिक वापर बंदी	२५
दायित्व ACCOUNTABILITY	१. ग्रामपंचायतीच्या घरपट्टी/पाणीपट्टी वसुली तसेच पाणी पुरवठा व पथ दिवे यांसाठी वापरण्यात येणाऱ्या वीज बिलांचा नियमितपणे भरणा २. मागासवर्गीय/महिला व बालकल्याण/अपंगांवरील खर्च ३. लेखापरिक्षण पूर्तता ४. ग्रामसभेचे आयोजन ५. सामाजिक दायित्व	२०
अपारंपरिक ऊर्जा व पर्यावरण RENEWABLE ENERGY & ENVIRONMENT	१. LED दिवे वापर व विद्युत पथांचे LED दिव्यांमध्ये रूपांतरण २. सौर पथदिवे ३. बायोगॅस संयंत्राचा वापर ४. वृक्ष लागवड ५. जलसंधारण	२०

पारदर्शकता व तंत्रज्ञान TRANSPARENCY & TECHNOLOGY	१. ग्रामपंचायतींचे सर्व अभिलेखांचे संगणकीकरण २. संगणकीकरणाद्वारे नागरिकांना पुरविण्यात येत असलेल्या सुविधा ३. ग्रामपंचायतीचे संकेतस्थळ व सुधारित तंत्रज्ञानाचा वापर ४. आधार कार्ड ५. संगणक आज्ञावलींचा वापर	१५
	एकूण	**१००**

परिशिष्ट - ब

(शासन निर्णय क्रमांक :- स्माग्रायो-२०१५/प्र. क्र. १५१-अ/योजना-१, दिनांक २१ नोव्हेंबर, २०१६ सोबतचे परिशिष्ट - ब)

अ. क्र.	हाती घ्यावयाचा कार्यक्रम	कालावधी
१.	स्मार्ट ग्राम योजनेसंदर्भात जिल्हास्तरावर व्यापक	७ दिवस प्रसिद्धी देणे (१ ते ७ डिसेंबरपर्यंत)
२.	तालुकास्तरावर स्मार्ट ग्राम योजनेत सहभाग घेऊ इच्छिणाऱ्या ग्रामपंचायतींनी परिशिष्ट -अ येथील निकषांनुसार स्व-मूल्यांकन करून ठरावाद्वारे संबंधित तालुक्यातील गट विकास अधिकारी, पंचायत समिती यांचेकडे प्रस्ताव सादर करणे.	७ दिवस (दि. ०८ डिसेंबर ते १५ डिसेंबर)
३.	गट विकास अधिकारी यांनी त्यांचेकडे प्राप्त झालेल्या स्व-मूल्यांकन केलेल्या प्रस्तावांची यादी त्यांच्या गुणांकनासह कार्यलयांतील सूचना फलकांवर लावणे. तसेच सदर यादीपैकी सर्वाधिक गुण प्राप्त २५% ग्रामपंचायतींची यादी तपासणीसाठी मुख्य कार्यकारी अधिकारी, जिल्हा परिषद यांनी संबंधित तालुक्यासाठी नेमून दिलेल्या तालुका तपासणी समितीकडे देणे.	
४.	मुख्य कार्यकारी अधिकारी, जिल्हा परिषद यांनी स्मार्ट ग्राम योजनेकरिता तालुका तपासणी समिती व जिल्हा तपासणी समितीचे गठन करणे तसेच गठित करण्यात आलेल्या तालुका समित्यांना, स्वकार्यक्षेत्र वगळून इतर तालुक्यांचे वाटप करणे.	
५.	तालुका तपासणी समितीने त्यांना वाटप करण्यात आलेल्या तालुक्यातील स्वमूल्यांकनानुसार सर्वाधिक गुण प्राप्त २५% ग्रामपंचायतींची यादी संबंधित तालुक्यातील गट विकास अधिकारी यांचेकडून प्राप्त करून घेणे.	१५ दिवस (दि. १६ डिसेंबर ते ३१ डिसेंबर)

६.	तालुका तपासणी समिती संबंधित तालुक्यांच्या गट विकास अधिकारी, पंचायत समिती यांचेकडून प्राप्त यादीनुसार तालुक्यातील ग्रामपंचायतींची तपासणी करून गुणांकन देतील.	
७.	तालुका तपासणी समिती संबंधित तालुक्यांच्या तपासण्यात आलेल्या ग्रामपंचायतींची निकषनिहाय गुणांकन यादी पंचायत समिती कार्यालयांत प्रसिद्ध करतील, तसेच संबंधित ग्रामपंचायतींना कळवतील.	
८.	सदर यादी प्रसिद्ध झाल्यानंतर स्मार्टग्राम योजनेत सहभागी झालेल्या ग्रामपंचायतींना प्रसिद्ध करण्यात आलेल्या यादीतील गुणांकनांबाबत हरकती घ्यावयाच्या असल्यास सदर ग्रामपंचायती ठराव घेऊन जिल्हा तपासणी समिती यांचेकडे विहित मुदतीत अपील दाखल करतील.	१५ दिवस (दि. १ जानेवारी ते १५ जानेवारी)
९.	जिल्हा तपासणी समिती प्राप्त हरकतींबाबत आवश्यक वाटल्यास स्थळ पाहणी करून अंतिम निर्णय देतील व तालुकास्तरावरील सर्वाधिक गुण प्राप्त ग्रामपंचायतीस 'तालुका स्मार्ट ग्राम' म्हणून निवड करतील.	७ दिवस (दि. १६ जानेवारी ते २३ जानेवारी)
१०.	२६ जानेवारी, प्रजासत्ताक दिनी जिल्ह्यातून घोषित करण्यात आलेल्या तालुका स्मार्ट ग्राम यांना पारितोषिक वितरण करण्यात येईल.	२६ जानेवारी
११.	जिल्हा तपासणी समिती संबंधित जिल्ह्यातील निवड करण्यात आलेल्या सर्व तालुका स्मार्ट ग्राम यांचे 'परिशिष्ट-अ'मधील निकषांनुसार पुनर्मूल्यांकन करतील. सदर पुनर्मूल्यांकनामध्ये संबंधित ग्रामपंचायतीने तीन महिन्यांच्या कालावधीत 'परिशिष्ट-अ'मधील निकषांमध्ये यापूर्वी तालुका तपासणी समितीने केलेल्या तपासणीच्या अनुषंगाने प्रगती केली असेल, तर त्यास त्या प्रमाणात गुण देतील.	१५ दिवस (दि. ८ एप्रिल ते दि. २३ एप्रिल)
१२.	जिल्हा तपासणी समिती सदर पुनर्मूल्यांकनामधून सर्वाधिक गुण मिळालेल्या ग्रामपंचायतीस 'जिल्हा स्मार्ट ग्राम' म्हणून घोषित करतील.	७ दिवस (दि. २४ एप्रिल ते दि. ३० एप्रिल)
१३.	१ मे, महाराष्ट्र दिनी 'जिल्हा स्मार्ट ग्राम' ग्रामपंचायतीला पारितोषिक वितरण करण्यात येईल.	१ मे

१२. महिला ग्रामसभा

ग्रामसभेमध्ये महिलांचा सहभाग

ग्रामसभेमध्ये सदस्य या नात्याने महिला ह्या ग्रामसभेच्या घटक आहेत. त्यांच्या उपस्थिती आणि सहभागाशिवाय ग्रामसभा योग्य कार्य प्रभावीपणे करू शकणार नाहीत. ग्रामसभेच्या नियमित सभांना उपस्थित राहून महिलांनी निर्णय घेण्याचा आपला हक्क बजावला पाहिजे. त्यासाठी त्यांनी प्रवृत्त व्हावे याची विशेष व्यवस्था नव्या घटनादुरुस्तीने केली आहे.

महिला ग्रामसभा अनिवार्य

महाराष्ट्र शासनाने गावाच्या विकासासाठी आणि गावाच्या विकास कार्यक्रमात महिलांचाही सहभाग असावा म्हणून महिलांसाठी स्वतंत्र ग्रामसभा घेणे कायद्याने बंधनकारक केले आहे. ग्रामसभेला महिला जरी हजर असल्या, तरी पुरुषांपुढे न बोलण्यामागे, तसेच आपली मते मोकळेपणाने न मांडण्यामागे त्यांच्यावर दबाव (मानसिक) असतो. त्यामुळे महिलांची स्वतंत्र ग्रामसभा घेऊन त्यांनी खुली चर्चा करून त्यांचे प्रश्न/समस्या मांडल्या पाहिजेत व त्याप्रमाणे त्यांच्या हिताचे व सोईस्कर निर्णय त्यांना घेता आले पाहिजेत, या उद्देशाने महिला ग्रामसभांना अतिशय महत्त्व आहे. अशा रितीने महिला ग्रामसभेमध्ये महिलांनी मांडलेले विचार, प्रस्ताव ग्रामसभेमध्ये विचारात घेणे आवश्यक आहे. महिला ग्रामसभा प्रत्येक नियमित ग्रामसभेपूर्वी विचारात घेणे आवश्यक आहे. महिला ग्रामसभा प्रत्येक नियमित ग्रामसभेपूर्वी घेणे बंधनकारक आहे.

महिलांनी गावाच्या विकास कार्यक्रमात फक्त निर्णयापुरते मर्यादित राहू नये, तर संपूर्ण निर्णय प्रक्रियेमध्ये पुढे असावे आणि त्यांची निर्णय प्रक्रियेतील क्षमता वाढावी हा हेतू महिला ग्रामसभेचा आहे. अर्थातच यातून महिलांना त्यांच्या अस्मितेची, कर्तृत्वाची खऱ्या अर्थाने जाणीव होणार आहे.

महिला ग्रामसभांसाठी केल्या गेलेल्या विशेष तरतुदी

महिला ग्रामसभांसाठी सर्व निर्णय प्रक्रियांमध्ये महिलांचा सहभाग लक्षणीय होण्यासाठी महिला ग्रामसभांची तरतूद केली गेली आहे.

- प्रत्येक ग्रामसभेपूर्वी महिला ग्रामसभेचे आयोजन केले पाहिजे.
- महिला ग्रामसभेची वेळ व ठिकाण महिलांच्या सोयीनुसार ठरविण्यात यावी.
- महिला ग्रामसभेसाठी कोरमची कुठलीही अट नाही.
- महिला ग्रामसभेचे स्वतंत्र इतिवृत्त असले पाहिजे.
- शासनाच्या महिलांच्या संदर्भातील सर्व योजनांचे लाभार्थी महिला ग्रामसभेमध्ये निवडले गेले पाहिजेत.
- महिला ग्रामसभेत गावातील पाणीप्रश्नावर प्रामुख्याने चर्चा करणे, त्यासंबंधीचे नियोजन व धोरण ठरविणे बंधनकारक आहे.
- महिला बाल कल्याण योजनेतील १०% निधीच्या नियोजन व विनियोगासंबंधी सर्व निर्णय महिला ग्रामसभेमध्ये घेणे बंधनकारक आहे.

- गाव विकास समिती कलम ४९ अंतर्गत असणाऱ्या विविध समित्यांमधील प्रतिनिधींची निवड महिला ग्रामसभेमध्ये झाली पाहिजे.
- ग्रामसेवकाने महिला ग्रामसभेमध्ये ग्रामपंचायतीच्या कामकाजाचा आढावा सादर करावा.
- महिला ग्रामसभेमध्ये गाव पातळीवर सक्रिय असणारे बचत गट, महिला मंडळे व सांस्कृतिक मंडळांच्या प्रतिनिधींना बोलवून त्यांच्या कार्याचा आढावा घेतला जावा.
- महिला ग्रामसभेमध्ये गाव-वस्त्यांवरील आरोग्य सेविकेला विशेष आमंत्रण देऊन बोलवण्यात यावे.

प्रत्येक गावामध्ये ग्रामसभेच्या आदल्या दिवशी खरोखर महिला ग्रामसभा झाल्या, तर महिलांच्या अनेक समस्या सोडविल्या जाऊ शकतील. विशेषतः पिण्याच्या पाण्याचा प्रश्न, शौचालयाचा प्रश्न, आरोग्य, रोजगार, शिक्षण, सार्वजनिक स्वच्छता, दारूची समस्या, स्वस्त धान्य दुकानांसंबंधीच्या तक्रारी इ. अनेक महत्त्वाच्या बाबींवर चर्चा करून त्या समस्या सोडविल्या जाऊ शकतील.

■ ■ ■

१३. ग्रामपंचायत कर्मचाऱ्यांना करवसुलीच्या प्रमाणात किमान वेतन अदा करणेबाबत...

दिनांक ४ मार्च, २०१४च्या शासन निर्णयान्वये ग्रामपंचायतीचे उत्पन्न व लोकसंख्येचा विचार करून ग्रामपंचायत कर्मचाऱ्यांना किमान वेतनासाठी खालीलप्रमाणे राज्य शासनाचा हिस्सा निश्चित करण्यात आला आहे.

अ. क्र.	लोकसंख्या व उत्पन्नानुसार ग्रामपंचायतींची संख्या	किमान वेतनासाठी अनुज्ञेय शासन हिस्सा
१.	० ते ५,०००पर्यंत लोकसंख्या असलेल्या व रु. ० ते रु. २,००,०००पर्यंत उत्पन्न असलेल्या ग्रामपंचायतींना	१००%
२.	० ते १०,०००पर्यंत लोकसंख्या असलेल्या व रु. २,००,००१ ते रु. ३,००,०००पर्यंत उत्पन्न असलेल्या ग्रामपंचायतींना	७५%
३.	३,००० ते १०,०००पर्यंत लोकसंख्या असलेल्या व रु. ३,००,००१ ते रु. ५,००,०००पर्यंत उत्पन्न असलेल्या ग्रामपंचायतींना	
४.	उर्वरित सर्व ग्रामपंचायतींना शासन निर्णय दिनांक २१ जानेवारी, २००० अनुसार (पूर्वीप्रमाणेच)	५०%

शासन निर्णयात नमूद केल्यानुसार ग्रामपंचायत कर्मचाऱ्यांना अदा करावयाच्या किमान वेतनाच्या राज्य शासनाच्या संपूर्ण हिश्श्यास पात्र होण्यासाठी संबंधित ग्रामपंचायतींनी नियमाप्रमाणे दर चार वर्षांनी नियमितपणे फेरआकारणी करणे व गतवर्षात सर्व करांच्या एकूण मागणीची ९०% वसुली करणे बंधनकारक राहील. संबंधित ग्रामपंचायतींच्या सर्व करांच्या वसुलीच्या प्रमाणात ग्रामपंचात कर्मचारी यांना खालीलप्रमाणे किमान वेतन अनुज्ञेय राहील :

अ. क्र.	ग्रामपंचायतींची सर्व करांच्या वसुलीची टक्केवारी	अनुज्ञेय किमान वेतन
१.	९०% व त्यापेक्षा जास्त करवसुली	१००%
२.	७०% ते ८९% करवसुली	९०%
३.	५०% ते ६९% करवसुली	७०%
४.	५०% पेक्षा कमी वसुली	५०%

संदर्भाधीन दिनांक ०४ मार्च, २०१४ रोजीच्या शासन निर्णयान्वये सूचित केल्यानुसार ग्रामपंचायतींची घरपट्टी व इतर सर्व करांच्या वसुलीची जबाबदारी ग्रामसेवक, सरपंच व पदाधिकारी तसेच ग्रामपंचायत कर्मचारी यांची राहील हे पुन्हा एकदा स्पष्ट करण्यात येत आहे. सदर शासन निर्णय हा सन २०१८-१९ या आर्थिक वर्षापासून लागू राहील.

■ ■ ■

१४. सरपंच मानधन व सदस्यांना बैठक भत्ता

सरपंचांना मानधन :

दि. १ जुलै, २००९पासून ग्रामपंचायतीची लोकसंख्यानिहाय वर्गवारी विचारात घेऊन सरपंचांना ग्रामनिधीतून खालीलप्रमाणे दरमहा मानधन देय राहील.

ग्रामपंचायतीची लोकसंख्यानिहाय वर्गवारी	मानधनाची दरमहा रक्कम (रु.)
(अ) ० ते २०००पर्यंत लोकसंख्येच्या ग्रामपंचायती	४००/-
(ब) २००१ ते ८०००पर्यंत लोकसंख्येच्या ग्रामपंचायती	६००/-
(क) ८००१पेक्षा जास्त लोकसंख्येच्या ग्रामपंचायती	८००/-

(ब) सरपंच मानधन देण्याकरिता ग्रामपंचायतीला येणाऱ्या खर्चापैकी ७५ टक्के खर्चाच्या प्रतिपूर्तीकरिता शासन ग्रामपंचायतीला अनुदान देईल.

२. ग्रामपंचायत सदस्यांना बैठक भत्ता :

(अ) दि. १ जुलै, २००९पासून प्रत्येक ग्रामपंचायत सदस्यांना दरमहा रु. २५/- एवढा बैठक भत्ता ग्रामपंचायत अदा करील. एका महिन्यात एका बैठकीपेक्षा जास्त बैठका झाल्या, तरी शासनाकडून बैठक भत्त्यासाठी ग्रामपंचायतीला अनुदान दरमहा रु. २५/- प्रमाणे मिळेल. थोडक्यात एका ग्रामपंचायत सदस्यास बैठकीला उपस्थित राहिल्याबद्दल दरमहा जास्तीत जास्त रु. २५/- एवढा बैठक भत्ता ग्रामपंचायतीकडून अनुज्ञेय राहील.

(ब) ग्रामपंचायत सदस्यांना बैठक भत्ता देण्याकरिता ग्रामपंचायतीला येणाऱ्या खर्चाच्या प्रतिपूर्तीकरिता शासन १०० टक्के अनुदान देईल.

३. हा शासन निर्णय १ जुलै, २००९पासून लागू करण्यात येत आहे.

■ ■ ■

१५. अनुसूचित क्षेत्रातील (पेसा) गाव घोषित करण्यासाठी मार्गदर्शक सूचना

पेसा अधिनियम व त्याअंतर्गत तयार करण्यात आलेल्या नियमांतील नियम-४ अन्वये अनुसूचित क्षेत्रासाठी गाव घोषित करण्याची तरतूद करण्यात आली आहे. तथापि गाव घोषित करताना गावाच्या हद्दीबाबत येणाऱ्या अडचणी विचारात घेता, याबाबत मार्गदर्शक सूचना निर्गमित करणे शासनाच्या विचाराधीन होते; ही बाब विचारात घेऊन या शासन निर्णयान्वये खालीलप्रमाणे सूचना निर्गमित करण्यात येत आहे.

शासन निर्णय :

१. पंचायत विस्तार अधिनियमाअंतर्गत (महाराष्ट्र ग्रामपंचायती संबंधीचे उपबंध (अनुसूचित क्षेत्रावर विस्तारित करण्याबाबत) नियम २०१४) पेसा नियमांच्या - नियम ४च्या तरतुदीनुसार गाव घोषित करण्यात यावे.

२. पंचायत विस्तार अधिनियमामध्ये अथवा पेसा नियमामध्ये लोकसंख्येचे निकष नसल्याने, अनुसूचित क्षेत्रातील वाडी/वाड्यांचा समूह, वस्ती/वस्त्यांचा समूह, पाडा/पाड्यांचा समूह गाव म्हणून घोषित करता येईल.

३. वाडी/वाड्यांचा समूह, वस्ती/वस्त्यांचा समूह, पाडा/पाड्यांच्या समूहातील पात्र मतदारांच्या ५०% किंवा त्यापेक्षा जास्त मतदारांनी ठराव करून, गाव घोषित करण्यासाठी इच्छा प्रदर्शित केली, तर अशा वाडी/वाड्यांचा समूह, वस्ती/वस्त्यांचा समूह, पाडा/पाड्यांचा समूह यांना गाव घोषित करता येईल.

४. यापूर्वीच दि. ९ मे २०१४च्या पत्रान्वये देण्यात आलेल्या सूचनेप्रमाणे यासाठी आयोजित केलेल्या सभेत ग्रामसेवक अथवा इतर शासकीय कर्मचारी, सचिव म्हणून काम पाहील.

५. गाव घोषित करण्यासाठी आयोजित केलेल्या सभेत ठराव मंजूर केल्यानंतर सदर वाडी/वाड्यांचा समूह, वस्ती/वस्त्यांचा समूह, पाडा/पाड्यांचा समूह, ज्या उपविभागीय अधिकाऱ्यांच्या कार्यकक्षेत येत असेल, त्यांना सदर ठरावाची मूळ प्रत ग्रामसभेचा सचिव पाठवतो. ठरावाची दुसरी प्रत जिल्हाधिकारी यांना पाठविण्यात येईल व ठरावाची एक प्रत कार्यालयीन प्रत म्हणून निवड नस्तीत ठेवण्यात येईल.

६. ठरावाचा नमुना **अनुसूची–I.** मध्ये नमूद केला आहे.

७. ज्या वाडी/वाड्यांचा समूह, वस्ती/वस्त्यांचा समूह, पाडा/पाड्यांचा समूह यांना नियम-४ अंतर्गत गाव म्हणून घोषित करावयाचे असेल, त्यांनी ठरावामध्ये खालील बाबींचा समावेश करावा.

   I. प्रस्तावित गावाच्या हद्दीतील सर्वसाधारण क्षेत्र.

   I.. गावाच्या क्षेत्रातील जलसाठ्यांच्या हद्दी.

   III. वनक्षेत्राच्या परंपरागत वापराच्या हद्दी याबाबतचे विस्तृत विवरण आणि वनाचे विभाग (Forest Compartment) यांचे वितरण.

IV. ज्या वनांमध्ये गौणवनोपज परंपरागत पद्धतीने मिळविला जातो किंवा मिळवला जात होता किंवा वापर करण्याचा उद्देश आहे, अशा वनांच्या सर्वसाधारण हद्दीबाबत विस्तृत माहिती देणे.

V. इतर नैसर्गिक स्त्रोत वापराच्या परंपरागत हद्दी असतील त्यांच्या सर्वसाधारण हद्दीबाबत विस्तृत माहिती देणे. (उदा. गौण खनिजे - Minor Mineral)

VI. वरील क्षेत्र निश्चित केल्यानंतर त्याबाबतचा ढोबळ नकाशा शक्यतो जोडावा.

VII. वरील हद्दीबाबतचा नकाशा तयार करण्यासाठी व पुढील कार्यवाहीसाठी क्षेत्रीय/स्थानिक अधिकारी सचिवांना मदत करतील.

८. वाडी/वाड्यांचा समूह, वस्ती/वस्त्यांचा समूह, पाडा/पाड्यांच्या समूह यांनी गाव जाहीर करणेबाबत केलेला ठराव सचिवांकडून प्राप्त झाल्यानंतर उपविभागीय अधिकारी त्यास व्यापक प्रसिद्धी देतील. त्यानंतर वाड्या-वस्त्या-पाड्यांच्या नोंदणीकृत मतदारांची बैठक बोलावून त्यावर चौकशी करतील. (त्याबाबतचा नमुना अनुसूची-II प्रमाणे राहील.)

९. ठरावाची शहानिशा केल्यानंतर उपविभागीय अधिकारी स्थानिक अधिकाऱ्यांच्या व संबंधित वाडी/वाड्यांचा समूह, वस्ती/वस्त्यांचा समूह, पाडा/पाड्यांच्या समूहातील वयोवृद्ध नागरिकांच्या मदतीने वाडी/वाड्यांचा समूह, वस्ती/वस्त्यांचा समूह, पाडा/पाड्यांच्या समूह यांचे सर्व्हे नंबर व वनांचे गट क्रमांक (Forest Compartment) तसेच संबंधित वाडी/वाड्यांचा समूह, वस्ती/वस्त्यांचा समूह, पाडा/पाड्यांच्या समूहातील पारंपरिक नैसर्गिक स्त्रोत आणि इतर भौतिक हद्दी निश्चित करतील, जेणे करून संबंधित वाडी/वाड्यांचा समूह, वस्ती/वस्त्यांचा समूह, पाडा/पाड्यांचा समूह यांना गाव जाहीर करता येईल.

१०. त्यानंतर उपविभागीय अधिकारी अनुसूची-III मध्ये नमूद केल्याप्रमाणे गाव जाहीर करण्यासाठी जिल्हाधिकाऱ्यांकडे शिफारस करतील.

११. उपविभागीय अधिकाऱ्यांकडून गाव जाहीर करण्यासंदर्भात ठराव वजा शिफारस प्राप्त झाल्यानंतर त्या ठरावावर जिल्हाधिकारी ४५ दिवसांत निर्णय घेतील. यासंदर्भात पेसा नियमाच्या नियम ४च्या उपनियम २, ३ व ४ यांप्रमाणे कार्यवाही करण्यात येईल.

१२. ज्या वाडी/वाड्यांचा समूह, वस्ती/वस्त्यांचा समूह, पाडा/पाड्यांचा समूह यांच्याकडून प्राप्त झालेल्या ठरावाबाबत जिल्हाधिकारी यांची खातरी झाल्यानंतर अशा वाडी/वाड्यांचा समूह, वस्ती/वस्त्यांचा समूह, पाडा/पाड्यांच्या समूहाच्या ठरावावर उपविभागीय अधिकारी यांच्याकडून प्राप्त अहवालावर जिल्हाधिकारी आपली शिफारस विभागीय आयुक्तांकडे करतील. (अनुसूची IV)

१३. हा शासन निर्णय निर्गमित होण्यापूर्वी गाव निर्मितीबाबत वर उल्लेखिलेल्या बाबींपैकी ज्या बाबी पूर्ण झाल्या असतील त्या वगळून पुनरावृत्ती टाळण्यासाठी संपूर्ण प्रक्रिया पुनश्च करण्याऐवजी उर्वरित बाबी पूर्ण कराव्यात. तसेच ज्या ठिकाणी फक्त नैसर्गिक पारंपरिक सीमा घोषित करण्याचे काम शिल्लक असेल त्याठिकाणी वाडी-वस्ती-पाडे यांनी पारंपरिक सीमा ठरवून त्या नकाशामध्ये दर्शवून आणि हद्दीचा तपशील नमूद करून ठरावासह उपविभागीय अधिकाऱ्यांकडे पाठवाव्यात आणि उपविभागीय अधिकारी योग्य

ती खातरी करून सीमांकित नकाशा आणि इतर तपशील जिल्हाधिकाऱ्यांकडे पाठवतील.

१४. विभागीय आयुक्त त्यावर नमुना **अनुसूची** V मध्ये नमूद केल्याप्रमाणे अधिसूचना काढतील.

१५. वाडी/वाड्यांचा समूह, वस्ती/वस्त्यांचा समूह, पाडा/पाड्यांचा समूह यांना गाव जाहीर केल्यानंतर जाहीर केलेल्या गावांचे क्षेत्र वगळून उरलेले क्षेत्र मूळ गावाच्या हद्दीत असेल. या गावासाठी पेसा अधिनियम व नियमातील तरतुदी लागू राहतील व त्यांचे अधिकार अबाधित राहतील.

■ ■ ■

अनुसूचित क्षेत्रातील वाडी/वाड्यांचा समूह, वस्ती/वस्त्यांचा समूह, पाडा/पाड्यांचा समूह यांच्या प्रथा, परंपरा जतन करण्यासाठी पेसा नियम ४ प्रमाणे जाहीर केलेले गाव आणि महसुली गाव ह्या दोन वेगवेगळ्या संकल्पना आहेत याबाबत स्पष्टता ठेवावी.

विवाद निर्माण झाल्यास अनुसरावयाची कार्यपद्धती

एखाद्या प्रकरणी एकापेक्षा अधिक वाडी/वाड्यांचा समूह, वस्ती/वस्त्यांचा समूह, पाडा/पाड्यांचा समूह यांनी एकाच वनाचे विभाग अथवा सर्व्हे नंबरवर अथवा जलसाठ्याचे क्षेत्रावर दावा केल्यास आणि त्यासंदर्भातील दावे उपविभागीय अधिकाऱ्याकडे प्रलंबित असल्यास, उपविभागीय अधिकाऱ्याने संबंधित ठिकाणाला पोलीस पाटील, कोतवाल, ग्रामसेवक, तलाठी, वनपाल आणि संबंधित वाडी/वाड्यांचा समूह, वस्ती/वस्त्यांचा समूह, पाडा/पाड्यांच्या समूहांतून कमीत कमी पाच अनुसूचित जमातीचे नागरिकांसह भेट देऊन याबाबतचा विवाद मिटवावा.

उपविभागीय अधिकारी या विवादासंदर्भाच्या वस्तुस्थितीबद्दल आपले स्पष्ट अभिप्राय जिल्हाधिकाऱ्यांकडे विचारार्थ पाठवतील आणि जिल्हाधिकाऱ्यांनी याबाबत घेतलेला निर्णय अंतिम असेल.

उपरोक्त निर्णय घेताना वाड्या-वस्त्या-पाड्यांकडून वरील वनाचे विभाग (Forest Compartment) अथवा सर्व्हे नंबर अथवा जलसाठे अथवा इतर नैसर्गिक साधन संपत्तीबाबत भविष्यात करण्यात येणाऱ्या वापराऐवजी सदर विवादास्पद नैसर्गिक हक्क सद्य:स्थितीत ज्यांच्या वापरात आहेत, त्या वाडी/वाड्यांचा समूह, वस्ती/वस्त्यांचा समूह, पाडा/पाड्यांचा समूह यांना प्राधान्य देण्यात येईल.

■ ■ ■

१६. पेसा ग्रामसभा मोबिलायझर यांची जबाबदारी व कर्तव्ये

पेसा कायद्याने प्राप्त झालेल्या अधिकारांची लोकांना माहिती व्हावी. तसेच ग्रामसभेचे बळकटीकरण होऊन, आदिवासींच्या विकासाला चालना मिळावी. यासाठी केंद्र शासनाने ग्रामसभा मोबिलायझर मार्फत ग्रामसभांचे ससंगीकरण (मोबिलायझेशन) करण्याचा निर्णय घेतला आहे. त्या अनुषंगाने केंद्र शासनाच्या पंचायतराज विभागाने हस्तपुस्तिका प्रकाशित केलेली आहे.

या विभागाच्या दिनांक २२ जून, २०१६ रोजीच्या परिपत्रकान्वये ग्रामसभा मोबिलायझरची नियुक्ती कशी करावी, याबाबत मार्गदर्शक सूचना दिलेल्या आहेत. केंद्र शासनाने त्यांच्या प्रशिक्षणासाठी व मानधनासाठी निधी मंजूर केला असून, ग्रामसभा मोबिलायझरच्या नेमणुका ग्रामसभेने निवड केलेल्या महिला बचत गटामार्फत करावयाच्या आहेत. ग्रामसभा मोबिलायझर ग्रामसभेच्या नियंत्रणाखाली कामकाज करतील, परंतु ते ग्रामपंचायतीचे नोकर/कर्मचारी असणार नाहीत. तसेच ते ग्रामसभेची इच्छा असेपर्यंत व तरतुदीच्या कालावधीपर्यंत कार्यरत राहतील.

शासन परिपत्रक :

राज्य शासनाने ग्रामसभा मोबिलायझर यांची कर्तव्ये दिनांक २२ जून, २०१६च्या परिपत्रकान्वये निश्चित केलेली आहेत. तथापि, त्यांना कामकाजाबाबत दिशादर्शन होणेसाठी बाबनिहाय कर्तव्ये व जबाबदाऱ्या निश्चित करण्याच्या दृष्टिकोनातून खालीलप्रमाणे मार्गदर्शक सूचना देण्यात येत आहेत.

अ. ग्रामसभा मोबिलायझरची कर्तव्ये :

- ग्रामसभा मोबिलायझर गृहभेटी देऊन अनुसूचित क्षेत्रातील ग्रामसभेचे महत्त्व व अधिकार ग्रामस्थांना समजावून सांगेल तसेच, सर्व मतदार ग्रामसभेला उपस्थित राहतील, यासाठी प्रयत्नशील राहील.
- ग्रामसभा मोबिलायझर पेसा कायदा, वन हक्क कायदा व विकास योजनांच्या अंमलबजावणीबाबतचे सद्य:स्थितीदर्शक सर्वेक्षण करेल, त्यानंतर त्याचा अहवाल ग्रामसभेपुढे सादर करील व त्याची प्रत पंचायत समिती व जिल्हा परिषदेला पाठवेल.
- ग्रामसभा मोबिलायझर सावकारी, भूसंपादन व पुनर्वसन, जमीन हस्तांतरण, अंमली पदार्थांचे सेवन, गरजू परंतु सरकारी योजनेचा लाभ न मिळालेले, शेती व पिण्याच्या पाण्यापासून वंचित, अन्यायग्रस्त अशा लोकांच्या घरी जाऊन त्यांना कायद्याच्या तरतुदी समजावून सांगेल. अशा लोकांचा गट तयार करून त्यांच्या अडचणी ग्रामसभेत मांडण्यास त्यांना प्रवृत्त करावे.
- ग्रामसभा मोबिलायझर जल, जंगल, जमीन व जनावरे संबंधाने बलस्थाने, उणिवा, संधी, धोके यासंबंधाने सर्वेक्षण करून ग्रामसभेपुढे मांडेल व त्याची प्रत पंचायत समिती व जिल्हा परिषदेला पाठवेल.
- ग्रामसभा मोबिलायझर पशुसंवर्धन, जमीन व्यवस्थापन, जल व्यवस्थापन, शिक्षण, आरोग्य, स्वच्छता, रोजगार, प्रथा परंपरा, शांतता व सुव्यवस्था यांबाबत लोकांमध्ये जागृती निर्माण करून त्यासाठी लोकांचे गट तयार करेल व त्यांच्या ग्रामसभेत मांडण्यास प्रवृत्त करेल.

- ग्रामसभा मोबिलायझर वन जमिनीवरील विकास हक्क, सामुदायिक वन हक्क, सामुदायिक वन संसाधन हक्क, गौण वन उपजाबाबतचे हक्क याबाबत लोकांमध्ये जागृती निर्माण करून त्यासाठी लोकांचे गट तयार करून त्यांच्या समस्या ग्रामसभेत मांडण्यास प्रवृत्त करेल.
- वरीलप्रमाणे गावामध्ये तयार झालेल्या विविध गटांचे प्रमुख व सदस्य यांना ग्रामसभा मोबिलायझर ग्रामसभेत उपस्थित ठेवून ग्रामसभेत निर्णय पारित झाल्यानंतर संबंधित अधिकाऱ्याकडे कामाचा पाठपुरावा करील व त्याची माहिती ग्रामसभेत ठेवील.
- ग्रामसभा मोबिलायझर वरील कामाचा तिमाही व वार्षिक अहवाल तयार करून तो ग्रामसभेत ठेवेल व त्याची प्रत पंचायत समिती व जिल्हा परिषदेला पाठवेल.

ब. ग्रामसभा मोबिलायझरच्या जबाबदाऱ्या :

- ग्रामसभा मोबिलायझर ग्रामसभेच्या नियंत्रणाखाली काम करेल.
- ग्रामसभेचे कामकाज सुरळितपणे पार पाडण्यासाठी, सभेचा अध्यक्ष व ग्रामसेवक यांना ग्रामसभेची नोटीस काढणे, ग्रामसभेबाबत प्रसिद्धी देणे, ग्रामसभेचा कार्यवृत्तान्त तयार करणे, ग्रामसभेच्या ठरावानुसार कार्यवाही करण्यासाठी पत्रव्यवहार करणे यासाठी साहाय्य करावे.
- ग्रामसेवक अनुपस्थित असेल व सभेच्या अध्यक्षाने आदेश दिल्यास तो ग्रामसभेचा सचिव म्हणून कामकाज पार पाडेल.
- सभेच्या नोटीसमध्ये ग्रामसभेची तारीख, वेळ, ठिकाण व सभेत करण्यात येणारे कामकाज याची माहिती दिलेली असते, ती सर्वांना कळविण्याची खातरजमा करील.
- ग्रामसभा खुल्या व मुक्त वातावरणात पार पाडल्या जातील. ग्रामसभेबाबत लोकांमध्ये विश्वास निर्माण होईल यासाठी तो प्रयत्नशील राहील. हे करण्याकरिता तो संबंधित अधिकाऱ्यांचे मार्गदर्शनसुद्धा घेईल.
- ग्रामसभा मोबिलायझर प्रत्येक ग्रामसभेत ग्रामसभा ठरावांच्या अंमलबजावणीचा आढावा ठेवेल. त्यामध्ये ठरावाचा क्रमांक, दिनांक, तपशील, ठराव कोणाकडे व केव्हा पाठविला आणि त्यावर झालेली कार्यवाही, यांचा समावेश असेल.
- ग्रामसभा मोबिलायझर शासकीय अधिकारी, आदिवासी विकास संस्था आणि ग्रामस्थ यांच्यामधील दुवा म्हणून काम करेल; तसेच गावकऱ्यांच्या समस्या त्यांच्या लक्षात आणून देईल व त्या कामाचा अहवाल ग्रामसभेपुढे ठेवेल.
- ग्रामसभा मोबिलायझर ग्रामसभेच्या स्थायी समित्यांना गरजेप्रमाणे मदत करेल. तसेच त्यांच्या कामकाजाच्या नोंदी ठेवण्याच्या कामी त्यांना साहाय्य करील. वेगवेगळ्या स्थायी समित्या किंवा ग्रामपंचायत क्षेत्रातील वेगवेगळ्या गावांच्या ग्रामसभा यांमध्ये तो समन्वय ठेवण्यासाठी साहाय्य करेल.
- ग्रामसभा मोबिलायझर शासनाच्या/जिल्हा परिषदेच्या किंवा ग्रामसभेच्या मदतीने ग्रामसभा सदस्य व समिती सदस्य यांचे प्रशिक्षण कार्यक्रम आयोजित करून त्यांचे ज्ञान अद्ययावत ठेवण्याचा प्रयत्न करेल. यासाठी तो शासकीय अधिकाऱ्यांचे गरजेप्रमाणे साहाय्य घेईल.

- ग्रामसभा मोबिलायझर गावकऱ्यांच्या विकासाला चालना देणारे कार्यक्रम आयोजित करण्यास अधिकाऱ्यांना/आदिवासी विकास संस्थांना/व्यक्तींना साहाय्य करेल.
- ग्रामसभा मोबिलायझर प्रत्येक ग्रामसभेत ग्रामसभा ठरावांच्या अंमलबजावणीचा खालीलप्रमाणे आढावा ठेवेल.

ग्रामसभा ठरावाच्या अंमलबजावणीची सद्यस्थिती (गावाचे नाव... तालुका... जिल्हा...)

अ. क्र.	ग्रामसभा ठराव क्र.	दिनांक	ठरावाचा तपशील	ठरावाच्या अंमलबजावणीची स्थिती	
				कोणाकडे व केव्हा पाठविला	झालेली कार्यवाही व दिनांक

■ ■ ■

१७. गावक्षेत्रातील निहित संपत्ती, बांधकाम, अतिक्रमणे कलम ५१, ५२, ५३

कलम ५१

- सरकारी मालकीच्या काही जमिनी, मालमत्ता देखभालीसाठी ग्रामपंचायतीकडे सोपवता येतील. यामध्ये गायरान, पाणंद, गावरस्ते, स्मशानभूमी (दहन - दफनभूमी), तलाव, चावडी, धर्मशाळा, तळी यांचा समावेश होतो. या सुपूर्त केलेल्या मालमत्ता, जमिनी यांची देखभाल ग्रामपंचायतीने करावयाची आहे. या मालमत्ता ३ वर्षांपर्यंत भाडेपट्ट्याने देऊन ग्रामपंचायतीला उत्पन्न मिळवता येईल.
- सरकारी मालकीच्या देखभालीसाठी सोपवलेली जमीन, मालमत्ता कायम हस्तांतरित करण्याचा ग्रामपंचायतीला अधिकार नाही.

कलम ५२ – घर बांधणी परवाना

- ग्रामपंचायत हद्दीत घर बांधणीसाठी २ महिने आधी अर्ज करावा, सोबत ग्रामपंचायतीने निश्चित केलेल्या नियम, अटी-शर्ती पूर्ण करणारी कागदपत्रे, NA ऑर्डर जोडावी.
- घर बांधणी परवानगीवरील अटी-शर्ती पालन करणे बंधनकारक असतात.
- ग्रामपंचायत अर्ज प्राप्त झाल्यावर ६० दिवसांच्या आत लेखी उत्तर अर्जदारास द्यावे. ते न दिल्यास परवानगी आहे, असे समजून घर बांधकाम करू शकतो.
- घर बांधकाम परवाना देताना शासनाने दिलेले आदेश, सूचना, परिपत्रके याची अंमलबजावणी करणे ग्रामपंचायतीची जबाबदारी आहे.
- परवाना देताना सांडपाणी निचरा, शौचालय, झाडे, रस्ता, दुसऱ्याच्या हद्दीत अतिक्रमण नाही यासाठी चतुःसीमा असणाऱ्यांची घर बांधकामास सहमती, अन्य अटी असाव्यात.
- ग्रामपंचायतीची परवानगी नसताना बांधकाम सुरू असल्यास ते बांधकाम थांबवण्याबद्दल नोटीस द्यावी. नोटीस देऊनही बांधकाम न थांबविल्यास झालेल्या कामाचा पंचनामा करावा. त्या पंचनाम्यात बांधकाम पाडण्यास खर्च किती येईल, ते नमूद करावे. झालेले बांधकाम ३० दिवसांच्या आत

काढून घेण्यास मुदतीची अंतिम नोटीस द्यावी. ती देऊनही बांधकाम चालू राहिल्यास ग्रामपंचायतीची खास सभा बोलवून कोर्टात मनाईसाठी दावा दाखल करण्याबाबत ठराव करावा. या कामासाठी येणारा खर्च पूर्वनियोजन पत्रक करून त्यास पंचायत समितीची मंजुरी घेण्याबाबत ठराव करावा.

- कोर्टाची मनाई मिळाली असता बांधकाम चालू राहिल्यास ही बाब पुराव्यानुसार कोर्टाच्या निदर्शनास आणावी. सदर बांधकाम पाडण्यास कोर्टाचा आदेश झाल्यास ग्रामपंचायतीमार्फत पोलीस बंदोबस्त घेऊन सदर बांधकाम पाडून टाकता येईल.

कलम ५३ – सार्वजनिक रस्ते, खुल्या जागा यांवरील अतिक्रमणे

- ग्रामपंचायत हद्दीत कोणत्याही सार्वजनिक जागा, रस्ते यांवर भिंत बांधणे, उघडे गटार, मलप्रणाल सोडणे, कुंपण घालणे, व्यवसाय करणे, पायरी, बांधकाम करणे, अडथळा निर्माण करणे, इमारतीचा सज्जा, व्हरांडा, चबुतरा, इमारतीच्या वरच्या मजल्यावरील बांधकाम पुढे येईल, ग्रामपंचायतीचा परवान्यातील अटी-शर्थींचे उल्लंघन केले आहे.
- गावरानात अनधिकृत उपयोग केल्यास, दोषीसिद्धपासून रु. ५०पर्यंत दंडाची शिक्षा होईल. असा वापर पुढे चालू राहिल्यास प्रत्येक दिवसास आणखी रु. ५ दंड वाढत जाईल.
- गावरान, खाजगी मालमत्ता नसलेली, सार्वजनिक जागेत अतिक्रमण केलेले अनधिकृत लागवड केलेले पीक, बांधकाम, अडथळा, अतिक्रमण काढून टाकण्याचा अधिकार ग्रामपंचायतीस आहे. या कामासाठी येणारा खर्च संबधित व्यक्तीकडून वसूल करता येतो.
- अतिक्रमण असलेची खात्री करा. ते अतिक्रमण रजिस्टरला नोंद करताना अतिक्रमणाचे स्वरूप, लांबी-रुंदी नमूद करा.
- ग्रामपंचायतीने अतिक्रमण काढण्याबाबत मासिक सभा, ग्रामसभा यांमधून ठराव करून घ्यावा. जास्त असतील तर त्यांचा क्रम लावून अनुक्रमे अतिक्रमण काढण्याबाबत ठराव करा.
- अतिक्रमण करणाऱ्यास ते काढून घेणेबाबत १५ दिवस मुदतीची नोटीस देऊन पोहोच घ्यावी. अथवा रजिस्टर करावे.
- वरील मुदतीत अतिक्रमण न काढल्यास जागेवर जाऊन पंचनामा करावा. अतिक्रमण काढण्याचा अंदाजे खर्च किती येईल ते नमूद करावे.
- पंचनामा झाल्यानंतर ३० दिवस मुदतीची अंतिम नोटीस द्यावी. त्यात सदर अतिक्रमण मुदतीत न काढल्यास ते पंचायतीमार्फत काढले जाईल व झालेला खर्च वसूल केला जाईल हे नमूद करावे.
- अंतिम नोटीशीची मुदत संपल्यावर अतिक्रमण काढण्याचा दिवस निश्चित करावा. त्याची ग्रामपंचायत सदस्यांना या मोहिमेबाबत पत्राने कळवावे. या वेळी अनुचित प्रकार होऊ नये म्हणून गरज वाटल्यास खबरदारी म्हणून जरूर तर पोलीस बंदोबस्ताची मागणी करावी. त्यासाठीचा खर्च ग्रा.पं. फंडातून भरावा. बजेट नसेल तर पुर्ननियोजन करून पंचायत समितीची मंजुरी घ्यावी.
- प्रत्येक अतिक्रमण काढल्यावर निघणारी मालमत्ता पंचनामा करून ठरवावी. ज्याचे अतिक्रमण काढले त्याला अतिक्रमण काढण्याचा खर्च देऊन साहित्य घेऊन जाणेबाबत ७ दिवस मुदतीची नोटीस द्यावी. सदर मुदतीत साहित्य नेले नाही, तर लिलाव पद्धतीने विक्री करून झालेला खर्च वसुल करावा.

■ ■ ■

१८. पेसा क्षेत्रांतर्गत येणारे महाराष्ट्रातील आदिवासी भाग

अ. क्र.	जिल्हा	पूर्णतः अनुसूचित क्षेत्र	अंशतः अनुसूचित क्षेत्र
१.	ठाणे	१. शहापूर २. मुरबाड	१. भिवंडी
२.	पालघर	१. डहाणू २. तलासरी ३. मोखाडा ४. जव्हार ५. वाडा ६. विक्रमगड	१) पालघर २) वसई
३.	नाशिक	१. पेठ २. सुरगाणा ३. कळवण ४. बागलाण ५. त्रंबकेश्वर ६. देवळा	१. दिंडोरी २. इगतपुरी ३. नाशिक
४.	धुळे	१. साक्री २. शिरपूर	
५.	नंदुरबार	१. नवापूर २. तळोदा ३. अक्कलकुवा ४. अक्राणी (धडगाव)	१. नंदुरबार २. शहादा
६.	जळगाव	१. चोपडा २. यावल ३. रावेर	
७.	अहमदनगर	१. अकोले	

अ. क्र.	जिल्हा	पूर्णतः अनुसूचित क्षेत्र	अंशतः अनुसूचित क्षेत्र
८.	पुणे	१. आंबेगाव २. जुन्नर	
९.	नांदेड	१. किनवट २. माहूर	
१०.	यवतमाळ	१. मारेगाव २. राळेगाव ३. केळापूर ४. घाटंजी ५. झरी जामणी ६. आर्णी	
११.	अमरावती	१. चिखलदरा २. धारणी	
१२.	गडचिरोली	१. एटापल्ली २. भामरागड ३. सिरोंचा ४. कुरखेडा ५. धानोरा ६. अहेरी ७. कोरची	१. गडचिरोली २. आरमोरी ३. चामोर्शी ४. मुलचेरा ५. देसाईगंज
१३.	चंद्रपूर		१. राजुरा २. कोरपना ३. जिवती

एकूण जिल्हे	:	१३
एकूण तालुके	:	५९
एकूण ग्रामपंचायती	:	२८७२
एकूण गावे	:	५८७३

१९. सरपंचाने कोणत्या कामासाठी किती निधी खर्च केला, हे कसे पाहाल ?

प्लॅन प्लस (Plan Plus) या संगणक प्रणालीच्या माध्यमातून आपल्याला आपल्या सरपंचाने ग्रामपंचायतीचा निधी कोणत्या वर्षात, कोणत्या कामासाठी किती खर्च केला याची सविस्तर माहिती मिळू शकते. जिल्हा योजनांतर्गत तालुक्यांचे आराखडे तयार केले जातात. त्याला ग्रामसभांची मंजुरी घेऊन पुढील कार्यवाहीसाठी सादर केले जातात. या सर्व कामांना अंतिम मंजुरी मिळाल्यानंतर त्याचा आर्थिक, भौतिक प्रगतीचा अहवाल तयार होतो.

प्लॅन प्लस संगणक प्रणालीमुळे किती अहवालांना ग्रामसभेची मान्यता मिळाली, किती कामे मंजूर झाली, किती कामे सुरू झाली, किती पूर्ण व अपूर्ण आहेत, तसेच कोणत्या कामावर किती निधी खर्च पडला याची सविस्तर माहिती फक्त एका क्लिकद्वारे मिळू शकते. प्लॅन प्लस हे अत्यंत प्रभावी monitoring software आहे, असे म्हणता येईल. त्यासाठी खालील आज्ञावली लक्षात ठेवावी.

- Google वर planningonile.gov.in हे संकेतस्थळ टाईप करावे.
- Panchayat Activity Plan Report असे पेज दिसेल.
- त्यावर क्लिक केल्यावर PlanPlus v2.0 हे पेज येईल.
- या पेजवरील कोष्टकात पुढीलप्रमाणे माहिती भरावी. (क्लिक करावे)
- Plan year : कोणत्या वर्षाचा अहवाल पाहिजे त्यावर क्लिक करावे.
- State : येथे Maharashtra वर क्लिक करावे.
- Plan Unit Type : येथे village panchayatवर क्लिक करावे.
- Block Panchayat equivalent : यामध्ये तालुक्याच्या नावावर क्लिक करावे.
- Village Panchayat equivalent : यामध्ये आपल्या ग्रामपंचायतीच्या नावावर क्लिक करावे.
- यानंतर Get Report यावर क्लिक केल्यानंतर आपल्याला अपेक्षित अहवाल मिळतो.

२०१८मधील महत्त्वाचे शासन निर्णय - उपसरपंच निवडणुकीत समसमान मते पडल्यास सरपंचाचे मत निर्णायकी उपसरपंच पदाच्या निवडणुकीमध्ये सरपंच यांना मतदानात भाग घेता येईल, तसेच उमेदवारांना समसमान मते पडली, तर निर्णायकी मत देण्याचा हक्क सरपंचाला आहे. (अवर सचिव, महाराष्ट्र शासन यांचेकडील ३ जुलै २०१८चे पत्र, तसेच मुंबई उच्च न्यायालय यांचा याचिका क्रमांक ५९४९ /२०१८मधील १५/६/२०१८चा निर्णय)

ग्रामसभेच्या बैठका - ग्रामसभेच्या १ एप्रिल ते ३१ मार्च या आर्थिक वर्षात **१ मे, १५ ऑगस्ट, २ ऑक्टोबर व २६ जानेवारी या चार बैठका बोलविल्या जातात. परंतु दिनांक २७ एप्रिल २०१८च्या शासन निर्णयानुसार २ ऑक्टोबर - गांधी जयंतीची ग्रामसभा रद्द करण्यात आली असून ती ग्रामसभा नोव्हेंबरमध्ये घेतली जाईल,** असे त्यात नमूद करण्यात आले आहे. या चार ग्रामसभांच्या व्यतिरिक्त अधिकची ग्रामसभा शासनाच्या एखाद्या प्रशासकीय विभागाला घ्यावयाची असल्यास त्यासाठी ग्राम विकास विभागाची पूर्वपरवानगी आवश्यक आहे.

२०. सरपंच / उपसरपंच राजीनामा पत्र (नमुना)

प्रति,

.... यांना,

महोदय,

मी, श्री/श्रीमती .... याद्वारे दिनांक ....
पासून मध्यान्हपूर्व/मध्यान्होत्तर .... या ग्रामपंचायतीच्या ....पदाचा
राजीनामा/किंवा राजीनामा देण्यासंबंधीची सूचना देत आहे.

आपला/आपली,

ठिकाण : .... सही : ....

दिनांक : .... पदनाम :...

पुढील इसमांच्या समक्ष सही केली

१) ....(साक्षीदाराचे पूर्ण नाव व पत्ता)

२) ....

साक्षीदाराची सही

(साक्षीदाराचे पूर्ण नाव व पत्ता) साक्षीदाराची सही

२१. अविश्वासाचा ठराव (नमुना)

प्रति,

तहसीलदार .... ठिकाण ....

यांस तारीख ....

महोदय,

आम्ही खालील सही करणारे .... ग्रामपंचायतीचे सदस्य तुम्हाला नोटीस देतो की, आम्ही ....चे सरपंच/उपसरपंच यांचेविरुद्ध पुढील कारणांसाठी पंचायतीच्या सभेत अविश्वासाचा ठराव मांडू इच्छितो.

....

....

वर नमूद केलेली वस्तुस्थिती आमच्या संपूर्ण माहितीप्रमाणे खरी असल्याचे आम्ही जाहीर करतो.

	सदस्यांची नावे	सही
१)	....	....
	....	....
२)	....	....
	....	....
३)	....	....
	....	....

२२. माहितीचा अधिकार अधिनियम, २००५ अन्वये अर्ज

जोडपत्र अ (पाहा नियम (३))

येथे १०
रुपयांचा
कोर्ट फी स्टॅम्प
चिकटवावा

प्रति,

राज्य जन माहिती अधिकारी,

....

....

१) अर्जदाराचे संपूर्ण नाव : ....

२) पत्ता : ....

३) आवश्यक असलेल्या माहितीचा तपशील

(एक) माहितीचा विषय : ....,,,,,,,,...

(दोन) माहितीशी संबंधित कालावधी : ....

(तीन) आवश्यक असलेल्या माहितीचे वर्णन : ....

....

(चार) माहिती टपालाद्वारे किंवा व्यक्तिश: आवश्यक आहे किंवा कसे :

(पाच) टपालाद्वारे असेल त्याबाबतीत :

(सर्वसाधारण, नोंदणीकृत, किंवा शीघ्र)

४) अर्जदार दारिद्र्यरेषेखाली आहे का ?

(असल्यास त्याबद्दलच्या पुराव्याची फोटोकॉफी सोबत जोडावी)

ठिकाण :

दिनांक : अर्जदाराची सही

संदर्भ व टीपा

- पंडित ग. शां., *पंचायतराज आणि ग्रामीण महिला*, सुगावा प्रकाशन, पुणे, १९९६
- डॉ. घारे मुकुंद, *सहभागीय पाणलोट क्षेत्र विकास हस्तग्रंथ*, अफार्म, पुणे, एप्रिल २०००
- शहा नवनीतभाई, *आदिवासी स्वशासन*, डॉ. पी. व्ही. मंडलीक ट्रस्ट, मुंबई, २००१
- *ॲग्रोवन* २००६ दिवाळी अंक
- वाघमारे एम. एल., *पंचायत क्षेत्र विस्तार कायदा* १९९६, पुणे २०११
- *आदिवासी स्वशासन आणि पंचायतराज*, हाकारा, जानेवारी-जून २०१२
- बोकील मिलिंद, *ग्रामस्वराज्य आणि स्वशासन*, विदर्भ उपजिविका मंच २०१३
- बोकील मिलिंद, *पेसा कायद्यात सुधारणाः पण...*, दैनिक सकाळ दिनांक १० जून २०१४
- *आदिवासी स्वशासन (पेसा) कायद्याच्या सुधारित तरतुदी* (ग्रामसभेच्या संदर्भात), हाकारा, जुलै-सप्टेंबर २०१४
- *महाराष्ट्र ग्रामपंचायत अधिनियम १९५८*, चौधरी लॉ पब्लिशर्स, २०१८
- खुटवड मारुतराव व अवधानी मधुकर, *नवी ग्रामपंचायत*, राज्य साधन केंद्र, पुणे.
- राष्ट्रीय ग्राम स्वराज योजना, *ग्रामपंचायत सदस्य क्षमतावृद्धी प्रशिक्षण वाचन* साहित्य, यशदा, पुणे.

शासन निर्णय

- व्ही.पी.एम २०१७/प्र.क्र.५१२/पंरा-३, दिनांक २७ एप्रिल २०१८
- रागांप-२०१६/प्र.क्र.१०१/योजना-४, दिनांक २२ जानेवारी २०१८
- संकीर्ण २००७/प्र.क्र.४८१२/वित्त-३, दिनांक, १५ जून २०१४
- व्हीपीएम-२६१४/प्र.क्र.१३४/पंरा-४, दिनांक, १९ मे २०१५
- पेसाअ-२०१३/प्र.क्र.१५०/पंरा-४, दिनांक २० जुलै २०१६
- व्हीपीएम-२०१८/प्र.क्र.३९७/पंरा-३, दिनांक १७ सप्टेंबर २०१८
- व्हीपीएएम-११८९/के.नं.३०१०/२२, दिनांक, ५ फेब्रुवारी २०१४
- संग्राम - २०१४/प्र.क्र.४३/संग्राम कक्ष, दिनांक २५ जून २०१४
- समाग्रामो-२०१५/प्र.क्र.१५१-अ/योजना ११, दिनांक, १६ एप्रिल २०१८

लेखक परिचय

गणपत शांताराम पंडित

'ग. शां. पंडित' या नावाने लेखन

शिक्षण : एम. ए.

सामाजिक व राजकीय कार्य :

- सामाजिक आरोग्य क्षेत्रात १४ वर्षे संशोधन कार्य
- आदिवासी उत्थान कार्यक्रमात १२ वर्षे राज्य प्रकल्प समन्वयक
- मा. अण्णा हजारे यांच्या जन-आंदोलनात तीन वर्षे सक्रीय सहभाग
- धानेप (ता. वेल्हा) ग्रामपंचायतीमध्ये १० वर्षे बिनविरोध सदस्य
- वेल्हा (जि. पुणे) पंचायत समितीचा सभापती व सदस्य ५ वर्षे
- पंचायतराज विषयाचे तज्ज्ञ म्हणून सुमारे ७०० शिबिरांमध्ये मार्गदर्शन

लेखन कार्य :

- *आदिवासी उत्थानाचा हाकारा* - पुस्तक मे २०१५ मध्ये प्रकाशित
- *पंचायत राज्य आणि ग्रामीण महिला, बाईने केला गावाचा विकास,* आणि *विमल सरपंच झाली* या पुस्तिकांचे लेखन
- ९ कथा, ७० माहिती पुस्तिका, २ शोधनिबंध व ४० पेक्षा अधिक स्फुट लेखन प्रकाशित

संपादन कार्य :

- पंचायत राज - स्वरूप व कामकाज, दिशा, दुवा, माध्यम
- *आयुषी, प्रतिबिंब, नरहरी, युवा स्पंदन* - मासिके
- सध्या *'हाकारा'* या त्रैमासिक नियतकालिकाचा संपादक

मान-सन्मान :

- सामाजिक क्षेत्रातील उल्लेखनीय कार्याबद्दल पुणे महानगरपालिकेकडून गौरव - २०१६
- आदिवासींमधील उल्लेखनीय कार्याबद्दल महाराष्ट्र शासनाचा 'आदिवासी सेवक' राज्य पुरस्कार - २०१२

www.ingramcontent.com/pod-product-compliance
Lightning Source LLC
LaVergne TN
LVHW020018170826
845678LV00001B/41

* 9 7 8 9 3 8 6 2 0 4 8 7 5 *